கிருஷ்ணன் நம்பி

கிருஷ்ணன் நம்பி

சுந்தர ராமசாமி தன் கதையைப் பேசும்போதும் எழுதும்போதும் நட்பு சார்ந்த உரிமையோடு ஒருமையில் அழைக்கும் ஒரே நபர் கிருஷ்ணன் நம்பி. இந்நூல் நம்பியுடனான சு.ராவின் அனுபவங்களின் பதிவு. சு. ராவுக்கும் நம்பிக்குமிடையே நிகழ்ந்த விநோதமான அறிமுகம், தங்களை முட்டிக்கொண்டிருந்த மனநெருக்கடிக்கு ஒருவருக்கொருவர் ஆறுதலாக மாறியது, அந்த உறவில் விழுந்த முடிச்சுகள், நம்பிக்குச் சரளமாகக் கைவந்த ஹாஸ்யம், அவர் தமிழ் வாசகர்களுக்குத் தன்னை அறிமுகப்படுத்திக்கொள்ள மட்டும் அனுமதித்த அகால மரணம் போன்றவை இதில் பேசப்படுகின்றன.

கிருஷ்ணன் நம்பி

சுந்தர ராமசாமி

தொகுப்பு
அரவிந்தன்

காலச்சுவடு பதிப்பகம்

கிருஷ்ணன் நம்பி • நினைவுக் குறிப்புகள் • ஆசிரியர்: சுந்தர ராமசாமி •

© கமலா ராமசாமி, அரவிந்தன்

• முதல் பதிப்பு: ஆகஸ்ட் 2003, திருத்திய மறுஅச்சு : ஏப்ரல் 2005, மூன்றாம் (குறும்) பதிப்பு: ஜனவரி 2021 • வெளியீடு: காலச்சுவடு பப்ளிகேஷன்ஸ் (பி) லிட்., 669 கே. பி. சாலை, நாகர்கோவில் 629001

Krishnan Nambi • Reminiscences • Sundara Ramaswamy •

© Kamala Ramaswamy, Aravindan

• Language: Tamil • First Edition: August 2003, Reprinted with corrections: April 2005, Third (Short) Edition: January 2021 • Size: Demy 1 x 8 • Paper: 18.6 kg maplitho • Pages: 144

Published by Kalachuvadu Publications Pvt. Ltd., 669, K.P. Road, Nagercoil 629001, India • Phone: 91-4652-278525 • e-mail: publications @kalachuvadu.com • Cover Drawing: Benitta Pershiyal • Cover Design: Santhosh • Printed at Compuprint Premier Design House, Chennai 600086

ISBN: 978-81-87477-42-6

01/2021/S.No.126, kcp 2770, 18.6 (3) 1k

பதிப்புரை

எழுத்தாளர் கிருஷ்ணன் நம்பியும் சுந்தர ராமசாமியும் கொண்டிருந்த நட்பு பிரசித்தி பெற்றது. குறைந்த வயதில் அகால மரணமடைந்த நம்பியின் ஆளுமை, நகைச்சுவை, இலக்கிய ஆர்வம், அவரது நட்புகள், தனிப்பட்ட வாழ்க்கையின் போராட்டங்கள் ஆகியவற்றை நட்பின் ஈரத்தோடு நினைவுகூரும் பதிவு இது.

சு. ராவின் தீவிர வாசகரான அரவிந்தன் அவரைச் சந்தித்து உரையாடிப் பதிவு செய்ததைப் பிரதி எடுத்தவர் பி. ஆர். மகாதேவன்.

நினைவோடை வரிசையில் மூன்றாவது நூல் இது. இதே வரிசையில் க. நா. சு., சி. சு. செல்லப்பா, ஜீவா குறித்த பதிவுகள் வெளிவந்துள்ளன.

பதிப்பாளர்

குறிப்பு :

இந்நினைவுக் குறிப்புகளை நான் நண்பர் அரவிந்தனிடம் சொல்லும்போது என் நினைவை மட்டும் அடிப்படையாக வைத்தே சொல்லியிருக்கிறேன். சொன்ன நேரத்தில் நினைவுக்கு வந்தவை மட்டுமே இதில் இடம்பெற்றிருக் கின்றன. இந்நினைவுக் குறிப்புகள் புத்தக உருவம்பெற்றுப் படிக்க நேர்ந்தபோது, சொல்லாத சில நினைவுகளும் மனதிற்குள் வந்தன. அவற்றை எழுதிச்சேர்க்க அவசிய மான சமயவசதி எனக்கு இப்போது இல்லாமல் இருக்கிறது.

பல எழுத்தாளர்களுடனான முதல் சந்திப்பு என் நினை வில் போதிய தெளிவுடன் இல்லையோ என்று சந்தேகப்படு கிறேன். ஒரு சில வருடங்கள் துல்லியமானவையாக இல்லா மலிருக்கலாம். அதிகபட்சம் அவை ஒன்றிரண்டு வருடங்கள் முன்பின்னாக அமைந்திருக்க வாய்ப்புண்டு.

நாகர்கோவில்   சு. ரா.
09.02.05

நன்றியுரை

என் நினைவோடை வரிசையில் கிருஷ்ணன் நம்பியைப் பற்றிய இந்நூல் இரண்டாவது பதிப்பாக இப்போது வெளிவருகிறது.

முதல் பதிப்பை முழுமையாகப் படித்துத் திருத்தங்கள் செய்து தந்ததோடு சில விடுதல்களையும் என் நண்பர் அ. ராஜமார்த்தாண்டன் சுட்டிக் காட்டினார். அவற்றைச் சரி செய்திருக்கிறேன்.

கிருஷ்ணன் நம்பியின் சகோதரரான திரு.கே. வெங்கடாசலம், கிருஷ்ணன் நம்பி நூல் பற்றி பல குறைகளைச் சுட்டும் விமர்சனக் கட்டுரை ஒன்றை எழுதியிருந்தார். இரண்டாவது பதிப்பாக இந்நூல் வரும்போது அவர் பார்வையில் பட்ட குறைகளையும் கணக்கி லெடுத்துக்கொள்ள வேண்டும் என்று முடிவு செய்திருந்தேன். இப்போது அவரது முழுமையான விமர்சனத்தை நான் கேட்டுப் பெற்று அவற்றை முன்வைத்துத் திருத்தங்கள் செய்திருக்கிறேன்.

கிருஷ்ணன் நம்பியைப் பற்றிய எனது நினைவோடையில் அவரது மறைவு குறித்து நான் சொன்ன விஷயங்களில் சில விடுதல்கள் நேர்ந்துவிட்டன. அவற்றையும் வெங்கடாசலம் எடுத்துக் காட்டியிருந்தார்.

வெங்கடாசலம் ‘கிருஷ்ணன் நம்பி உறவு’ என்ற தலைப்பில் ஏற்கனவே எழுதியுள்ள கட்டுரையை அவர் அனுமதி பெற்று இந்நூலில் அனுபந்தமாகச் சேர்த்திருக்கிறேன். இக்கட்டுரையில் நம்பியின் மறைவு பற்றிய தகவல்கள் முழுமையாக இருப்பதோடு நம்பியின் வாழ்க்கை பற்றியும் பல செய்திகள் இருக்கின்றன. இவை நம்பியை மேலும் புரிந்துகொள்ள வாசகர்களுக்கு உதவும் என்று நம்புகிறேன்.

ராஜமார்த்தாண்டன், வெங்கடாசலம் ஆகியோரின் உதவிக்கு என் மனப்பூர்வமான நன்றியைத் தெரிவித்துக்கொள்கிறேன்.

09.04.05 **சுந்தர ராமசாமி**
நாகர்கோவில்

சுந்தர ராமசாமி : கிருஷ்ணன் நம்பியுடன் எனக்குக் கிட்டத்தட்ட 26 வருடப் பழக்கம் இருந்தது. அந்த அளவுக்கு நெருக்கமான உறவு எனக்கு வேறு எந்த நண்பர்களுடனோ, என்னுடைய உறவினர்களுடனோ கூட அதற்கு முன்பும் இருந்ததில்லை, அதற்குப் பின்பும் இருந்ததில்லை. அவனுடனான உறவைப் பற்றி இப்போது எனக்கு எவை ஞாபகத்தில் இருக்கிறதோ அவற்றைப்பற்றிச் சொல்கிறேன்.

என்னுடைய பதினோரு வயதிலிருந்து பதினாறு பதினேழு வயதுவரை என் உடல் நிலை மிகவும் மோசமாக இருந்தது. என்னைப்பற்றிய கனவுகளை, நம்பிக்கைகளை என் வீட்டிலிருந்தவர்கள் கைவிட்டுவிட்டிருந்தனர். அப்போது திருவனந்தபுரத்திலிருந்து வந்து ஒரு டாக்டர் என்னைப் பரிசோதித்தார். அவருடைய சிகிச்சையின் காரணமாகத்தான் நான் ஓரளவுக்குக் குணமடைந்தேன். ஒருவேளை எனக்கு அந்த மருத்துவரைச் சந்திக்கும் வாய்ப்பு கிடைக்காமல் போயிருந்தால் என் வாழ்க்கை வேறு விதமாக முடிந்திருக்கக்கூடும். அவ்வளவு மோசமான நிலையில் இருந்தேன். என் உடம்பு ஓரளவு தேறியதும் அந்த டாக்டர் என்னை வெளியில் தாராளமாகப் போய்வர வேண்டும் என்று சொன்னார். சைக்கிளில் போகக் கூடாது, நடந்துபோகலாம் என்று சொன்னார்.

அரவிந்தன் : உங்களுக்கு சைக்கிள் ஓட்டத் தெரியுமா?

நன்றாகத் தெரியும். சைக்கிளில் பல வித்தைகள்கூடச் செய்து காட்டுவேன். நான் சைக்கிள் அதிகம் ஓட்டியதும் நோய் அதிகரிக்கக் காரணமாக இருந்தது என்று அவர் சொன்னார். சைக்கிள் ஓட்டினால் நோய் அதிகமாகும் என்பது தெரியாமல் சைக்கிளைத் தொடர்ந்து ஓட்டினேன். அதனால் எதையெல்லாம் செய்யலாம், எதையெல்லாம் செய்யக்கூடாது என்று விரிவாகச் சொன்னார். நான் எஸ். எல். பி. ஸ்கூல்வரை நடந்துபோய்விட்டு வருவேன். அந்த நேரத்தில் எனக்கு இலக்கியம் என்ற வார்த்தை எல்லாம் பழக்கமாகியிருக்கவில்லை. புதுமைப்பித்தன் கதைகளை அப்போதே படித்துவிட்டிருந்தேன். ஆனால் புதுமைப்பித்தனின் கதைகள், கவிமணியின் கவிதைகள், கல்கியின் எழுத்துகள் இவற்றைத்தான் இலக்கியம் என்று சொல்கிறார்கள் என்று அப்போது தெரியாது. ஒரு புத்தகத்தைப் படித்தால் அதன் ஆசிரியர் பெயரைக் கவனிக்க வேண்டும் என்பதுகூட அப்போது

தெரியாது. புதுமைப்பித்தன் கதைகளைப் படிக்க ஆரம்பித்த போது மானசீகமாக ஒருவித வளர்ச்சி என்னில் ஏற்பட்டதை உணர முடிந்திருந்தது. ஒருவித மாய சக்திக்கு ஆட்பட்டேன் என் றெல்லாம் சொல்ல விரும்பவில்லை. அவருடைய கதைகளைப் படிக்க ஆரம்பித்த ஓரிரு வருடங்களில் என் பார்வை, கருத்துகள் இவற்றில் மாற்றங்கள் ஏற்பட ஆரம்பித்தன. அதற்கு முன்புவரை என்னைக் கேலி செய்து பேசிய நண்பர்களுடன் தைரியமாக என்னால் சில விஷயங்களைப் பேச முடிந்திருந்தது. அவர்கள் என்னைத் தேடி வருவது என்பதும் நடக்க ஆரம்பித்தது.

அவர்கள் எழுத்தாளர்கள் அல்ல. என் பள்ளித் தோழர்கள் தான். ஆனால் அவர்களும் சிந்தனை சார்ந்து பேசவே விரும்பி னார்கள். சுதந்திரப் போராட்டம் நடந்துகொண்டிருந்த காலகட்டம் அது. எனவே எப்போதும் இந்திய சுதந்திரம் பற்றிய எண்ணங்களே எங்கள் மனதை முழுவதுமாக ஆக்கிரமித்திருந் தன. சிறுகதைகள், நாவல்கள், கவிதைகள் போன்றவற்றில் எல்லாம் எனக்குத் தெரிந்தவரை அந்த நண்பர்களுக்கு ஈடுபாடு இருந்திருக்கவில்லை. பாரத மாதா இப்படி நெருக்கடியான நிலையில் இருக்கும் வேளையில் கதை, கவிதை எழுதுவது படிப்பது எல்லாம் பொறுப்பற்ற காரியம் என்ற எண்ணம் அவர்களுக்கு இருந்திருக்கலாம். சத்தம் போட்டுச் சிரிக்க மாட்டார்கள். அப்படியான சில நண்பர்களை எஸ். எல். பியில் வைத்துச் சந்தித்துப் பேசுவதுண்டு. என் மனதில் இருந்த வேறு வகையான விஷயங்களை அவர்களுடன் பகிர்ந்துகொள்ள முடியவில்லையே என்ற எண்ணம் என் மனதில் இருந்தது.

உடல் நிலை கொஞ்சம் தேறியதும் நான் மணிமேடைக்குப் போக ஆரம்பித்தேன். அப்போது எனக்குத் துண்டுப் பிரசுரங் களைப் படிக்க ரொம்பவும் பிடிக்கும். தினந்தோறும் அல்லது இரண்டு நாளைக்கு ஒரு தடவையாவது புதிதாக ஒரு துண்டுப் பிரசுரம் வந்துவிடும். நான் தொடர்ந்து வாங்கி வருவேன் என்பதால் அந்தக் கடைக்காரர் நாளைக்கு இந்தப் புத்தகம் வரப்போகிறது என்று சொல்லுவார். ஒரு புத்தகம், நாலணா, எட்டணா, ஆறணா இவ்வளவுதான் இருக்கும். அதை வாங்கிக் கொண்டு நேராக ஸ்கூலுக்கு வருவேன். நன்கு இருட்டும்வரை அந்தப் புத்தகத்தைப் படித்துக் கொண்டிருப்பேன். படித்ததை யாருடனேனும் பகிர்ந்துகொள்ள வேண்டும் என்று தோன்றும். தனிமை என்மீது கவிழ்ந்திருந்தது. ஆனால் பகிர்ந்துகொள்ள யாருமே இருக்கவில்லை.

உங்கள் மாமா அப்போது உங்களுடன் இல்லையா?

பரந்தாமன் மாமாவை எப்போதும் எதிர்பார்த்துக் கொண்டி ருக்க முடியாது. திடீரென்று வெளியூர் போய்விடுவார். அதோடு

அவருக்குச் சுதந்திரப் போராட்ட காலத்திற்கு முந்திய எழுத்தாளர்களை மட்டும்தான் தெரிந்திருந்தது. வ. ரா., திரு. வி. க., பாரதி, கல்கி, அண்ணா, கவிமணி, ராஜாஜி இவர்களுடைய எழுத்துகளை மட்டும்தான் படித்திருந்தார். அவர்களுடன் நெருக்கமான நேர்ப் பழக்கமும் அவருக்கு இருந்தது – ராஜாஜி நீங்கலாக. பாரதியை அவர் பார்த்திருக்க சந்தர்ப்பமும் இல்லை. கல்கிக்கு அடுத்ததாக அவருக்கு யாரையும் அதிகமாகத் தெரிந்திருக்கவில்லை. கு. ப. ரா, புதுமைப்பித்தன், பி. எஸ். ராமையா இவர்களைப் பற்றியெல்லாம் கேள்விப்பட்டிருக்கிறார். அவர்களுடைய எழுத்துகளைப் படித்ததில்லை. கல்கியோடு அவரது வாசிப்பு முடிந்துவிட்டிருந்தது. எனவே அவருடன் பேசுவது என்பது எனக்குப் போதாததாக ஆகிவிட்டிருந்தது. தீவிரமான விஷயங்களைப் பேசுவதற்கான ஒரு தோழமை தேவையாகிவிட்டிருந்தது.

மணிமேடையில் அப்போது ஒரு கிறித்துவ நண்பர் – வயதானவர் – ஒரு புத்தகக் கடை நடத்திவந்தார். அந்தக் கடை சிதிலமடைந்த ஒரு மாடியில் இருந்தது. அங்கு அதிகமாக செக்ஸ் புத்தகங்கள் கிடைக்கும். பல பழைய புத்தகங்கள் இருக்கும். ஆங்கிலப் புத்தகங்கள் இருக்கும். அதோடு பள்ளி மாணவர்களுக்கான கைடுகள் இருக்கும். அந்தக் கடைக்குப் போவது என்பதே சற்று சிரமமாக இருக்கும். அதிக அளவு தூசி படிந்திருக்கும். அவர் வயதானவர் என்பதால் தினமும் தூசி தட்டி எடுத்துவைப்பது என்பதெல்லாம் அவரால் முடியாததாக இருந்தது. எப்படி இருந்தாலும் அது புத்தகங்கள் இருக்கும் இடம் அல்லவா? எனவே நான் அங்கு போவது எனக்கு இதமாக இருந்தது. அந்தக் கடையில் ஒரு முக்காலி இருக்கும். வேறு யாரும் அதில் அமர்ந்திருக்கவில்லையெனில் அந்த வயதானவர் என்னை அதில் அமரச் சொல்லுவார். உட்கார்ந்து கொண்டு படிப்பேன். ஏதாவது நமக்குத் தேவையானது அங்கு இருக்கும் என்று மனது சொல்லும். ஆனால் அதிகமும் அங்கு ஆங்கிலப் புத்தகங்கள்தான் இருக்கும். விலை குறைவாகத்தான் இருக்கும் என்றாலும் ஆங்கிலப் புத்தகங்கள் வாங்கிப் படிக்கும் பழக்கம் வந்திருக்கவில்லை.

அப்போது அந்தக் கடைக்கு ஒருவர் வந்தார். இரண்டு மூன்று நாட்கள் அவர் தொடர்ந்து வரவே, நானா அவரா தெரியவில்லை, யாரோ ஒருவர் பேச்சுக் கொடுத்தோம். அவருக்கு இலக்கியத்தில் ஆர்வம் இருந்தது என்றெல்லாம் சொல்ல முடியாது. ஆனால் புத்தகங்களைத் தேடிப் படிக்கும் குணம் கொண்டவராக இருந்தார். அந்த 1950களில், *மணிக்கொடி* காலத்துக்குப் பின்னால் வந்த நவீன எழுத்தாளர்களான ஜானகிராமன், அழகிரிசாமி, ரகுநாதன், சண்முகசுந்தரம் போன்றோரைப் படித்தவர்கள் என்று எங்கள் பகுதியில் ஒன்று

இரண்டு பேர்தான் இருந்திருப்பார்கள். எங்கள் பகுதியிலிருந்து இன்னாருடைய கதை பத்திரிகையில் வந்தது என்றோ, இன்னார் யாப்புக் கவிதை ஒன்றை எழுதியிருக்கிறார் என்பதற்கோ எந்தவித அடையாளமும் அப்போது இருந்திருக்கவில்லை. அதற்கான முதல் அடையாளமாக ஹெப்சிபா ஜேசுதாசன்தான் எனக்கு முதலில் தெரியவந்தார்கள். இதனால் எங்கள் பகுதியில் அதற்கு முன்பு எழுத்தாளர்களே இருந்திருக்கவில்லை என்று நான் சொல்ல வரவில்லை. நிறைய எழுத்தாளர்கள் இருந்திருக் கிறார்கள். ஆனால் அவர்களுடைய எழுத்துகளுடன் எனக்கு எந்தவித உரையாடலும் உறவும் இருந்திருக்கவில்லை.

கிறித்துவரின் கடையில் சந்தித்த அந்த நபர் – அவரது பெயரை நான் குறிப்பிட விரும்பவில்லை. பின்னாளில் அவரு டைய சில செயல்கள் என்னையும் நம்பியையும் மிகவும் சங்கடத்திற்கு உள்ளாக்கிவிட்டிருந்தது. அதுவும் போக நம்பியைப் பற்றிச் சொல்லும் இந்த நேரத்தில் அவரது பெயர் நமக்கு அவ்வளவு முக்கியமில்லை (நம்பி விசித்திரமான சிக்கல்களில் மாட்டிக் கொள்ளுவான். அது அவனது தனி ஆற்றல் என்றுதான் சொல்ல வேண்டும்). அந்தக் குறிப்பிட்ட நண்பரோடு பூங்காவில் அமர்ந்து பேசிக்கொண்டிருப்பேன். அவர் *பிரசண்ட விகடன்* என்ற ஒரு பத்திரிகை பற்றிப் பேசினார். நான் எங்கள் வீட்டில் வாங்கும் கல்கி, விகடன் இவற்றைப் படித்துவந்ததுண்டு. ஆனால் *பிரசண்ட விகடன்* பத்திரிகைபற்றி அப்போதுதான் கேள்விப் பட்டேன். அவர் எழுதியது ஏதாவது அந்தப் பத்திரிகையில் வந்திருக்கலாம். அவர் எதையும் வெளிப்படையாகப் பேசமாட் டார். மனதிற்குள்ளேயே வைத்துக் கொள்ளுவார். அவருக்கு என்னைப் பாராட்டும் எண்ணம் (appreciation) இருந்தது. அது அப்போது எனக்குத் தேவையான ஒன்றாக இருந்தது. நான் ஏதாவது ஒரு நகைச்சுவை சொன்னால் அவர் பெரிதாகச் சிரிப்பார். எனக்கு அப்படி ஒரு அங்கீகாரம் அவரிடமிருந்து கிடைத்ததால் அவரைச் சந்திப்பது தொடர்ந்து வந்தது.

அவரது கிராமத்தில் ஒரு நல்ல நூல் நிலையம் இருந்தது. அவர் பல புத்தகங்களைத் தேடிப் படித்ததற்கு அந்த நூலகம் இருந்தது ஒரு காரணமாக இருந்திருக்கக்கூடும். அவரது ஊரில் வேறு பல வாசகர்களும் இருந்தார்கள். அவர் பல புத்தகங்களைக் கொண்டுவருவார். ஆனால் அவற்றில் ஒன்றைக் கூட நான் அவரிடமிருந்து இரவல் வாங்கிப் படித்ததில்லை. இதை ஏன் சொல்கிறேன் என்றால் அவருடன் ஆரம்பத்திலிருந்தே எனக்கு ஒருவித இடைவெளி இருந்துவந்தது.

அவர் சுருக்கெழுத்து படித்துவந்தார். அந்தக் காலத்தில் எங்கள் பக்கத்தில் அப்படி ஒரு பழக்கம் இருந்தது. பத்தாம் வகுப்பு வரை படிப்பார்கள். அது முடித்ததும் தவறாமல் ஆங்கிலத்

தட்டச்சு வகுப்பில் சேர்ந்துகொள்வார்கள். அது முடித்ததும் பிராமணராக இருந்தால் நாகர்கோவிலிலிருந்து நேராக பம் பாய்க்குப் போய்விடுவார்கள். அங்கு யாரையாவது அவர்களுக் குத் தெரிந்திருக்கும். போன இரண்டு மூன்று நாட்களுக்குள் ளேயே ஒரு வேலை கிடைத்துவிடும். சம்பளம் குறைவாக இருக்கிறதோ அதிகமாக இருக்கிறதோ அதைப் பற்றியெல்லாம் கவலைப்பட மாட்டார்கள். இந்த நண்பர் தமிழ்த் தட்டச்சும் சுருக்கெழுத்தும் படித்தார். நீலகண்டன் என்பவர்தான் அவருக்குச் சுருக்கெழுத்துக் கற்றுத்தந்துவந்தார். பின்னாளில் இந்த நீல கண்டன் என்பவர் சட்டசபையில் பேசுவார்களே அதைச் சுருக்கெழுத்தில் பதிவு செய்து பின் விரிவுபடுத்தும் பணியில் சேர்ந்தார். சென்னைக்குப் போய் அந்தப் பணியை அவர் திறமையாகச் செய்துவந்தார். அவருக்கு அரசியல் புள்ளிகளுடன் நல்ல பரிச்சயம் ஏற்பட்டது. அவர் நேர்வழியில் செல்பவராக இருந்ததால் கலைஞருக்கு பி. ஏவாக ஆனார். அவரிடம்தான் இந்த நண்பர் சுருக்கெழுத்துப் படித்து வந்தார்.

அவர் நம்பிக்கு நெருக்கமான நண்பர். அவனை அழகிய நம்பி என்றுதான் சொல்லுவார். அவனது பெயரும் அதுதான். கிருஷ்ணன் நம்பி என்ற பெயரெல்லாம் பின்னாளில் வைத்துக் கொண்டதுதான். அவர்கள் இருவரும் ஐந்தாறு வருடங்கள் பள்ளியில் ஒன்றாகப் படித்துவந்திருந்தனர். அவர்களிடம் அப்போதே ஒரு பழக்கம் இருந்தது. அதாவது நம்பி ஒரு 200 பக்க நோட் புக்கில் ஒரு நாவல் எழுதுவான். அதை அவரிடம் படிக்கக் கொடுப்பான். அதுபோல் அவர் ஒரு நாவல் எழுதுவார். அதை இவனிடம் படிக்கக் கொடுப்பார். இப்படியாக அவர்கள் பரஸ்பரம் படித்து சரிபார்த்துக் கொள்வதுண்டு.

நம்பி படிப்பதற்கு என்று அதிக நேரத்தைச் செலவிட மாட்டான். அந்த நண்பரோ அவனைவிட அதிகம் படிப்பார். அவர் அவனைப்பற்றி என்னிடம் முதலிலேயே, நாங்கள் சந்தித்துப் பேச ஆரம்பித்த சில நாட்களிலேயே சொல்லியிருக்க லாம். அது பொதுவாக இயல்பாக எல்லாரும் செய்யக்கூடிய காரியம்தான். ஆனால் அவரோ கிட்டத்தட்ட ஆறு ஏழு மாதங்கள்வரை நம்பியைப்பற்றி என்னிடம் ஒரு வார்த்தைகூடச் சொல்லவில்லை. இதை அவர் மனப்பூர்வமாகவே செய்தார். ஏன் செய்தார் என்பதற்கான திட்டவட்டமான காரணங்கள் எனக்குத் தெரியவில்லை. ஆனால் அவருடன் பழகிய நாட்களில் எனக்கு அவரது மனவோட்டத்தைப்பற்றி சில விஷயங்கள் தெரியவந்தது. அவர் யாரையாவது கேலி செய்து பேசினால் அதில் ஒருவித குரூரம் இருக்கும்.

அந்த நேரத்தில் நான் ‘புதுமைப்பித்தன் நினைவு மல’ரைப் போட முயற்சி செய்துவந்தேன். நாகர்கோவிலில் இலக்கியத்தில் ஈடுபாடு உடையவர்கள், அச்சகத் துறையில் இருப்பவர்கள்

யாராவது இருக்கிறார்களா என்று விசாரித்தபோது கோட்டாறில் ஒருவர் இருப்பதாகத் தகவல் கிடைத்தது. அவரது பெயர் தே. ப. பெருமாள். தே. பகவதிபெருமாள் என்பது முழுப் பெயர். நான் அவரைத் தேடிப் போனேன். என்னைத் தேடி வந்த எனக்குத் தெரியாத முதல் நபர் நீங்கள்தான் என்று அவர் சொன்னார். ரொம்பவும் அன்போடு பேசினார். நான் அவரிடம் 'புதுமைப்பித்தன் நினைவு மலர்' வெளியிட இருப்பதைச் சொல்லி, நீங்கள் உதவி செய்தால் அதைச் சிறப்பாகக் கொண்டுவர முடியும் என்று சொன்னேன். அவர் ஏற்கெனவே கவிக்குயில் வெளியீடு என்ற பெயரில் ஒரு பதிப்பகம் நடத்திவந்தார். அவர் எழுதிய புத்தகங்களை வெளியிட்டிருக்கிறார். புதுமைப்பித் தனின் கடைசிக் கால நண்பரான சிதம்பரம் உருவாக்கிய மலர்களை வெளியிட்டிருக்கிறார். அது மட்டுமல்லாமல் வல்லிக் கண்ணன் எழுதிய புத்தகங்களை வெளியிட்டிருக்கிறார். வல்லிக் கண்ணனின் புத்தகத்திற்கு ந. பிச்சமூர்த்தி முன்னுரை எழுதியிருந் தார். பிச்சமூர்த்தி வேறு எந்தப் புத்தகத்திற்கும் முன்னுரை எழுதியதாக எனக்கு நினைவில்லை.

தே. ப. பெருமாளுக்குப் புதுமைப்பித்தனைப் பற்றித் தெரிந் திருக்கவில்லை. பாரதி, திரு. வி. க., நாமக்கல் கவிஞர், சுத்தானந்த பாரதி இவர்களைத் தாண்டி அவருக்கு வேறு யாரையும் தெரிந்திருக்கவில்லை. அவர் தொடர்ந்து தன் கடைசிக் காலம் வரை எழுதி வந்தார். என்றாலும் நவீன சிந்தனைகள் என்பது அவரை எந்த விதத்திலும் பாதிக்கவே இல்லை. ஆனால் 'பு. பி. நினைவு மலர்' வெளியிடுவதில் அவர் எனக்குப் பெரிதும் உதவி னார். அவரைப்பற்றி முதலில் குறிப்பிட்ட நம்பியின் நண்பரிடம் பேசினேன். அவருக்குப் புதுமைப்பித்தன் பற்றித் தெரிந்திருந்தது. புதுமைப்பித்தனின் 'கடவுளும் கந்தசாமிப் பிள்ளையும்' அவருக்கு ரொம்பவும் பிடித்த கதை. ஒருவித களிப்புடன் அதன் வசனங் களை அப்படியே மனப்பாடமாகச் சொல்லுவார். நம்பியிடமும் அப்படியான ஒரு பழக்கம் இருந்திருந்தது. ஆனால் அதை இப் போது நினைத்துப் பார்த்தாலும் வருத்தமாகத்தான் இருக்கிறது. ஆனால் என்னிடம் என்ன பேசினார் என்பது பற்றி நம்பியிடம் போய் தினமும் சொல்லி வந்திருக்கிறார். அவனது ஆர்வத்தைத் தூண்டிவிட்டிருக்கிறார். ஆனால் நம்பி என்னை வந்து பார்ப் பதை எப்படியோ இவர் தடை செய்து வந்தார். அதற்காக வாசல் கதவைச் சாத்துவது போல் எல்லாம் வெளிப்படையாக எதுவும் செய்யமாட்டார். ஆனால் எப்படியோ எங்களைச் சந்திக்க முடியாமல் செய்து விட்டிருந்தார். இத்தனைக்கும் நான் புத்தகக் கடையிலோ அல்லது பூங்காவிலோ பேசுவதற்கு யாராவது கிடைப்பார்களா என்று காத்துக் கொண்டுதானிருப்பேன். இப்படி ஒருவரை அவருக்குத் தெரியாமலேயே கட்டாயப்படுத்தி

வைக்கும் தன்மை சில மனங்களுக்கு இயல்பிலேயே வாய்த்து விடுகிறது. ஆரோக்கியமான மனங்களைவிட கோணலான மனங்களுக்கு அது மிகவும் எளிதில் கைவரவும் செய்கிறது. நான் அப்படி யாரையாவது கட்டுப்படுத்தி வைக்கலாம் என்று நினைத்தால் அது முடியாமல் போய்விடும்.

நம்பிகூட சில நாட்களில் நானும் அந்த நபரும் பேசிக் கொண்டிருந்தபோது வந்ததுண்டு. அவன் நேராக எங்கள் அருகில் வருவான். அந்த நண்பரின் காதருகில் குனிந்து ஏதோ பேசுவான். பேசிவிட்டு வேகமாகப் போய்விடுவான். அப்போது அவர் நம்பியை என்னிடம் அறிமுகப்படுத்தவில்லை. இப்படியெல்லாம் நடந்த பிறகு இந்த நபர் சுருக்கெழுத்து பாஸாகி சென்னைக்குப் போனார். அதன் பிறகு ஒருநாள் நான் எங்கள் ஊர் பூங்காவில் இருந்த ஒரு கிணற்றின் – அது மிகவும் அருமையான கிணறு – அருகில் இருந்த ஒரு தொட்டியில் அமர்ந்துகொண்டிருந்தேன். அந்த இடத்துக்கு பொதுவாக யாரும் வரமாட்டார்கள். நாம் அங்கு உட்கார்ந்திருப்பதுகூட பிறருக்கு அவ்வளவாகத் தெரியாது. ஆனால் நமக்கு அந்தப் பூங்கா முழுவதையும் அந்த இடத்திலிருந்து அழகாகப் பார்க்க முடியும். நான் அமர்ந்து கொண்டிருக்கும் இடத்திற்குக் கொஞ்சம் தள்ளி வளைவான ஒரு பாதை போகும். அந்தப் பாதையின் இரு புறங்களிலும் செடிகள் வளர்ந்திருக்கும். அந்தப் பாதை வழியாகப் போகிறவர் கள் திரும்பிப் பார்த்தால்தான் நாம் உட்கார்ந்திருப்பது தெரியும். பொதுவாக யாரும் திரும்பிப் பார்க்க மாட்டார்கள்.

ஒருநாள் நான் அங்கு உட்கார்ந்துகொண்டிருந்தபோது நம்பி வந்தான். முதலில் நேராக அந்தப் பாதை வழியாகப் போனான். எனக்கு அவனை முன்பு பார்த்திருக்கிறோமே என்ற ஞாபகம் வந்தது. முதலில் நேராகப் போய்விட்டான். அதன் பிறகு சிறிது நேரம் கழித்து என்னருகில் வந்தான். நான் கேட்டேன், நீங்கள் இன்னாரின் நண்பர்தானே என்று. 'ஆமாம்' என்றான். அவனிடம் பேச்சுக் கொடுத்தேன். அப்போது அவன் சொன்னான், என்னைப் பார்ப்பதற்காகத்தான் இரண்டு வருடங்களாக அலைந்து கொண் டிருந்தேன் என்று. நான் கேட்டேன், நீ நேராக வந்து என்னைப் பார்த்துப் பேசியிருக்கலாமே என்று. அதற்கு அவன் 'நான் உங்களுடன் பேசுவதில் என்னுடைய நண்பனுக்கு விருப்பம் இல்லை. எனவே என்னால் உங்களைப் பார்த்து பேச முடிந் திருக்கவில்லை' என்றான். நான் கேட்டேன், 'அவர் யார் நாம் சந்திப்பதைக் கட்டுப்படுத்த. நீ எத்தனையோ தடவை நாங்கள் பேசிக்கொண்டிருந்தபோதுகூட வந்து போயிருந்தாயே. அப்போதாவது பேசியிருக்கலாமே' என்றேன். அதற்கு அவன், 'என்னை அவர் ஒருவித மாய சக்தி மூலம் கட்டிப் போட்டிருக் கிறார். அவர் சொல்வதைத் தாண்டி, ஏன் அவர் நினைப்பதைத்

தாண்டிக்கூட என்னால் எதுவும் செய்யமுடியாது. நான் நீங்கள் இருவரும் பேசிக்கொண்டிருந்தபோது வந்து போவேனே, அப்போதுகூட அவருடன் பேசுவதற்கு எதுவும் இருந்திருக்காது. இருந்தாலும் அப்படி வந்துபோகும்போதாவது உங்களை என்றாவது ஒரு நாள் அவர் அறிமுகப்படுத்தி வைக்க மாட்டாரா அல்லது நீங்களாவது உட்கார்ந்துகொள்ளேன் என்று சொல்ல மாட்டீர்களா என்ற எதிர்பார்ப்பில்தான் வந்துபோவேன்' என்றான்.

இப்படி நாலைந்து சம்பவங்களைப்பற்றி அவன் சொன்ன போது எனக்கு மிகவும் சங்கடமாகிப் போய்விட்டது. அதோடு இவன் ஏன் இப்படி இருக்கிறான், என்ன மனுஷன் இவன் என்று நினைத்துக்கொண்டேன். ஒருவரை இன்னொருவர் இப்படிக்கூட கட்டுப்படுத்தி வைக்க முடியுமா என்று யோசித்துப் பார்ப்பேன். அந்த மனிதர் ரொம்பவும் கோணலானவர் என்று நான் சொல்ல வரவில்லை. அவர் நல்லவராகவே இருந்திருக்கக் கூடும். எங்களுடனான உறவில் அவர் அப்படி நடந்துகொண்டு விட்டிருந்தார். ஒருவர் ஏன் அப்படி நடந்துகொள்ளுகிறார் என்பதுபற்றி எல்லாம் நம்மால் திட்டவட்டமாக எதுவும் சொல்ல முடியாது இல்லையா?

நான் நம்பியிடம், நீங்கள் புத்தகங்கள் எல்லாம் படிப்பீங்களா என்று கேட்டேன். உடனே நம்பி, என்னைப் படிப்பீங்களா, எழுதுவீங்களா என்று அழைக்க வேண்டாம். ரொம்பவும் கூச்சமாக இருக்கிறது. நீ, வா போ என்றே பேசலாம் என்றான். அவனை அதுவரை யாருமே அப்படி, நீங்க, சொல்லுங்க என்று பேசியதில்லை. கிராமங்களில் எல்லாம் வாடா போடா என்று தானே பேசிக்கொள்ளுவார்கள். அதோடு பள்ளியிலும் அப்படித் தானே பழகுவார்கள். அதனால் நான் அப்படிப் பேசியபோது மிகவும் கூச்சமாக இருக்கிறது என்றான். நான் சொன்னேன், சரி போகப் போக நாம் அதை மாற்றிக்கொள்ளலாம். இப்போ தைக்கு இப்படியே அழைக்கிறேன் என்றேன். சரி என்றான்.

அப்போது உங்களுக்கு எத்தனை வயசு இருக்கும்?

நான் அவனைச் சந்திக்கும்போது எனக்கு இருபது வயதிருக் கும். அவனுக்குப் பத்தொன்பது வயதிருக்கும். ரொம்ப கூச்ச சுபாவம் கொண்டவன் அவன். கொஞ்சம் பழகிய பின்தான் சகஜமாகப் பேச ஆரம்பிப்பான். அதற்குச் சில மாதங்கள்கூட ஆகும். நான் அவனிடம் என்னென்ன புத்தகங்கள் படிப்பதுண்டு, ஏதாவது எழுதியதுண்டா என்று கேட்டேன். அப்போது அவன் யார் யாரைப் படித்திருக்கிறேன், என்ன எழுதியிருக்கிறேன் என்று சொன்னவை நினைவில் இல்லை. அவனை அதிகம் பேச வைக்க வேண்டும் என்பதற்காக வேறு எதில் ஈடுபாடு

உண்டு என்று கேட்டேன். சங்கீதத்தில் ஈடுபாடு உண்டு என்று சொன்னான். அதைப்பற்றி நாலைந்து கேள்விகள் கேட்டதும் நிறைய சொன்னான். யார் யார் நன்றாகப் பாடுகிறார்கள், என்னென்ன ராகங்கள் அவனுக்குப் பிடிக்கும் என்பது பற்றி யெல்லாம் பேசினான். ஒவ்வொரு ஊரிலும் நடக்கும் கச்சேரி களுக்குப் போய்க் கேட்டதுபற்றிச் சொல்வான். சுசீந்திரத்தில் நடக்கும் கச்சேரிக்குப் போனதுபற்றி, நாகராஜா கோவிலில் நடக்கும் கச்சேரிகள்பற்றி, கிருஷ்ணன்கோவிலில் நடக்கும் கச்சேரிகள்பற்றிச் சொல்லுவான். நன்றாகப் பாடுகிறாரோ இல்லையோ, முதல் வரிசையில் போய் உட்கார்ந்துகொண்டு விடுவான். பாடகர்களைக் கேலிசெய்து பேசுவான். இப்படிப் பேசிக்கொண்டேயிருப்போம். சில நாட்களில் நன்கு இருட்டி விடும். அப்போது எங்களுக்கு ஒரு விஷயம் புரிந்தது. இருவருக் குமே தொடர்ந்து சந்தித்துக் கொள்வதில் மிகுந்த ஆர்வம் இருக்கிறது என்பது. பிரியும்போது நாளைக்குச் சந்திப்போம் இல்லையா என்று கேட்பேன். ஆமாம் கட்டாயம் வருவேன், எத்தனை மணிக்கு வர வேண்டும் என்று சொல்லுங்கள் என்பான். அதன்படியே வந்துவிடுவான்.

ஒரே இடத்தில் அமர்ந்துகொண்டு பேச மாட்டோம். ஒவ் வொரு நாளும் ஒவ்வொரு இடத்தில் அமர்ந்து பேசுவோம். அதனால் பிரியும்போது கேட்பான், எத்தனை மணிக்கு வர வேண்டும், எங்கு வர வேண்டும் என்று. அவன் ஒருநாள் சொன்னான், நீங்கள் எத்தனை மணிக்கு வரச் சொல்லுகிறீர் களோ அதற்கு ஒரு மணி நேரத்திற்கு முன்பே வந்துவிடுவேன். வந்து பூங்காவில் இருக்கும் நூலகத்தில் உட்கார்ந்து எந்த இடத்தில் சந்திக்கலாம் என்று சொல்லியிருந்தீர்களோ அந்த இடத்தையே பார்த்துக் கொண்டிருப்பேன். நீங்கள் அந்த இடத்திற்கு வந்து அமர்ந்து ஓரிரு நிமிடங்கள் கழிந்ததும் நான் புறப்பட்டு வருவேன். என்னால் வீட்டில் மூன்று மணி, நான்கு மணிக்கு மேல் இருக்க முடியாது. ஒரு வித பதட்டம் ஏற்பட்டுவிடும் என்று சொன்னான்.

நான் அவனை அப்படி வசீகரித்திருந்தேன் என்பது அல்ல இதன் அர்த்தம். அவனுக்கு இலக்கியம் பற்றி யாருடனாவது பேச வேண்டும் என்பதில் அவ்வளவு ஆர்வம், ஒருவித தேவை இருந்தது. புதிய விஷயங்களைப்பற்றித் தெரிந்து கொள்வது, தான் எழுதியவற்றைப் படிக்கக் கொடுத்துப் பார்ப்பது போன்ற விஷயங்களில் அவனுக்கு அவ்வளவு ஆசை இருந்தது. அப்படி நாங்கள் தினமும் சந்தித்து வந்தோம். ஏதாவது முக்கியமான வேலை காரணமாக என்னால் முடியாமல் இருந்தால் மட்டுமே நாங்கள் சந்திக்காமல் இருந்திருப்போம். மற்றபடி வாரத்தில் ஏழு நாட்களும் நாங்கள் சந்தித்து வந்தோம். மலையாளத்தில்

வெளிவரும் புத்தகங்கள்பற்றிச் சொல்லுவேன். தகழி எழுதியவை பற்றிச் சொல்லுவேன். இவையெல்லாம் எப்படி இலக்கியமாகும் என்று கேட்பான். அப்போது அவன் *கலைமகள், அமுதசுரபி* போன்ற தமிழ் சஞ்சிகைகள்தான் அதிகம் படித்திருந்தான். புதுமைப்பித்தனைப் படித்ததெல்லாம்கூட என்னுடனான அறிமுகம் ஏற்பட்ட பின்னர்தான் ஆரம்பமாயிருந்தது. எனவே அவன் மனதில் தமிழ் சஞ்சிகைகளின் எழுத்துகள்தான் இருந்தது. அந்த சஞ்சிகைகளில் அவன் எழுத்து வர வேண்டும் என்பது தான் அவனது அப்போதைய கனவு. அதை வெளிப்படையாகச் சொல்லக்கூட அவன் கூச்சப்படுவான். அதாவது அது ரொம்பப் பெரிய இலக்கு. அதை அடைய தனக்கு இப்போது போதிய தகுதி இல்லை என்பது அவனது எண்ணமாக இருந்தது. நான் அவனிடம் சொன்னேன், தகழி போன்றவர்கள் எல்லாம் முற்போக்கு எழுத்தாளர்கள். மார்க்சியவாதிகள் அப்படித்தான் எழுதுவார்கள். அவர்களுக்கு ஒருவித லட்சியம் இருக்கிறது. வாழ்க்கை பற்றிய ஒரு பார்வை இருக்கிறது. அவர்களுக்கு இந்தியாவில் ஒரு புரட்சியை உருவாக்க வேண்டும் என்ற எண்ணம் இருக்கிறது என்று சொன்னேன்.

இலக்கியம் பற்றிய என்னுடைய கருத்துகளுக்கும் அவனு டைய கருத்துகளுக்கும் இடையில் அப்போது எந்தச் சம்பந்தமும் இருந்திருக்கவில்லை. அவன் நாங்கள் ஏதோ வறட்டுத்தனமாகச் சில விஷயங்களைச் செய்துவருகிறோம்; ஏதோ சில கனவுகளை வைத்துக்கொண்டிருக்கிறோம்; நாங்கள் மிக மோசமான முறை யில் தோற்றுத்தான் போகப்போகிறோம் என்று வாதாடுவான். மலையாளக் கதைகளை அவனுக்குப் படித்துக் காட்டுவேன். அப்போது எங்கள் பகுதியில் இருந்தவர்களுக்கு மலையாளமும் நன்கு தெரியும். கூட்டங்களில்கூட மலையாளத்தில் பேசுவார்கள். 1956ல்தான் தமிழகத்துடன் எங்கள் பகுதி இணைந்தது. அவனுக்கு மலையாளக் கதைகளைப் படித்துக்காட்டியபோது இவையெல் லாம் கதைகளா, இவற்றையெல்லாம் யாராவது படிக்கிறார்களா என்று கேட்டான். ரொம்பப் பேர் படிக்கிறார்கள் என்று சொன் னதும் அவனுக்குத் தெரியாத ஒரு பகுதி என்னிடம் இருக்கிறது; அது சரியோ தவறோ அதைத் தெரிந்துகொள்ள வேண்டும் என்ற ஆர்வம் அவனுக்கு ஏற்பட்டது.

அப்போது எனக்கு புதுமைப்பித்தன் மீது அதிக ஈடுபாடு ஏற்பட்டுவிட்டிருந்ததால் அவருடைய கதைகளைப் படித்துப் பார் என்று நம்பியிடம் சொன்னேன். அந்த நேரத்தில் அவனுக்குப் பிடித்த எழுத்தாளர் ராமாமிர்தம். அவருடைய கதைகள் *கலை மகளிலும் அமுதசுரபியிலும்* நிறைய வந்திருந்தன. ஜானகிராம னின் கதைகள் *அமுதசுரபியில்* அதிகம் வந்திருந்தன. நம்பிக்கு அந்த நேரத்தில் அவனையறியாமலேயே *ஆனந்த விகடன், கல்கி*

யைவிட *அமுதசுரபி, கலைமகள்* போன்ற பத்திரிகைகள் மீது ஈடுபாடு அதிகமாக ஆரம்பித்திருந்தது. கல்கி, ஆனந்தவிகடன் கதைகளைவிட *அமுதசுரபி, கலைமகள்* கதைகள்தான் நல்ல கதைகள் என்ற எண்ணம் அவன் மனதில் உருவாக ஆரம்பித் திருந்தது. ஜானகிராமன், ராமாமிர்தம் போன்றவர்களின் கதை களைப் படித்துவிட்டு இவையெல்லாம் எப்படி சாத்தியமாகிறது என்று ஆச்சரியப்படுவான். ஒரு நபர் நாற்காலியில் உட்கார்ந்து கொண்டு எழுதுகிறார். அது அச்சாகி வருகிறது. அவை இவ்வளவு நன்றாக இருக்க முடியுமா என்று அவனால் நம்பவே முடிந்தி ருக்கவில்லை. இவையெல்லாம் ஒரு எழுத்தாளரால் எப்படிச் சாத்தியமாகிறது என்ற வியப்பிருக்கிறதே அதை அவனால் தாங்கவே முடிந்திருக்கவில்லை.

ஆனால் ராமாமிர்தம் மீதான வியப்பு காலப்போக்கில் குறைந்துபோய்விட்டது. ராமாமிர்தத்தைப் பல தடவை அதன் பின் நேரில் சந்தித்தோம். அவருடைய கதைகளை மீண்டும் படித்தோம். அவர் மீதான அவனது ஆரம்பகாலப் பிரமிப்பு காலப்போக்கில் மாறிவிட்டது. ஜானகிராமன் மீதான அவனது வியப்பு கடைசிவரை நீடித்திருந்தது. ஜானகிராமனை நேரில் சந்திக்க வேண்டும் என்பது அவனது மிகப்பெரிய கனவாக இருந்தது. நேரில் பார்த்தால் என்ன பேசுவாய் என்று ஒருநாள் கேட்டேன். ஒன்றுமே பேச மாட்டேன். அவரைப் பார்க்கப் போவதற்கு முன் ஒரு தங்க மோதிரத்தைச் செய்து ரெடியாக பாக்கெட்டில் வைத்திருப்பேன். அவரைப் பார்த்ததும் கையைக் கொஞ்சம் நீட்டுங்கள் என்று சொல்லுவேன். அவர் நீட்டுவார். நான் அந்த மோதிரத்தை அவர் கையில் போட்டுவிட்டு எதுவும் பேசாமல் அப்படியே வந்துவிடுவேன் என்பான். ஆனால் அப்படி தங்க மோதிரத்தைப் போடும் வாய்ப்பு அவனுக்கு வாழ்க்கையில் கிடைக்கவேயில்லை. வியாபாரம் எப்போதுமே கொஞ்சம் நஷ்டத்திலேயே இருந்தது. ஆனால் அவன் சொல்லுவான், ஒரு தங்க மோதிரம்தானே. போவதற்குப் பத்து நாட்களுக்கு முன்னால் நினைத்தால்கூட தயார் செய்து கொண்டுபோய்விட முடியும் என்பான். அதன் பின் நாங்கள் இருவரும் சேர்ந்துதான் ஜானகி ராமனைச் சந்தித்தோம். அதைப்பற்றிப் பின்னால் சொல்கிறேன்.

அவன் என்னைச் சந்தித்தபோது கல்லூரியில் படித்துக் கொண்டிருந்தான். என் வீட்டிற்கும் அவனது வீட்டிற்கும் இடையில் பல ஒற்றுமைகள் இருந்தன. என் தந்தையுடனான எனது உறவு சிக்கலாகத் தொடங்கியிருந்தது. அதேபோல் அவனுக்கும் அவனுடைய தந்தையுடனான உறவு சிரமமாகி விட்டிருந்தது. அம்மா என்ற ஒருவரின் மூலமாகத்தான் அவனுக்கும் அந்த வீட்டில் இருப்பது சாத்தியமாகியிருந்தது. நானும் அப்படித்தான் இருந்தேன். அதோடு அவனுக்கு ஒரு

தம்பி இருந்தான். அவனுடன்தான் நம்பிக்கு ஒரு பிடிப்பு இருந்தது. அவனுக்கு இரண்டு தங்கைகள் இருந்தார்கள். ஆனால் அவர்களுடன் அவனுக்கு அவ்வளவு பிடிப்பு இருக்கவில்லை, எனக்கு எங்கள் வீட்டில் என் அம்மாவைத் தவிர ஆறுதலாக இருந்தது என் தங்கைதான். அதுபோல் எங்கள் இருவருடைய குடும்பங்களும் வியாபாரத்திலிருந்து வருமானத்தை எதிர்பார்த் திருந்த குடும்பங்கள்தான். நம்பியின் அப்பா எண்ணெய்க் கடை வைத்திருந்தார். எண்ணெய்க் கடை கிருஷ்ணய்யர் என்றுதான் அவரை அழைப்பார்கள். என் அப்பாவுக்கு அவர் நண்பர் இல்லை. ஆனால் ஒருவித பரிச்சயம் இருந்தது. இப்படி நாங்கள் இருவரும் ஒரேமாதிரியானவர்கள்தான் என்ற எண்ணம் எங்கள் இருவருக்கும் ஏற்பட்டிருந்தது. ஒரே ஒரு வித்தியாசம் என்னவென்றால் நான் படித்துமுடித்துவிட்டு இனி மேற் கொண்டு படிக்கப்போவதில்லை என்ற முடிவுடன் இருக்கிறேன். அவன் கல்லூரியில் படித்துக் கொண்டிருக்கிறான். இவ்வளவு தான். அவன் இந்து கல்லூரியில்தான் படித்துவந்தான்.

ஓர் இடத்தில் இருந்துவிட்டு நாங்கள் இரண்டாவதாகப் போகும் இடம் அநேகமாகப் பூங்காவாக இருக்கும். எஸ். எல். பி. ஸ்கூலிலும் அதிக நேரம் உட்கார்ந்து பேசுவோம். ஐந்து மணிக் கெல்லாம் அங்கு போய்விடுவோம். அருமையான காற்று வீசும். நம்பிக்கும் அந்த இடம் ரொம்பவும் பிடிக்கும். அப்போதெல்லாம் மாலை ஐந்து மணியானால் அங்கு யாரும் இருக்க மாட்டார்கள். இப்போதுதான் விளையாடுவதற்கு என்று, நடப்பதற்கு என்று ஆட்கள் வந்து போகிறார்கள். முன்பு மாலை நேரத்தில் நடப்பது என்பது எல்லாம் பழக்கமாகியிருக்கவில்லை. அந்தப் பள்ளியில் ஐந்தாறு படிக்கட்டுகள் உண்டு. ஒரு அரை மணிநேரம் ஒரு படிக்கட்டில் அமர்ந்து பேசுவோம். அதன் பின் இன்னொரு படிக்கட்டிற்குப் போய்விடுவோம். நான் தொடர்ந்து பேசிக் கொண்டேயிருப்பேன். அப்போது எனக்கு ஒரு ஆள்கூடத் தேவையில்லை. ஒரு முகம் அது மட்டும்தான் தேவையாயிருந்தது. அவன் என்ன கேட்கிறான், என்ன புரிந்துகொள்கிறான், என்ன எதிர்க்கேள்வி கேட்கிறான் என்பது போன்ற விஷயங்களைப் பொருட்படுத்திப் பேசும் நிதானமோ, பக்குவமோ எனக்கு அப்போது இருந்திருக்கவில்லை. நான்தான் தொடர்ந்து பேசிக் கொண்டேயிருப்பேன். நீண்ட காலத்திற்குப் பிறகுதான் அவனும் பேச ஆரம்பித்தான்.

எங்கள் வீட்டுக்கு அவனை அழைத்துப் போனேன். அவனு டைய அப்பா ஒரு நேரம் குறித்து வைத்திருப்பார். இரவுகளில் ஏழரை எட்டு மணியானால் வீட்டுக்கு வந்துவிட வேண்டும் என்று. அவன் எப்போதும் அந்த நேரத்தைத் தாண்டித்தான் வீட்டுக்குப் போவான். ஆனால் ரொம்ப தாமதம் செய்ய

மாட்டான். எட்டரை ஒன்பது மணிக்கெல்லாம் திரும்பிப் போய்விடுவான். அவனது கல்லூரிக்கு எங்கள் வீட்டு வழியாகவும் போக முடியும். அது கொஞ்சம் சுற்றுப் பாதைதான். ஆனால் அவன் அந்த வழியாகச் சில நாட்கள் போவான். ஒரு நாள் நான் எங்கள் வீட்டு மொட்டை மாடியில் நின்று கொண்டிருந்தேன். அவன் எங்கள் வீட்டைக் கடந்து போனான். சிறிதுநேரம் கழித்துத் திரும்பி எதிர்ப்பக்கமாகப் போனான். நான் நம்பி மாதிரி இருக்கிறதே என்று வெளியே வந்து, கதவைத் திறந்துகொண்டு அவனைக் கூப்பிட்டேன். வந்தான். எங்கள் வீட்டுக்கு இத்தனை காலையில் வருவது குறித்த தயக்கத்தில்தான் இப்படியும் அப்படியுமாகப் போய்க் கொண்டிருந்திருக்கிறான். ஒரு இருபது இருபத்தைந்து வருடங்களுக்குப் பின்னால் அவனுடைய பையனும் அதுபோல் செய்வதாகச் சொன்னான்.

எங்கள் வீட்டுக்கு அப்படி காலையிலேயே வந்துவிடுபவன் பேசிக்கொண்டேயிருப்பான். ஒன்பது ஒன்பதரை ஆனதும் நான் கல்லூரி ஆரம்பித்திருக்குமே, மணி பத்து ஆகப்போகிறதே, போக வேண்டாமா என்பேன். அதற்கு அவன் முதல் வகுப்புப் பாடம் என்பது தெரிந்த ஒன்றுதான், அதனால் அப்புறம் போய்க்கொண்டால் போதும் என்பான். அவன் அப்போது என்ன படித்துக்கொண்டிருந்தான் என்பது என் மனதில் பதிந்திருக்கவில்லை. கல்லூரி வழக்கங்களும் அப்போது எனக்குத் தெரியாது. பேசிக்கொண்டேயிருப்போம். மணி கிட்டத்தட்ட பன்னிரண்டு பன்னிரண்டரை ஆனதும் புறப்படுவான். அதற்குப் பிறகும் இருந்தால் எங்கள் வீட்டில் சாப்பிட வேண்டியிருக்குமே. அவனுக்கு அது ரொம்பவும் தயக்கமாக இருக்கும். எனவே அதற்கு முன்பே புறப்பட்டுப் போய்விடுவான்.

அப்படி இங்கு வந்து வந்து அவன் தன் படிப்பைக் கெடுத்துக் கொண்டுவிட்டான். அவனுக்கு இயல்பிலேயே படிப்பில் ஆசை கிடையாது. அவனுடைய வீட்டினருக்கு இந்த விஷயம் தெரிய வந்தது. என்னால்தான் அவன் கெட்டுப்போகிறான் என்று அவனுடைய வீட்டினருக்கு உறுதியான ஒரு எண்ணம் ஏற்பட்டு விட்டிருந்தது. அதுபோல் என் அப்பாவும் கேட்பார், அப்படி என்னதான் பேசிக்கொள்கிறார்கள் என்று. ஒரு நாளைக்கு நாலு மணி நேரம் பேசுகிறார்களே, இப்படிப் பத்து வருடமாகப் பேசிக்கொண்டிருக்கிறார்களே, அவர்கள் என்ன பேசிக்கொள் கிறார்கள்? உனக்கு ஏதாவது தெரியுமா என்று என் அம்மாவைப் பல தடவை கேட்டிருக்கிறார். அவருக்கு அது ரொம்பவும் ஆச்சரியமாக இருந்தது. இப்படி இரண்டு பேர் எந்தவித லாபமும் இல்லாமல் பேசிக் கொண்டேயிருக்கிறார்களே. இவன் அவனுக்கு எந்த விஷயமும் செய்து தருவதில்லை. அவன்

இவனுக்கு எந்த விஷயமும் செய்து தருவதில்லை. அவர்கள் இப்படிப் பேசி என்னதான் செய்யப்போகிறார்கள்? முடிவாக எதுதான் அவர்களுடைய நோக்கம் என்று அம்மாவிடம் கேட்டிருக்கிறார். அவனது வீட்டிலும் அப்படிச் சொல்லியிருக் கிறார்கள் என்பது ஒருநாள் என் காதில் விழுந்தது.

நான் நம்பியிடம் சொன்னேன், நீ உன் தமிழ் எம்.ஏ. படிப்பை முடித்துவிடு. உனக்குக் கதைகள், கவிதைகள் படிப்பதில் எல்லாம் ஆர்வம் இருப்பதால் அது மிகவும் சுலபமான காரியம் தான் என்று. அவனுடன் படித்தவர்கள் நாலைந்து பேர் அந்தக் கல்லூரியிலேயே பேராசிரியராகச் சேர்ந்து துறைத் தலைவராகக் கூட ஆனார்கள். அவனுடைய பேராசிரியர்கள் சிலரை எனக்குத் தெரியும். அவர்களிடம் நம்பி பற்றி சொன்னபோது அவனால் படித்து முடிக்க முடியும்; ஆனால் அவன் படிக்கவே மாட்டேன் என்கிறானே என்று சொல்வார்கள். அவர்களைப் பின்னாளில் சந்தித்துப் பேசும்போதுகூட அவனைப்பற்றி அவர்களுக்கு நன்கு ஞாபகம் இருந்தது. அவனுக்கு அப்படி ஒரு தன்மை உண்டு. ஓரிரு தடவை அவனை நீங்கள் பார்த்துவிட்டால் உங்கள் மனதில் அவன் நன்கு பதிந்துவிடுவான். நான் அவனை ரொம்ப வற்புறுத்தியதால்? சரி, படிக்கிறேன் என்றான். ஆனால் அவனால் படித்து முடிக்க முடியவில்லை.

இந்த நேரத்தில் அவனுடைய அப்பா எண்ணெய்க் கடையை விட்டுவிட்டு ஒரு உரக்கடை ஏஜென்சி எடுத்தார். அவருக்கு வியாபாரத்தில் மிகப்பெரிய கனவுகள் இருந்தன. மிகப் பெரிய பணக்காரராக ஆக வேண்டும் என்பது அவரது ஆசை. பணக் காரராக ஆவது மட்டுமல்ல, நிறைய வயல் வாங்க வேண்டும் என்பது அவரது லட்சியமாக இருந்தது. பணம் கையில் இருக் கிறதோ இல்லையோ, வயல்தான் வேண்டும். தென்னந் தோப்புகூட அவ்வளவாகப் பிடிக்காது. அழகியபாண்டியபுரத் தில்தான் அவரது அப்பா இருந்தார். அவர்களது குடும்பம் கொஞ்சம் ஏழ்மையான குடும்பம்தான். அழகியபாண்டிய புரத்தில் வியாபாரம் செய்ய முடியாது என்பதால் நாகர் கோவிலுக்கு வந்திருந்தார்கள். அவருடைய அக்காவைத்தான் பி. ஸ்ரீ. மணம் புரிந்துகொண்டிருந்தார். அவர் ஆனந்தவிகடன் போன்ற பத்திரிகையில் எல்லாம் எழுதிவந்திருந்தாரே. சற்று பிரபலமாகவும் இருந்தார். அவருடைய புகழும் ஸ்தானமும்கூட நம்பிக்கு எழுத்தின்பால் ஆர்வம் ஏற்படக் காரணமாக இருந்தி ருக்கக்கூடும். அப்படி அவனுடைய அப்பாவுக்கு வியாபாரத்தில் மிகுந்த ஆர்வம் இருந்ததால் அவன் இப்படிப் படிக்காமல் இருப்பதுபற்றி வருத்தப்பட்டார். ஆல்வாயில் இருந்த மிகப் பெரிய உர நிறுவனம் மற்றும் பல நிறுவனங்களின் உரங்களை வாங்கி விற்பனை செய்ய முடிவு செய்தார். அந்தப் பொறுப்பை

நம்பியிடம் தந்தார். அவருக்கு வேறு பல பிஸினஸ்களும் உண்டு. அவருக்கு பிஸினஸ்மீது மிகுந்த ஆர்வம் இருந்தது.

எங்கள் அப்பாவுடனும் அவருக்குப் பழக்கம் ஏற்பட்டது. எங்கள் கடை வழியாக அவர் எப்போதாவது போகும்போது நான் என் அப்பாவின் பக்கத்தில் இல்லையென்றால் கடைக்கு உள்ளே வருவார். அவர் நம்பியைப் பற்றிய புகார்களைச் சொல்ல ஆரம்பிப்பார். என் தந்தை என்னைப் பற்றிய புகார்களைச் சொல்ல ஆரம்பிப்பார். அவர்களுக்கு எங்களுடைய நடவடிக்கைகள் மிகப் பெரிய மர்மமாக இருந்திருக்கிறது. இரண்டு பேருமே அதைப் பகிர்ந்துகொள்வார்கள். என் அப்பா சொல்லுவார், ஏதோ நான் மட்டும்தான் உலகத்தில் யாருமே கேட்காத கேள்விகளைக் கேட்பதுபோல் முகத்தை வைத்துக் கொள்கிறாயே. கிருஷ்ணய்யரும் இதே கேள்விகளைத்தான் நம்பியைப் பற்றிக் கேட்கிறார். நான் அவரிடம் கேட்கிறேன். அவர் என்னிடம் கேட்கிறார் என்பார். இதையெல்லாம் என் அம்மா என்னிடம் சொல்லுவாள்.

அந்தக் கடையை ஆரம்பித்ததால் எனக்கு ஒரு வசதி கிடைத்தது. அதாவது நம்பியை ஒரு இடத்தில் பார்க்க முடியும். அதுவும் அவனுடைய அப்பா இல்லாதபோது பார்க்க முடியும். காலையில் கடைக்கு வரும் அவனுடைய அப்பா அங்கேயே தான் இருப்பார். மதியமும் அங்கேயே சாப்பிட்டுக் கொள்வார். மாலை மூன்று நான்கு மணி ஆனதும் புறப்பட்டுப் போவார். நான் அந்த நேரத்தில் அப்படியே அந்தப் பக்கமாகப் போவேன். அவனுடைய அப்பா இருந்தால் பக்கத்தில் ஒரு சந்து இருக்கும். அதுவழியாக நேராக மணிமேடைக்கு வந்துவிடுவேன். அவன் அப்பா இல்லையெனில் கடைக்குப் போவேன். அங்கு அவனுடைய நண்பர்கள் சிலர் இருப்பார்கள். அவர்களுடன் சிறிது நேரம் பேசுவோம். எனக்கு அந்த உரக்கடையில் இருந்து பேசுவது அவ்வளவாகப் பிடிக்காது. அந்த நெடி வேறு சங்கடப்படுத்தும். அவனை முன்பு போல் மாலை நேரங்களில் எளிதாகப் பார்த்துப் பேச முடியாமல் ஆகிவிட்டிருந்தது. எனவே ஏதாவது நான் படித்த புத்தகத்தைக் கொடுக்க என்று இப்படி ஏதாவது காரியார்த்தமாகப் போய்ப் பார்த்துவிட்டு என் கடைக்கு நான் திரும்பிவிடுவேன். கடை விடுமுறையான வெள்ளிக்கிழமையில் வழக்கம்போல் பேச முடிந்திருந்தது. ஆனால் மீதிநாட்களில் அவ்வளவாகச் சந்திப்பது குறைந்துவிட்டிருந்தது.

இதனிடையில் நம்பி எங்கள் வீட்டில் இருந்த அனைவருடனும் நன்கு பழகிவிட்டிருந்தான் – என் அப்பா நீங்கலாக. எங்கள் வீட்டுப் பொறுப்புகளை ஹரிஹர அய்யர் என்று ஒருவர் பார்த்துக்கொண்டிருந்தார். அவருடன் ரொம்பவும் நெருங்கிவிட்டிருந்தான். எல்லார் மனதிலும் நல்ல பெயரை

வாங்கிவிட்டிருந்தான். என் அம்மா அவனை ரொம்ப அப்பாவி, தங்கமான பிள்ளை என்று சொல்லுவாள். உண்மையில் அவன் அவ்வளவு தூரம் அப்பாவி அல்ல. ஆனால் தனக்கு எதுவுமே தெரியவில்லை என்று காட்டிக் கொள்வதில் அவனுக்கு அப்படி ஒரு சந்தோஷம். என் சகோதரிகள், அவர்களின் குழந்தைகள் இவர்களுடன் எல்லாம் நன்கு பழகிவிட்டிருந்தான். குழந்தை களுக்கான ஒரு கவிதையில் கூட அவர்களின் பெயரெல்லாம் வைத்து எழுதியிருந்தான். அந்த அளவுக்கு எல்லோருடனும் பழகிவிட்டிருந்தான். ஒவ்வொருவருக்கும் போதிய நேரம் ஒதுக் கிப் பேசுவான். என் அம்மா ஓய்வாக இருந்தால் போய் அரை மணி நேரம் பேசுவான். யார்யாரிடம் என்னென்ன பேச வேண்டும் என்பது அவனுக்கு அத்துப்படியாகத் தெரியும். என் அம்மாவிடம் கிருஷ்ணன்கோவிலில் நடக்கும் கச்சேரி பற்றி, சங்கீதம்பற்றிப் பேசுவான். குழந்தைகளிடம் வேறு விஷயங்கள் பேசுவான். அப்படி காலையில் வந்தானென்றால் சாயந்திரம்தான் வீட்டுக்குத் திரும்பிப் போவான். அது அதிகமாகி அதிகமாகிப் பல சமயங்களில் எங்கள் வீட்டிலேயே தங்குவது என்று ஆனது. ஒருநாள் காலையில் வந்துவிட்டு மறுநாள் இரவுவரை எங்கள் வீட்டிலேயே தங்கிப் பேசிவிட்டுப் போவான்.

○

'புதுமைப்பித்தன் மல'ரை வடசேரியில் இருந்த ஒரு அச்சகத் தில்தான் அடித்தேன். பெருமாள்தான் சொன்னார், வடசேரியில் ஒரு புதிய அச்சகம் திறந்திருக்கிறார்கள் என்று. அச்சு நன்றாக இருக்கும் என்று அந்த இடத்தை ஏற்பாடு செய்து தந்திருந்தார். எனக்கு அப்போது ஒரு புத்தகம் எப்படி அச்சாகிறது, என்ன செலவாகும் என்பது பற்றி எதுவுமே தெரியாது. முதன்முதலாக அப்போதுதான் அச்சுக் கோர்ப்பதையே பார்க்கிறேன். பேப்பருக் கான காசை அவர்களிடமே தந்துவிடுவேன். அதனால் பல காரணங்களால் நீண்ட நாள் தாமதமாக மலர் வந்து சேர்ந்தது. நம்பி அந்தப் புத்தகம்பற்றிக் கேட்பான். யார் யாரெல்லாம் எழுதியிருக்கிறார்கள் என்று காட்டுவேன். கிருஷ்ணன்கோவில் என்பது வடசேரிக்குப் பக்கத்தில்தான் இருந்தது. நாங்கள் இருவரும் நடந்து போய்க்கொண்டிருப்போம். நடக்க வேண்டும் என்பது அல்ல எங்கள் நோக்கம். அமர்ந்து பேசுவதற்கு ஒரு நல்ல இடத்தைக் கண்டுபிடிக்கத்தான் அப்படி நடந்துபோய்க் கொண்டிருப்போம். அப்படியே நடந்து போய் புத்தேரி குளத் தருகே ஒரு இடத்தைக் கண்டுபிடித்தோம். நாகர்கோவிலிலிருந்து கிட்டத்தட்ட மூன்று கிலோ மீட்டர் தூரம் இருக்கும். அந்த இடமும் பின்னணியும் அழகாக இருக்கும். எந்த இடத்துக்குப் போகும்போதும் இந்த இடத்துக்குப் போவோம் என்றெல்லாம்

பேசி வைத்துக்கொண்டு போவது கிடையாது. மணிமேடையைத் தாண்டியாகிவிட்டது என்றால் நேராகப் புத்தேரி குளத்துக்குத் தான் போகப் போகிறோம் என்று இருவருக்கும் தெரிந்துவிடும். இவையெல்லாம் தானாகவே பழக்கத்தில் வந்துவிட்டிருந்தது.

'புதுமைப்பித்தன் மல'ரை அவனுக்குப் பிடித்திருந்தது என்று சொல்ல முடியாது. படித்துப் பார்த்தான். அச்சு அமைப்பு எல்லாம் எதிர்பார்த்த அளவுக்குக் கொண்டுவர முடிந்திருக்க வில்லை. அந்தப் புத்தகங்கள் எங்கள் வீட்டில் இருந்தன. நாங்கள் அதை விற்க முயற்சிகள் மேற்கொண்டோம். பெருமாள் அதற்கு பெரிதும் உதவி செய்தார். அந்தப் புத்தகங்களை வீட்டுக்குக் கொண்டுவந்த பிறகுதான் எனக்கு விற்பனை செய்ய வேண்டும் என்ற எண்ணமே வந்தது. அதுவரை யார் வாங்குவார்கள், என்ன செய்வது என்பது பற்றியெல்லாம் ஒரு தீர்மானமும் இருந்திருக்கவில்லை. கிட்டத்தட்ட ஒரு வருடம் அச்சு வேலைகள் நடந்தது. அச்சகத்தில் ஏதாவது முக்கியமான வேலைகள் வந்துவிட்டால் எங்கள் வேலையைத் தள்ளி வைத்துவிடுவார்கள். குறிப்பிட்ட தேதியில் வர வேண்டும் என்பது போன்ற எந்த நெருக்கடியும் இல்லாதிருந்ததால் வேலைகள் மிகவும் சாவகாச மாகவே நடந்தன. புத்தகங்கள் கொஞ்சம் கொஞ்சமாகக் குறைந்தன. பலருக்கு இலவசமாகக் கொடுத்தோம். ஒரு புத்தகத் தில் அது பற்றி மதிப்புரை வந்தது. பத்துப் பதினைந்து பிரதி களுக்கான ஆர்டர் வந்தது. என்ன நோக்கத்திற்காக அதை அச்சடித்தேனோ அது நிறைவேறவேயில்லை. புதுமைப்பித்தனின் குடும்பத்தினர் மிகவும் கஷ்டமான நிலையில் இருந்தார்கள். அவர்களுக்கு ஒரு நல்ல தொகையை இந்த மலரின் மூலம் திரட்டித் தர வேண்டும் என்பதுதான் நோக்கமாக இருந்தது. ஆனால் அது நிறைவேறவில்லை. விளம்பரங்கள் கொஞ்சம் கிடைத்திருந்தன. அதனால் பெருமளவு நஷ்டம் இல்லாமல் சமாளிக்க முடிந்திருந்தது.

இந்த மலருக்கான வேலைகள் ஆரம்பிப்பதற்கு முன் நான் திருவனந்தபுரத்தில் இருந்த புதுமைப்பித்தனின் மனைவியைப் போய்ப் பார்த்தேன். அப்போது இதுபோல் ஒரு மலரை வெளி யிட்டு அதில் கிடைக்கும் தொகையை உங்களுக்குத் தர முடிவு செய்துள்ளேன் என்று சொன்னேன். அவர்களுக்கு அதைக் கேட்டதும் முதலில் சந்தோஷமாக இருந்தது. ஆனால் இவ்வளவு சின்ன பையனா இருக்கிறான், என்ன செய்ய முடியப் போகிறது என்று ஒரு அவநம்பிக்கையும் இருந்தது. அதன் பின் ஆறேழு மாதம் கழிந்து மலர் தயாரானதும் நானும் நம்பியும் சேர்ந்து புதுமைப்பித்தனின் மனைவியைப் பார்க்கப் போனோம். அவர் கள் எங்களுக்கு காப்பி தந்தார்கள். நான் பேசினேன். நம்பி பேச

வேயில்லை. அவன் அப்படித்தான் பெரிய ஆட்களைச் சந்திக்கப் போகும்போது அவன்கூட வருவான். ஆனால் பேசமாட்டான்.

என்னிடம் அப்போது இன்னொரு பழக்கமும் இருந்தது. கொஞ்சம் கேள்விப்பட்ட எழுத்தாளருடைய புத்தகம் என்றால் பின்னாலாவது படித்துக்கொள்ளலாமே என்று வாங்கி வைத்துக் கொள்ளுவேன். ரஷ்ய நாவல்கள், கதைகள் எல்லாம் அப்போது மிகக் குறைந்த விலையில் கிடைத்தன. டால்ஸ்டாய் போன்றோருடைய புத்தகங்களை எல்லாம் வாங்கி வைத்துக் கொள்ளுவேன். தமிழ்ப் புத்தகங்களையும் அப்படி வாங்கி வைத்துக் கொள்ளுவேன். நானும் நம்பியும் படித்த புத்தகங்கள் பற்றி பேசிக்கொள்வோம். அப்படிப் பேசிய புத்தகங்களில் ஒன்று க. நா. சு.வின் 'ஒருநாள்'. அதை அவனும் படித்திருந்தான். மொத்த நாவலுமே ஒரே நாளில் காலையில் ஆரம்பித்து இரவுக்குள் முடிந்துவிடுகிறது. சம்பவங்கள் என்று எதுவுமே கிடையாது. முழுக்க முழுக்க சம்பாஷணைதான். அந்தக் கதாநாயகனின் பெயர் மூர்த்தி. அவன் அவனுடைய மாமா பெண்ணைக் காதலிக்கிறான். அவளுடைய பெயர் மங்களம். அந்த நாவல் ஒரு அக்ரஹாரத்தை மையமாகக் கொண்டுதான் எழுதப்பட்டிருந்தது. நான் என் தாத்தாயிருந்த அக்ரஹாரத்துக்கு அடிக்கடிப் போய் வந்ததுண்டு. நம்பி அக்ரஹாரத்தில்தான் இருந்தான். இந்த விஷயம் எங்களை அந்த நாவலை விரும்பிப் படிக்கத் தூண்டியிருக்கக் கூடும்.

அவனுக்குக் க. நா. சு. மேல் மிகுந்த ஆர்வம் இருந்தது. அவரைப்பற்றிச் சில விஷயங்கள் தெரிந்துவைத்திருந்தோம். அவர் ரொம்பவும் படித்தவர், எங்கு இருக்கிறார் என்பது தெரியாது. அங்கும் இங்கும் சுற்றிக்கொண்டிருப்பார் என்பது போன்ற மர்மமான விஷயங்களைத் தெரிந்துவைத்திருந்தோம். *மஞ்சரி* என்ற பத்திரிகையை அவன் படித்துவந்தான். அந்த பத்திரிகையில் பாரிஸுக்குப் போய் வந்தது பற்றி க. நா.சு. ஒரு சிறிய கட்டுரை எழுதியிருந்தார். இதுபோன்ற விஷயங்கள் அவர் மீது ஒருவித வசீகரத்தை ஏற்படுத்தியிருந்தது. நானும் அவனும் சேர்ந்து சந்தித்த முதல் எழுத்தாளர் யார் என்பது நினைவில்லை. மனதில் பதிந்திருப்பது க. நா. சு.வைச் சந்தித்தது தான். நான் அப்போது இலக்கியம் தொடர்பாக யாரைச் சந்தித்தாலும் மலையாள எழுத்தாளராக இருந்தாலும் சரி, வாசகராக இருந்தாலும் சரி, நம்பியைப்பற்றி அவர்களிடம் சொல்லுவேன். அவர்களை நம்பியிடம் அழைத்துச் சென்று அறிமுகப்படுத்துவேன். இது ஒரு பழக்கமாகவே இருந்துவந்தது. அப்படி நான் அறிமுகப்படுத்தாமல் அவனை வந்து சந்தித்துச் சென்றதாக அந்த 25 வருடத்திலும் யாரும் இருந்ததாக எனக்கு நினைவில்லை. அவனுடைய எல்லா நண்பர்களுமே நான்

அறிமுகப்படுத்தியவர்கள்தான். அப்படி அறிமுகமான நண்பர்களில் பல பேர் என்னைவிட அவனிடம் அதிக நெருக்கமும் வாஞ்சையும் கொண்டவர்களாக ஆகியிருக்கிறார்கள். எங்கள் இருவருக்கும் ஆளுமையில் இருந்த வித்தியாசமாக அதை நான் கருதினேன்.

அவன் சொன்னான், க.நா.சு.வைப் போய் சந்திப்போம் என்று. போய்ப் பார்த்தோம். அது பற்றி க.நா.சு. பற்றிய நினைவோடையில் சொல்லியிருக்கிறேனே. அவருடன் இருக்கும் போது அவன் எதுவும் பேசவே மாட்டான். நானுமே க.நா.சு. கூட இருக்கும்போது அதிகம் பேசமாட்டேன். அவருடன் பேசி முடித்துவிட்டு வெளியே வந்ததும் நாங்கள் தனியாக ஒரு இடத்தில் நின்றுகொண்டு பேசுவோம். அப்போது க.நா.சு. சொன்னதுபற்றி அவன் நிறையப் பேசுவான். க.நா.சு. ஒரு தடவை கல்கியில் வந்த அகிலனின் நாவல் பற்றிப் பேசினார். அதில் 45ஆம் அத்தியாயம் நன்றாக இருக்கிறது என்று அவர் சொன்னார். நம்பி கேட்டான், மீதி நாற்பத்து நான்கு அத்தியாயங்கள் நன்றாக இல்லை. நாற்பத்தைந்தாவது அத்தியாயம் நன்றாக வந்திருக்கிறது என்று எப்படி சொல்கிறார் என்று கேட்டான். அதுபோல் நாங்கள் உயர்வாக நினைத்துக்கொண்டிருக்கும் எழுத்தாளரைப் பற்றி அவர் குறைத்துச் சொன்னதும் எங்களுக்கு நாங்கள் சரியாக கணிக்கவில்லையோ என்ற எண்ணம் ஏற்படும். க.நா.சு. முகத்துக்கு நேராக நல்ல எழுத்தாளர் இல்லை என்று எல்லாம் சொல்லமாட்டார். உங்களுக்குப் பிடித்திருக்கிறதா, எனக்குப் பிடிக்கவில்லை அவ்வளவுதான் என்பார். என்ன அளவுகோலை வைத்து ஒருவரை நல்ல எழுத்தாளர் என்று சொல்லுகிறார், என்ன அளவுகோலை வைத்து ஒருவரை நிராகரிக்கிறார் என்பதைத் தெரிந்துகொள்ள வேண்டும் என்ற ஆர்வம் எங்களுக்கு இருந்தது. எங்களுக்கு அப்போது என்ன எண்ணம் இருந்தது என்றால் நீண்ட கால வாசிப்பு, எழுத்து மூலமாக அவருக்கு அது சாத்தியமாகியிருக்கிறது. நமக்கு அது போன்ற சூழல் அமையவில்லை. எனவே அவரைப் போல் மதிப்பிட நம்மால் முடியாது என்ற எண்ணம் எங்கள் இருவர் மனதிலும் இருந்தது. ஆனால் நாட்கள் போகப் போக சுயமாகவே தேர்ந்தெடுக்கும் பக்குவம் அவனுக்கு வந்துவிட்டிருந்தது.

ஆனந்தவிகடனில் வந்த நல்ல கதைகளைப் பற்றி என்னிடம் சொல்லுவான். நான் அப்போது பிரபல இதழ்களை வாசிக்கும் பழக்கத்தை அறவே விட்டுவிட்டிருந்தேன். அன்றிலிருந்து இன்று வரை நான் எந்தப் பிரபல இதழையும் வாசித்ததே கிடையாது. எங்கேயாவது ரயிலில் பயணம் செய்யும்போது அல்லது யாரையாவது சந்திப்பதற்காகக் காத்துக்கொண்டிருக்கும்போது மேசையில் ஏதாவது இருந்தால் எடுத்துப் புரட்டிப் பார்ப்பேனே

தவிர எந்தப் பிரபலமான இதழையும் காசு கொடுத்து வாங்கிப் படித்ததே கிடையாது. ஆனால் அவன் *குமுதம்*, *விகடன்* இவற்றையெல்லாம் படிப்பான். *குமுதம்* ரொம்ப உயர்வாக இல்லாவிட்டாலும் கெட்டிக்காரத்தனமாகச் சில காரியங்கள் செய்வதுபற்றி சொல்லுவான். அசோகமித்திரன் *ஆனந்தவிகட*னில் எழுதிய கதைகள்பற்றி, அப்புறம் நரசய்யா எழுதிய கதை பற்றியெல்லாம் சொல்லுவான். நானும் அதைப் படித்துப் பார்ப்பேன். அவனுக்குப் பிரபல இதழ்களில் வருபவற்றிலும் ஓரளவு தரமான கதைகளைப் பிரித்துப் பார்க்கும் சக்தி அப்போது வந்துவிட்டிருந்தது. அந்த ஆற்றல் நாட்கள் செல்லச் செல்லக் கூடிக்கொண்டே போனது.

பல கருத்துக்களைத் துணிச்சலாக நுட்பமாகச் சொல்லுவான். அவற்றைச் சொல்லும்போது, கேட்பவருக்கு இப்போது நாம் சொல்வது அவ்வளவு ஏற்புடையதாக இல்லை; ஆனால் நாளடைவில் நமது கருத்துக்கு அவர் வந்து சேர்வார் என்ற தோரணையில் சொல்லுவான். நமக்கு அது வைரம் என்பது தெரிந்திருக்கிறது. இவர்களுக்கு அது வைரம் என்பதை உணர்ந்து கொள்ளும் சூட்சுமம் கைகூடவில்லை என்பது போன்ற ஒரு எண்ணம் அவனுக்கு இருந்தது.

க. நா. சு. என் கவிதையை நான் எழுதியது என்பது தெரியாமல் பாராட்டியதைத் தெரிந்துகொண்டு நகுலன் என்னைப் பார்க்க ஒருமுறை வந்திருந்தார். நகுலனுக்குக் க. நா. சு.வின் மதிப்பீடுகளின்மீது மிகப்பெரிய மரியாதை இருந்தது. ஒரு சில அபிப்ராய வித்தியாசம் இருக்கலாம். ஆனால் பெருமளவுக்கு நகுலன் க. நா. சுவின் கருத்துக்களின் மேல் மரியாதை வைத்திருந்தார். நகுலனுக்கும் அப்போது கவிதை எழுதுவதில் ஆர்வம் ஏற்பட ஆரம்பித்திருந்த காலம். அந்த *எழுத்து*வில் நகுலனும் ஒரு கவிதை எழுதியிருந்தார். நகுலனின் ஆரம்ப காலக் கவிதைகள் எனக்கு மனப்பாடமாக ஆகியிருந்தன. அந்தக் கவிதைகளில் ஒருவித அழகு, ஒருவித flow இருந்துவந்தது. அதனால் அந்தக் கவிதைகளைத் திரும்பத் திரும்ப படித்து மனப்பாடமே செய்திருந்தேன். *எழுத்து*வுக்கு என் கவிதையை அனுப்பிய போது அது நான்தான் எழுதினேன் என்று யாருக்கும் சொல்ல வேண்டாம் என்று எழுதியிருந்தேன். செல்லப்பாவும் அதை யாரிடமும் சொல்லியிருக்கவில்லை. யார் எழுதியது என்பது தெரியாமல் தான் க. நா. சு. அந்தக் கவிதையைப் பாராட்டியிருந்தார். எனவே அது எனக்கு மிகப்பெரிய உற்சாகத்தைத் தந்திருந்தது.

அப்போது திருவனந்தபுரத்தில் இருந்த நகுலனுக்கு ஐயப்ப பணிக்கர்தான் நண்பராக இருந்தார். அவருடன் ஆங்கில இலக்கியம் பற்றித்தான் பேச முடியும். தமிழ் இலக்கியம் பற்றிப் பேச அப்போது அங்கு யாரும் இருந்திருக்கவில்லை. எனவே

என்னைப் பார்க்க நாகர்கோவிலுக்கு வந்தார். அன்று மாலையே அவர் திரும்பிப் போய்விட்டார். நகுலனைச் சந்தித்ததுபற்றி நம்பியிடம் சொன்னேன். அதன் பின் அவன் திருவனந்தபுரத்துக்குப் போயோ அல்லது நகுலன் நாகர்கோவிலுக்கு வந்தபோதோ அவரைச் சந்தித்தான். அவர்கள் நெருக்கமான நண்பர்களாக ஆகிவிட்டார்கள். நகுலன் மூலமாகத்தான் எங்களுக்கு நீல பத்மனாபன், காசியபன், சண்முக சுப்பையா, மாதவன் போன் றோரின் நட்பு கிடைத்தது. எனக்கு யாரெல்லாம் நண்பர்களோ அவர்கள் அத்தனை பேரும் நம்பிக்கும் நண்பர்கள்தான். எங்கள் சந்திப்பு எனது இருபது வயதில் நடந்தது. அவன் 1976ல் அவனது நாற்பத்தைந்தாவது வயதில் காலமானான். அதுவரையான இருபத்தைந்து வருடங்களில் எனக்கு எத்தனை நண்பர்கள் இருந்தார்களோ அத்தனை பேரும் அவனுக்கும் நண்பர்களாக ஆனார்கள். அம்பை, ஜெயகாந்தன் என்று எத்தனையோ பேர்கள். நாகர்கோவிலில் மாநாடு நடந்தபோது பல எழுத்தாளர்கள் வந்தார்கள். அவர்களைப் பார்த்துப் பேசும் சந்தர்ப்பம் அவனுக்கு அப்போது கிடைத்தது. மாநாட்டில் ஏதாவது பேசுகிறாயா என்று கேட்டேன். மேடையே ஏறமாட்டேன் என்று சொல்லி விட்டான். அது சரியான முடிவுதான். ஏனென்றால் மேடையில் அவனால் சரியாகப் பேசியிருக்க முடியாது.

அதன் பின் அவன் சென்னைக்குப் போனபோது இங்கு பார்த்த எழுத்தாளர்களுடன் நட்பைப் புதுப்பித்துக் கொண் டான். அழகிரிசாமியும் அவனும் *நவசக்தி* பத்திரிகையில் ஒன்றாகவே பணிபுரிந்திருக்கிறார்கள். ஜெயகாந்தன் மீது நம்பிக்கு உயர்வான அபிப்ராயம் உண்டு. அதோடு ஜெயகாந்தனுக்கு நம்பியை ரொம்பப் பிடிக்கும். அவர்கள் அடிக்கடி சந்தித்துக் கொள்வதுண்டு. ஜெயகாந்தன் பொதுவாக யாரையும் போய் சந்திப்பது கிடையாது. இவனைச் சந்திப்பார். நம்பிக்குப் படிப்பு குறைவாக இருக்கலாம். ஆனால் அவனது ரசிப்புத்தன்மை அபாரமானது என்பது அவனுடன் பழகிய எல்லோருடைய அபிப்ராயமாகவும் இருந்தது. ஒரு கதையை நாம் எழுதியதும் நமக்கே தெரியும் நன்றாக வந்திருக்கிறது என்று. என்றாலும் யாராவது ஒருவர் அதைப் படித்துப் பார்த்துச் சொல்வது என்பதும் தேவையாகத்தானே இருக்கிறது. அப்படியான ஒரு நல்ல உரைகல்லாக அவன் இருந்தான் என்பது பலருடைய அபிப்ராயமாக இருந்தது. பலபேருடன் நல்ல நெருக்கம் இருந்தது. அவர்களுடன் கடிதப் போக்குவரத்து இருந்தது. ராஜநாரா யணன் எல்லாம் இங்கு வந்தால் நாங்கள் சேர்ந்துதான் இருப்போம். நாகராஜனும் அப்படித்தான். இப்படியே பெயர் சொல்லிச் சொல்வதானால் என்னுடைய நண்பர்கள் அனை வருடைய பெயரையும் சொல்லவேண்டியிருக்கும்.

அவனுக்குத் திருநெல்வேலியில் இருந்த தி. க. சி., ரகுநாதன் ஆகியோருடனும் நல்ல நெருக்கம் இருந்தது. ஆனால் இலக்கியத் தில் ஈடுபாடு இல்லாத கம்யூனிஸ்டுகளுடன் அவனுக்கு ஒருவித இடைவெளி இருந்தது. அவர்கள் அதிகமும் அரசியல்தானே பேசுவார்கள். அந்தக் கட்டத்தில் நாங்கள் எங்கள் ஊரில் இருந்த இலக்கிய ஈடுபாடு உள்ள வாசகர்களைச் சந்தித்து வந்தோம். என்னுடைய பழக்கங்கள் அப்போது பெரும்பாலும் கம்யூனிஸ்ட் சித்தாந்தம் சார்ந்த நண்பர்களுடன்தான் இருந்தது. நம்பிக்கு ஆரம்பத்திலிருந்தே முற்போக்குச் சிந்தனை கொண்ட வர்களுடன் ஒருவித இடைவெளி இருந்துவந்தது. ஜானகிராமன், ராமாமிர்தம் போன்றவர்கள்தான் அவன் மனதில் நல்ல எழுத் தாளர்கள் என்ற எண்ணம் இருந்தது. மற்றவர்களை அவன் அவ்வளவாக மதிக்கவில்லை. ஆனால் போகப்போக முற் போக்குக் கருத்துக்களின் பாதிப்புக்கு அவன் ஆளானான். அவனுடைய கதைகளை நீங்கள் கூர்ந்து பார்த்தால் அதைப் புரிந்துகொள்ள முடியும். 'சட்டை', 'எனக்கு ஒரு வேலை வேண்டும்' போன்ற கதைகளைப் பார்த்தால் கலைநயத்தோடு அந்த விஷயங்களை அவன் அணுக முயன்றிருப்பது தெரியவரும்.

அவன் பொதுவாகவே குறைவாகத்தான் எழுதினான். படிப்ப தும் குறைவாகத்தான் படிப்பான். ஒரு புத்தகத்தைப்பற்றி நான் தொடர்ந்து சொன்னால்தான் அவன் அதைப் படிப்பான். அதுபோல் எழுதுவதற்கும் ரொம்பவும் வற்புறுத்த வேண்டும். அப்போதுதான் எழுதுவான். ஆனால் அவனது எழுத்து நாளாக நாளாக முன்னேற்றம் அடைந்துகொண்டேதான் வந்தது. அது போல் அவனுக்கு விசேஷ குணம் ஒன்று உண்டு. அதாவது ஒரு புத்தகத்தைப் படிக்காமலேயே அதன் சாராம்சத்தை கிரஹித்துக் கொண்டுவிடும் குணம். காஃப்காவை அவன் படித்ததில்லை. அவனால் காஃப்காவின் எழுத்தைப் பொறுமை யாக உட்கார்ந்து படிக்க முடியாது. ஆனால் யாராவது காஃப்கா பற்றிப் பேசினால் அதைப் புரிந்துகொண்டு விடுவான். அதோடு அவனும் காஃப்காபற்றி சில அபிப்ராயங்களைச் சொல்லுவான். அதைக் கேட்கும் ஒருவருக்கு அவன் காஃப்காவைப் படித்தி ருக்கிறான் என்ற எண்ணம்தான் ஏற்படும். அப்படி வெவ்வேறு படைப்பாளிகளின் வெவ்வேறு உலகங்களை மனதிற்குள் திறமை யாகப் பதிய வைத்துக்கொண்டிருப்பான். பிற மொழிப் படைப் பாளர்கள்பற்றி க. நா. சு. பேசியது, நான் பேசியது, மற்றவர்கள் அவனுடன் பேசியது இவற்றிலிருந்து அவன் பல விஷயங்களை கிரஹித்துக்கொண்டிருப்பான். தமிழ் எழுத்தாளர்கள் பலருடைய படைப்புகளை அவனே படித்திருக்கிறான்.

அப்புறம் இன்னொரு காரியம் பண்ணுவான். ஏதாவது ஆங்கிலப் புத்தகங்கள் படித்துவிட்டுத் தருகிறேன் என்று எடுத்துக்

கொண்டுபோவான். அது எளிதில் கிடைக்காத புத்தகமாக வேறு இருக்கும். அந்தப் புத்தகத்தின் விலை நாற்பது, ஐம்பது இருக்கும். இன்றைய கணக்குப்படி பார்த்தால் அது கிட்டத்தட்ட ஆயிரம் இரண்டாயிரத்துக்குச் சமமாக இருக்கும். அதை எடுத்துக் கொண்டு போனவன் அப்படியே கொண்டு போய்விடுவான். திருப்பித் தரமாட்டான். புத்தகம் எங்கே என்று கேட்டால் யாரோ ஒருவர் படிக்கக் கேட்டார் கொடுத்திருக்கிறேன் என்பான். அப்படி அந்தப் புத்தகத்தைப் படிக்கக்கூடிய ஆள் அவனது கிராமத்தில் யார் இருக்கிறார்கள்? அப்போது அவன் நாகர்கோவிலிலிருந்து அவனது கிராமத்துக்குப் போய்விட்டிருந்தான். அப்பாவின் உதவி இல்லாமல் தனியாகவே அந்த உர வியாபாரத்தைக் கவனிக்க ஆரம்பித்திருந்தான். அவனுக்குத் திருமணம் ஆகிவிட்டிருந்தது. குழந்தைகள் வேறு பிறந்துவிட்டிருந் தனர். அவனுடைய அப்பா அவனது கிராமமான பூதப்பாண்டியில் ஒரு ஏஜென்சி எடுத்துத் தந்திருந்தார். எனவே அவன் பூதப் பாண்டிக்குப் போய்விட்டிருந்தான்.

அங்கு அவர்களுக்குச் சில வயல்களும் இருந்தன. அறுவடை காலத்தில் அந்த வயல்களைக் கவனிக்க நம்பிதான் போவான். அவனுடைய அப்பாவுக்கு வயதாகிவிட்டிருந்தது. அறுவடையைக் கவனித்துக்கொள்வது சற்று சிரமமான காரியம். களத்திலேயே படுத்துக்கொள்ள வேண்டியிருக்கும். அறுவடை முடிந்து வரும் போது மிகவும் கறுத்துப் போய் முகமெல்லாம் கன்னிப் போய் வருவான். பத்து பதினைந்து நாள் காணாமல் போய்விடுவான். களத்தில் அறுவடைக்கு ஒருவர் வந்திருந்தார். புத்தகத்தை அவரிடம் கொடுத்திருக்கிறேன் என்பான். ப்ரான்ஸ் காஃப்கா புத்தகத்தைப் போய் அவரிடம் ஏன் கொடுத்தாய் என்று கேட்டால் அவர் படித்துப் பார்க்கிறேன் என்று சொல்லிக் கேட்டார். அதனால் தந்தேன் என்பான். அந்தப் புத்தகம் திரும்பி வரவே வராது. அவனிடம் அதுபற்றி அப்புறம் கேட்க முடியாது. ஏனென்றால் அவனும் நிறையப் புத்தகங்கள் வாங்கு வான். கையில் காசிருந்தால் உடனே தமிழ்ப் புத்தகங்கள் வாங்கிவிடுவான். எனக்குப் படிக்கத் தருவான்.

ரகுநாதனுடன் அவனுக்கு நெருக்கமான பழக்கம் இருந்தது. அவருக்குக் கட்சித் தொடர்புகளையும் தாண்டி இலக்கிய ஈடுபாடு உண்டு இல்லையா? அதனால் அவருடன் பழக முடிந்திருந்தது. ஆனால் நாகர்கோவிலில் அவர் இருந்த காலத்தில் நம்பியால் ஜீவாவுடன் அவ்வளவாக நெருங்கிப் பழக முடிந்திருக்கவில்லை. பல முறை அவரை நாங்கள் சந்தித்திருக்கிறோம். அதனால் ஜீவா மனதில் நம்பி நன்கு பதிந்துவிட்டிருந்தான். தாமரையின் ஆசிரியராக அவர் இருந்த போது கதை அனுப்பும்படி எனக்குக் கடிதங்கள் எழுதுவார்.

கிருஷ்ணன் நம்பி 33

அந்தக் கடிதத்தில் நம்பியிடமிருந்தும் கதை வாங்கி அனுப்பு என்று எழுதுவார். அப்படி அவன் ஜீவாவின் மனதில் பதிந் திருந்தான். நாகர்கோவிலில் இருந்த பெரும்பாலான தோழர் களுக்கும் நம்பியைத் தெரிந்திருந்தது. பார்ட்டி ஆபீஸைத் தாண்டிப் போகும்போது அவனாகவே அங்கு போய் உட்கார்ந்து சிறிது நேரம் பேசிவிட்டுப் போவான். அங்கு இருந்த சில ஆட்கள் மிகவும் எளிமையாக இருந்தது என்பது அவனுக்கு மிகவும் பிடித்த விஷயமாக இருந்தது. இலக்கியம் தெரிகிறதோ இல்லையோ எளிமையாக அகம்பாவமின்றி இருக்கும் நபர்களைத்தான் அவனுக்குப் பிடிக்கும். அதிகம் படித்த, அதிக திமிருடன் இருக் கும் ஆட்களை அவனுக்குப் பிடிக்காது. அவர்களைச் சந்திக்க அவன் விரும்ப மாட்டான். ஏனென்றால் அவனுக்குத் தனக்கு அவ்வளவாகத் திறமை இல்லை என்பது தெரிந்திருந்தது என்பதா லும் அதிகம் திறமை உள்ளவர்கள் தன்னைப் போன்றவர்களை மதிக்க மாட்டார்கள் என்று ஒரு எண்ணம் அவனது மனதில் ஊறிப்போயிருந்தது என்பதாலும் அவன் அப்படித் திமிருடன் இருக்கும் ஆட்களைப் பார்க்கப் போகமாட்டான்.

ரகுநாதன், புதுமைப்பித்தன் நினைவுச் சிறுகதை போட்டி ஒன்று நடத்தினார். அதன் நடுவர்களாக சிவசங்கரன், ரகுநாதன் போன்றவர்கள் இருந்திருப்பார்கள் என்று நினைக்கிறேன். அவையெல்லாம் நினைவில் இல்லை. அப்போது நான் எந்தவித தராதரமும் பார்க்காமல் எல்லோரிடமும் ரகுநாதனின் விலா சத்தைக் கொடுத்து ஒரு கதை எழுதி அனுப்பும்படிக் கேட்டுக் கொண்டேன். எங்கள் பக்கத்திலிருந்து ஐம்பது கதைகள் போக வேண்டும்; தமிழகத்திலேயே அதிக அளவு கதைகள் அந்தப் போட்டிக்கு எங்கள் பகுதியிலிருந்து போய்ச் சேர வேண்டும்; நான் *சாந்தி*யை உருவாக்குவதில் எவ்வளவு சின்சியராக, கடுமை யாக உழைத்திருக்கிறேன் என்பது ரகுநாதனுக்குத் தெரிய வேண்டும் என்ற எண்ணத்தில் கண்டபடி நான் கதைகளை அனுப்பும்படிக் கேட்டுவந்தேன்.

டி.கே. சண்முகத்தின் சகோதரர் முத்துசாமி. அவர் ஒரு நாடக நடிகர். சண்முகம் சென்னைக்குப் போனபிறகு முத்துசாமி தான் இங்கிருந்த நிலபுலன்களைப் பார்த்து வந்தார். நான் அவரைப் போய்ப் பார்த்தேன். நாடகக்காரர்தான் என்றாலும் அதுவும் ஒரு கலை வடிவம்தானே. அதோடு அந்த டி.கே. எஸ். சகோதரர்கள் மிகவும் தன்மையாகப் பழகுவார்கள் என்று எல்லோரும் சொல்லியிருக்கிறார்கள். யார் போனாலும் ரொம் பவும் அன்பாகப் பேசுவார்கள். தமிழகம் முழுவதும் நன்கு தெரிந்த ஆட்களாக இருக்கிறோமே என்று அவர்களிடம் எந்தவித அகங்காரமோ, கர்வமோ எதுவுமே கிடையாது. அவருடைய வீடு ஒழுகினசேரியில் இருந்தது. என் வீட்டிலிருந்து

இரண்டு மைல் தூரம் இருக்கும். கிளம்பிப் போனேன். அப்போது நல்ல வெய்யிலாக இருந்தது. அவரைச் சந்தித்து சிறிதுநேரம் பேசினேன். நீங்கள் ஒரு சிறுகதை எழுதித் தாருங்களேன் என்று கேட்டேன். சிறுகதையா . . . நானா . . . என்றார். என்னை யாருமே இதுவரை கதை எழுதச் சொல்லிக் கேட்டதேயில்லை என்றார். நான் சொன்னேன், நாங்கள் ஒரு பத்திரிகை நடத்து கிறோம் – அப்போது நான் ரகுநாதனின் பத்திரிகை என்று சொல்லமாட்டேன் – அந்தப் பத்திரிகைக்கு ரகுநாதன் ஆசிரியராக இருக்கிறார். ஒரு சிறுகதைப் போட்டி வைத்திருக்கிறோம். நீங்கள் ஒரு கதை எழுதி அனுப்புங்கள் என்று கேட்டேன். நான் இதுவரை ஒரு பக்கம்கூட எழுதியதில்லையே, சிறுகதைகள் படித்திருக்கிறேனப்பா. எழுதியதே இல்லையே என்றார். கொஞ்சம் முயற்சி செய்து பாருங்கள் என்று சொன்னேன். அதுபோல் என்னுடைய நண்பர் ஒருவர் இருந்தார் எல். எஸ். மணி என்று. அவருக்கும் இலக்கியத்திற்கும் சம்பந்தமே கிடையாது. நாங்கள் இருவரும் ஒன்றாக சினிமா பார்க்கப் போவோம். மாலினி என்று ஒரு படம் வந்ததே உங்களுக்குத் தெரியுமா? 'மிஸ். மாலினி' . . .? அந்தப் படத்தைக் கிட்டத்தட்ட ஏழெட்டு தடவை பார்த்திருப்போம்.

சின்ன வயதில் எனக்கு ரொம்பவும் பிடித்த படம் 'மிஸ். மாலினி'தான். ஆர். கே. நாராயணனின் கதை என்று யாரோ சொன்னார்கள். கொத்தமங்கலம் சுப்பு கதாநாயகனாக நடித்திருந் தார். அதில் காதல் போன்ற சமாச்சாரங்கள் எல்லாம் இல்லை. ஒருவித நெகட்டிவ் கதாபாத்திரம்தான் அவர் ஏற்று நடித்தது. ஜாவர் சீதாராமன் என்றொரு நடிகர் இருந்தாரே அவரும் அந்தப் படத்தில்தான் அறிமுகமானார். அதுபோல் கோபால கிருஷ்ணன் என்றொரு நகைச்சுவை நடிகர் கேள்விப்பட்டிருக் கிறீர்களா? அவரும் அந்தப் படத்தில்தான் நடித்திருந்தார்.

இந்த கோபால கிருஷ்ணன் சின்னச் சின்ன பாத்திரங்களில் நடிப்பார். எனக்கு அவரைத் தெரியும். ஒரு தடவை *சாந்தி* பத்திரிகைக்கு சந்தா கேட்டுப் போயிருந்தேன். நான் சந்தா கேட்டுப் போனது அவனுக்குப் பிடிக்கவில்லை. கொஞ்சம் வசதியான பையன்தான். சிறிதுநேரம் கழித்து எவ்வளவு என்று கேட்டான். மூன்று ரூபாய் என்று சொன்னேன். அவனால் நம்பவே முடிந்திருக்கவில்லை. மூன்று ரூபாயா என்று கேட்டான். மாசா மாசம் ஒரு பத்திரிகை வீதம் வருடத்துக்குப் பன்னிரண்டு பத்திரிகை வரும் - அதற்கு மூன்று ரூபாய் சந்தாவா என்றான். அது ரொம்பவும் குறைவாச்சே என்றேன். மூன்று ரூபாய் என்பது கொஞ்சத் தொகையா என்றான். ஆறு மாதச் சந்தா உண்டா என்று கேட்டான். அதெல்லாம் கிடையாது. நீ முதலில் மூன்று ரூபாய் கொடு என்று வற்புறுத்தி சந்தாவை வாங்கினேன்.

இப்படிச் சம்பந்தமில்லாத ஆட்களிடமிருந்து எல்லாம் சந்தா வாங்கி அனுப்புவேன். அப்போதெல்லாம் என்னோட செல் வாக்குக்கு ஐந்து அல்லது ஆறு சந்தாதான் சேகரிக்க முடியும். நம்பியால் அதுகூட முடியாது. என்னால் ஒரு சந்தா கூட சேர்க்க முடியவில்லையே என்று சொல்லுவான். எனக்கும் நம்பிக்கும் இடையில் அது சம்பந்தமாக ஒரு போட்டி இருந்தது. எல். எஸ். மணியிடம் ஒரு கதை எழுதித்தா என்று கேட்டேன். அவன் சொன்னான் எனக்குக் கதை எழுதத் தெரியாதே என்று. நான் சொன்னேன் எல்லா எழுத்தாளர்களும் ஆரம்பத்தில் அப்படித்தான் இருந்தார்கள். நீயும் கொஞ்சம் முயற்சி செய்துபார் என்று சொன்னேன். இதையெல்லாம் எதுக்குச் சொல்கிறேன் என்றால் எந்தவித தராதரமும் பார்க்காமல் என் ஆசையின் தூண்டுதலால் அந்தக் காரியங்களைச் செய்து வந்தேன். கிட்டத் தட்ட நம்பியும் அப்படித்தான் இருந்தான். போகப் போகத்தான் எங்களுக்குப் பல விஷயங்கள் தெரிய வந்தன.

நாங்கள் எங்களுக்குள் ஒரு விளையாட்டு விளையாடுவோம். ஒவ்வொரு எழுத்தாளரையும் பார்த்ததும் இவர் கலைஞனா இல்லையா என்று மதிப்பிடுவோம். ஒரு ஆளிடம் சிறிது நேரம் பேசினாலே அந்த ஆளைப்பற்றி நம்பி ஒரு முடிவுக்கு வந்துவிடு வான். ஒருத்தரைப் பற்றிச் சொல்லுவான், இவன் ஸ்காலர் தானே ஒழிய க்ரியேட்டிவ் ரைட்டர் கிடையாது என்று. இப்படி மன உணர்வு சார்ந்து பல விஷயங்களை அவன் சொல்லுவான். அவை முழுவதும் சரியாக இல்லாவிட்டாலும் சரியாக இருப்பதற்கான சாத்தியக் கூறுகளைக் கொண்டதாக இருக்கும். எங்கள் இரண்டு பேருடைய மனதிலும் ஒரே மாதிரி யான எண்ணங்கள் எழுவதுண்டு. அது எங்களுக்கே ஆச்சரிய மாக இருக்கும். ஒரு கலைஞனை நேரில் பார்த்துப் பேசினால் நமக்கு அவன் ஒரு கலைஞன் என்பது தெரிந்துவிடும். அவன் அதிகம் எழுதியிருக்காவிட்டாலும் அவன் ஒரு கலைஞன்தான் என்பதை நாம் உணர்ந்துகொண்டுவிட முடியும். அதுபோல் சிலர் நிறைய எழுதிக்கொண்டிருப்பார்கள். கலைஞனாக இருக்க மாட்டார்கள். அது அவர்களுடன் சிறிது நேரம் பேசினாலே தெரிந்துவிடும். அப்படி ஒரு தியரி நாங்கள் வைத்துக் கொண்டி ருந்தோம். நம்பி, ஏதேனுமொரு எழுத்தாளரைப் பார்த்து அவர் கலைஞன் இல்லை என்பான். அவர் நிறைய கதைகள் எழுதியிருக்கிறாரே என்று நான் கேட்பேன். அதற்கு அவன் ‘எழுதியிருக்கலாம், ஆனால் அவருக்கு ஆர்ட்டிஸ்டிக் மெண்டா லிட்டி கிடையாது’ என்று நேரடியாக டிஸ்மிஸ் செய்துவிடுவான். இது ஒரு ஆளின் நிறம் சம்பந்தப்பட்டோ, உயரம் சம்பந்தப் பட்டோ, படிப்பு சம்பந்தப்பட்டோ சொல்லும் கணிப்பு அல்ல. ஜெயகாந்தனைப் பார்த்ததுமே சொன்னான், நிச்சயம் பெரிய

ஆர்டிஸ்டாக வருவான் என்று. நகுலனைப் பார்த்ததும் சொன்னான் இவர் கலைஞன்தான் என்று. 'ஆனால் அவருக்கு என்ன செய்ய வேண்டும் என்று தெரியாது. தனக்கு என்ன ரோல் இருக்கிறது என்பது தெரியாது. ஒண்ணுக்கொண்ணா ஏதாவது செய்துகொண்டிருப்பார். ஆனால் அவர் பெரிய ஆர்டிஸ்ட்தான்' என்று சொன்னான். மாதவனைப் பற்றியும் சொல்லியிருக்கிறான்.

இதில் ஒரு வேடிக்கை என்னவென்றால் நாங்கள் நீல. பத்மனாபனைச் சந்தித்தோம் என்று சொன்னேனே, அப்போதே அவர் நாலைந்து குட்டிப் புத்தகங்கள் எழுதிவிட்டிருந்தார். ஆனால் *தலைமுறைகள்* எழுதியிருக்கவில்லை. அடிக்கடி அவரைப் பற்றிப் பேசுவோம். அவர் ஒரு கலைஞனே இல்லை என்பான். ஏன் என்று கேட்பேன். ஆர்ட்டிஸ்ட்டுக்கான க்வாலிட்டியே அவரிடம் கிடையாது என்பான். அதன் பின் அவர் *தலைமுறைகள்* எழுதினார். அந்த நாவல் நன்றாக இருந்தது. அப்போது அவனுக்கு ரொம்ப வருத்தமாகப் போய்விட்டது. மனதுக்குள் ஒரு கேள்வி எழுந்தது. அப்படியானால் தனது அளவுகோல் தப்பா, நம்முடைய விதிகள் எல்லாமே மாறிவிட்டதா என்ற கேள்வி எழுந்தது. க. நா. சுவும் நீல. பத்மனாபனைப் பாராட்டி எழுதியிருந்தார். அப்போது நம்பிக்கு அவனது கணிப்பு தவறாகிப் போனது என்பது உறுதியாகப் புரிந்தது. ஆனால் அப்போதும் சொல்லுவான், நன்றாகத்தான் எழுதியிருக்கிறார். கூர்ந்து கவனித்தால் பத்மனாபனின் எழுத்தில் ஜானகிராமன் போல் ஒரு டச்சோ வேறு அம்சங்களோ கிடையாது பார்த்தீர்களா? சும்மா ப்ளைனாக எழுதிக்கொண்டு போகிறார், அவ்வளவுதான் என்பான். ஆனால் இது போன்ற அபிப்ராயங்களைக் கூட்டங்களில் போய் பேசமாட்டான். அப்புறம் அந்த எழுத்தாளர்களைப் பார்க்கும்போது தந்திரமாக அவர்கள் மனம் மகிழுமாறு பேசுவான். அந்த விஷயம் அவனுக்கு நன்றாக வரும். ஆட்களின் மனம் கோணக்கூடாது என்று சொல்லுவான்.

ஏன் இப்படிப் பேசுகிறாய் என்று நீங்கள் கேட்டதில்லையா?

இல்லை. நான் அவன் பொய் சொல்வதாகக் கருதவில்லை. அவனது சுபாவத்தில் இருக்கும் ஒரு அம்சம் என்பதாகத்தான் பார்த்தேன். அதே எழுத்தாளரைப்பற்றி அவன் ஏதாவது கட்டுரை எழுதினால் எந்தவித தந்திரமும் இல்லாமல் வெளிப்படையாக உள்ளதை உள்ளபடியே எழுதுவான். நேரில் ஒரு ஆளைப் பார்த்துப் பேசும்போது மாத்திரம் கொஞ்சம் அப்படி நடந்துகொள்ளும் பலகீனம் அவனுக்கு உண்டு. கட்டுரையாக எழுதும்போது எந்தவித சமரசமும் செய்துகொள்ள மாட்டான். நீல பத்மனாபனோட 'தலைமுறைகள்' வெளிவந்த பிறகு 'உறவுகள்' என்றொரு நாவல் அவர் எழுதினார்.

‘உறவுகள்’ நாவல் வெளியீட்டுக் கூட்டத்துக்கு நான், எம். எஸ்., நம்பி, உமாபதி, ராஜமார்த்தாண்டன் எல்லோரும் போனோம். அப்போது நம்பிக்குக் காலை ஆப்பரேஷன் செய்து அகற்றிவிட்டிருந்தார்கள். காரில் திருவனந்தபுரம் போனோம். அங்கு ஹெப்சிபா ஜேசுதாசன், நகுலன் போன்ற பிற நண்பர்கள் எல்லோரும் இருந்தார்கள். நம்பி ‘உறவுகள்’ நாவலைப் படித்துவிட்டு அவ்வளவாகப் பிடிக்கவில்லை என்று சொல்லியிருந்தான். ஆனால் அந்தக் கூட்டத்தில் பேசும் போது கொஞ்சம் ப்ளீஸ் பண்ணியே பேசினான். அப்போது நீ உன் உண்மையான அபிப்ராயத்தைவிட சற்று பாராட்டிப் பேசினாய் அல்லவா என்று கேட்டேன். ஆமாம். அவர் ரொம்பவும் இளகின மனதுடையவர். ஏதாவது சொன்னால் மிகவும் மனம் சோர்ந்து போய்விடுவார். நீங்கள் பேசினீர்களே அது அவரை ரொம்பவும் வருத்தமடையச் செய்துவிட்டிருக்கிறது. வேண்டுமானால் பாருங்கள். இனி உங்களுடனான உறவை அவர் முறித்துக் கொண்டு விடுவார் என்று சொன்னான். நான் அந்த அளவுக்கு ஒன்றும் மட்டம் தட்டிப் பேசவில்லையே என்றேன். அது சரிதான். ஆனால் அவர் எழுதியது நாவல் இல்லை என்று சொன்னீர்களே என்றான்.

அந்த நாவலைப்பற்றி நான் என்ன சொல்லியிருந்தேன் என்றால் ஒரு நாவலில் தந்தையும் மகனும் கதாபாத்திரங்களாக வருகிறார்கள் என்றால் ஒரு படைப்பாளி அந்த உறவில் ஏற்படும் சிக்கல்களைப் பற்றிப் பேசும்போதுதான் அது நாவலுக்கான விஷயமாக மாறுகிறது. அந்த மகனுக்குத் தன் தந்தையைப் பற்றி விமர்சனத்திற்குப் பதிலாகப் பாராட்டுணர்வு மட்டுமே இருக்குமென்றால் அவர் எழுதவேண்டியது அந்தத் தந்தையின் சுய சரிதையைத்தான்; நாவலை அல்ல என்று சொல்லியிருந்தேன். அந்த நாவலில் மகனுக்குத் தந்தைமீது ஒருவித பாராட்டுணர்வுதான் இருந்தது. எனவே அந்த விஷயம் நாவலுக்கானது அல்ல என்று நீங்கள் சொன்னது அந்த நாவலை முற்றாக நிராகரித்ததாகத்தான் அவர் எடுத்துக்கொள்வார். இன்றோடு அவருடனான நட்பு முறிந்துபோய்விடும் பாருங்கள் என்றான்.

நான் அவனிடமும் *சாந்திக்குக்* கதை எழுதித் தருமாறு கேட்டேன். சரி சரி என்று சொன்னானே தவிர எழுதவேயில்லை. நான் தொடர்ந்து வற்புறுத்தினேன். போட்டிக்கான தேதி முடிந்துபோய்விட்டதே என்று வருத்தப்படாதே. ரகுநாதனிடம் சொல்லி நாளை நீட்டிக்கச் செய்து கதையைப் பரிசீலிக்கும்படிச் சொல்லலாம். நீ இரண்டு கதைகளை எழுதித் தா. ஏதாவது ஒன்றை அவர் தேர்ந்தெடுக்கக் கூடும் என்றேன். ஒரு கதை எழுத ரொம்ப முயற்சி செய்திருக்கிறான்.

ஒரு நாள் ஒரு கதையுடன் வந்தான். எனக்கு அவனைப் பார்த்ததுமே தெரிந்தது, இரண்டு மூன்று நாட்களாகத் தூங்கா

மல் இந்தக் கதையைத் தீவிரமாக இருந்து எழுதியிருக்கிறான். இப்போதே படித்துப் பாருங்கள் என்றான். படித்துப் பார்த்தேன். இன்று போஸ்ட் மாடர்ன் கதைகள் இருக்கின்றன அல்லவா, டிபிக்கலான ஒரு போஸ்ட் மாடர்ன் கதையைப் போல் இருந்தது. அப்போது எனக்கு அந்தவிதமான கதைகளுடனான எந்த அறிமுகமும் இருந்திருக்கவில்லை. இப்போது காலப்போக்கில் அது போன்ற கதைகள் வந்து நாம் அதற்குப் பழக்கப்பட்டு விட்டிருக்கிறோம். அன்று எனக்கு அது மிகுந்த அதிர்ச்சியைத் தான் தந்தது. ஏனென்றால் அன்று நான் ஒரு தீவிர யதார்த்த வாதி. எனவே எனக்கு அந்தக் கதை அதிர்ச்சியைத் தந்தது. என்ன எழுதியிருக்கிறாய் என்று கேட்டேன். அதெல்லாம் கேட்காதீர்கள், ஏதோ மனதில் தோன்றியதை எழுதியிருக்கிறேன் என்றான். எனக்குப் பிடிக்கவில்லை என்பதற்காக நீ அதை அனுப்பாமல் இருந்துவிடாதே. ரகுநாதனுக்குப் பிடிக்கக்கூடும். நீ கதையை அனுப்பு என்றேன். உங்களுக்குப் பிடிக்கவில்லை யென்றால் நிச்சயமாக ரகுநாதனுக்கும் பிடிக்காது. நான் அனுப்பப் போவதில்லை என்றான். ரகுநாதன் மட்டுமே நடுவராக இல்லை. வேறு சிலரும் இருக்கிறார்கள். அவர்களுக்கு இந்தக் கதை பிடித்தாலும் பிடிக்கலாம் என்றேன். அந்த நடுவர் குழுவில் சிவசங்கரனும் இருந்தார். நம்பிக்கு சிவசங்கரனின் தேர்வின்மீது துளியும் மரியாதை கிடையாது. ஒருசில எழுத்தாளர் களைக் கடைசிவரை எழுத்தாளராக, விமர்சகராக அவன் மதிக்கவேயில்லை. இன்னொரு கதை எழுதினான். அதையெல் லாம் அவனே நிராகரித்தும்விட்டான். அதன் பின் *சாந்தி*யில் ஒரு கதை பிரசுரமானது. அதைத்தான் அவனது முதல் கதை என்று சொல்ல வேண்டும்.

நான் எழுதியது எது வெளிவந்தாலும் – சின்ன கடிதமாக இருந்தாலும் – அது பற்றிய அவனது அபிப்ராயத்தை எழுதுவான். நேரில் சொல்ல மாட்டான். நான் ஏதாவது கதையோ கட்டு ரையோ எழுதினால் கேட்பேன், படித்துப் பார்த்தாயா என்று. ஆமாம் படித்தேன் என்பான். அவ்வளவுதான், வேறெதுவும் சொல்ல மாட்டான். எனக்கு ஆரம்பத்தில் அவன் அப்படிச் சொல்வது உள்ளூர வருத்தத்தைத் தரும். நான்கைந்து நாட்கள் கழித்து ஒரு கடிதம் வரும். அதில் தன் அபிப்ராயத்தை எழுதி யிருப்பான். அப்படி ஒரு கறாரான மதிப்பீட்டை நேரில் சொல்ல அவனுக்குத் தயக்கமாக இருக்கும். கடிதமாக எழுதத்தான் அவனால் முடியும். பல சமயங்களில் நிறையப் பாராட்டி எழுதியிருக்கிறான். அதுபோல் அவனுக்குப் பிடிக்காத கதைகள் எழுதினால் பிடித்து வாங்கு வாங்கு என்று வாங்கிவிடுவான். அதுபோல் அவனுடைய கதைகளைப்பற்றி என்னிடம் அபிப் ராயம் கேட்பான். விரிவாகச் சொல்லுவேன். அது தொடர்பாக

சந்தேகங்கள் கேட்பான். அவனுக்கு என்ன எண்ணமென்றால் நான் அவனை விட நிறைய படிக்கிறேன். அவனைவிட எனக்கு நண்பர்கள் அதிகமாக இருக்கிறார்கள். அதனால் அவனைவிட எனக்கு அதிகமாக விஷயங்கள் தெரிந்திருக்கும். தான் அதை எப்படியும் தெரிந்துகொண்டுவிட வேண்டும். எனக்குத் தெரிந்த விஷயம் எல்லாம் அவனுக்கும் எப்படியும் தெரிந்துவிட வேண்டும் என்பதில் மிகவும் குறியாக இருப்பான்.

நானும் கூட ஒவ்வொரு விஷயத்தையும் படிக்கும்போதே இதை நம்பியிடம் சொல்ல வேண்டும் என்ற எண்ணத்தோடு தான் படிக்கவும் செய்தேன். ஒரு கதையைப் படிக்கும்போது சுவாரஸ்யமான ஒரு விஷயம் வந்தால் அதை ரசிக்கும் அதே நேரத்தில் இதை நம்பியிடம் சொல்ல வேண்டும் என்ற எண்ணமும் இயல்பாகவே என்னுள் எழுந்துவிடும். அதை அவன் வந்ததும் சொல்லுவேன். அந்தப் பகுதி அவனுக்குப் புரிய வேண்டுமென்றால் அந்த நாவலின், கதையின் முன் பாகத்தில் உள்ளவை பற்றியும் சொல்ல வேண்டும். அந்த நாவலாசிரியர் எழுதிய வேறு விஷயங்கள் பற்றியும் சொல்லுவேன். இப்படியாக அமெரிக்க எழுத்தாளர்கள் அனைவரையும் குடும்ப அங்கத்தினர் போல் அவன் தெரிந்து வைத்திருந்தான். அவர்களைப்பற்றி சரமாரியாகப் பேசுவான். ஏதாவது வேற்று மொழி நாவல்கள் தமிழில் மொழிபெயர்க்கப்பட்டு வந்திருந்தது என்றால் அதைப் பல தடவை படித்துவிடுவான்.

'மதகுரு' நாவல் தமிழில் வந்ததே, அதைக் குறைந்தது பத்து தடவையாவது படித்திருப்பான். அந்த நாவலில் அவனுக்கு ரொம்ப ஈடுபாடு ஏற்பட்டுவிட்டிருந்தது. அதோடு க.நா.சு. பேரிலும் அவனுக்கு ரொம்ப மரியாதை ஏற்பட்டது. 'மதகுரு' நாவலைப் படித்ததும் அவனுக்கு அழுகை வரும். சில இடங்களைப் படித்ததும் அழுதுவிடுவான். ஆனால் அது சாதாரணமாக மற்றவர்கள் உணர்ச்சிவசப்படுவது போன்ற விஷயத்துக்காக இருக்காது. க.நா.சு.வின் அனைத்து மொழி பெயர்ப்புகளையும் படித்துவந்தான். அவனுக்கு நமக்கு ஆங்கிலத்தில் படிப்பதற்கான திறமை இல்லை. எனவே அந்தக் குறையை இது போன்ற மொழிபெயர்ப்பு நாவல்களைப் படிப்பதன் மூலம் ஈடுகட்டிக்கொண்டுவிட வேண்டும் என்ற எண்ணம் இருந்தது. திரும்பத் திரும்பப் படிப்பான். தமிழ் நாவல்களிலும் கூட பிடித்த நாவல்களைப் பல தடவை படிப்பான். க.நா.சு.வின் 'பொய்த் தேவு' நாவலைப் பல தடவை படித்திருக்கிறான். க.நா.சு.வைப் பார்க்கப் போகும்போது கூட 'பொய்த்தேவு' என்ற பெரிய நாவலை எழுதிய எழுத்தாளரைத்தான் பார்க்கப் போகிறோம் என்ற எண்ணம்தான் அவன் மனதில் இருந்தது. க.நா.சு.வுக்கு அவரது நாவல்களை நாங்கள் பாராட்டிப் பேசும்போது முகம்

ஒருமாதிரி ஆகிவிடும். அதை அவ்வளவு உற்சாகமாகக் கேட்க மாட்டார். ஹோட்டல்களைப் பற்றிப் பேசுவதானால் படு உற்சாகமாகப் பேசுவார். தஞ்சாவூரில் ஒரு ஹோட்டல் முப்பது வருஷமாக இருக்கிறது என்று ரொம்ப உற்சாகமாக அதைப் பற்றிப் பேசுவார். நம்பியும் அதை ஆர்வமாகக் கேட்பான்.

நம்பி மூன்று நான்கு மாதத்துக்கு ஒரு கதை என்று எழுத ஆரம்பித்தான். அதைக் கையெழுத்துப் பிரதியாக இருக்கும் போதே என்னிடம் தந்துவிடுவான். அந்தக் கதையை இரண்டு மூன்று தடவை படிப்பேன். சரியாக மதிப்பிட்டேன் என்று சொல்ல முடியாது. அன்று எனக்கு எந்த அளவுக்கு விஷயங்கள் தெரிந்திருந்ததோ அதன் அடிப்படையில் ரொம்பவும் சின் சியராக என் கருத்துக்களைச் சொல்லுவேன். அந்தக் கதையை மேம்படுத்துவதற்கு எவை தேவை என்று எனக்குத் தோன்று கிறதோ அதைச் சொல்லுவேன். பல சமயங்களில் என் கருத்துக் கள் அவனுக்கு ஏற்புடையதாக இருந்திருக்கவில்லை. ஏதாவது ஒரு கதையில் ரசமான பகுதி ஏதாவது அவன் எழுதியிருந்தால் இதன் ரசத்தைக் கொஞ்சம் குறைத்துவிடலாமே என்பேன். உடனே அவன் ஏன் அப்படிச் சொல்கிறாய், ரசமில்லாமல்தான் எழுத வேண்டுமா என்று கோபித்துக்கொள்வான். செண்டிமென் டாக எழுதவேண்டாம் என்று சொன்னால், அதுதானே மக்க ளுக்குப் போய்ச் சேருகிறது என்று கேட்பான். நாட்கள் போகப் போக அவனுக்கு விஷயங்கள் புரிய ஆரம்பித்தது. *தாமரை*, *சாந்தி*யில் எழுதினான். பின்னாட்களில் *சரஸ்வதி*யில் எழுதினான். விஜயபாஸ்கரனுக்கு அவனை ரொம்பப் பிடித்து விட்டிருந்தது.

அப்போது புதுக்கவிதை பரவலாகக் காலூன்றிவிட்டிருந்தது. ஆனால் அவனுக்கு அதை அங்கீகரிக்க முடிந்திருக்கவேயில்லை. என்னுடன் நீண்ட நெடுநேரம் அது குறித்து விவாதித்திருக் கிறான். கடைசியில் சொல்லுவான், புதுக்கவிதைக்குக் கிடைத் திருக்கும் ஆகப் பெரிய வக்கீல் நீங்கள்தான். ஆனால் என்னால் அதை ஏற்றுக்கொள்ள முடியவில்லை என்பான். நான் சொன் னேன், நீ புதுக்கவிதைதான் எழுத வேண்டும் என்று இல்லை. உனக்கு எந்த விதமான கவிதைகள் இயல்பாக வருகிறதோ அதை நீ எழுதலாம் என்றேன். அவன் அப்படி ஒரு கவிதை எழுதினான். அதை *சரஸ்வதி*க்கு அனுப்பினான். அதை அவர் கள் பிரசுரிக்கமாட்டார்கள் என்றுதான் அவன் நினைத்தான். ஆனால் விஜயபாஸ்கரன் அந்தக் கவிதையை அதிக முக்கியத்து வம் தந்து பிரசுரித்திருந்தார். அதன் பின் ஆறு ஏழு கதைகள் எழுதினான். அவன் தீவிரமாகச் செயல்பட்ட நாட்கள் அவை என்றுகூடச் சொல்லலாம். ஒரு கதைக்கு 'எக்ஸன்ட்ரிக்' என்று தலைப்பு வைத்திருந்தான். சிலர் கேட்டார்கள் என்ன இது தமிழ்க் கதையா ஆங்கிலக் கதையா என்று. ஆனால் அவன் தன்

முடிவில் தெளிவாக இருந்தான். அவன்மீது பலரது கவனமும் குவிய ஆரம்பித்தது. தான் ஒரு எழுத்தாளன்தான் என்ற எண்ணம் அவனுக்குள் உருவாக ஆரம்பித்திருந்தது. தான் போவதற்கு ஒரு வழி திறந்துவிட்டதாக அவன் உணர ஆரம்பித்திருந்தான். சுந்தர ராமசாமி காட்டிய வழிதான் அது என்ற எண்ணமும் அதேசமயம் அதிலிருந்து கிளை பிரிந்து ரொம்ப தூரம் தன்னால் போக முடியும் என்ற நம்பிக்கையும் அவனுக்கு ஏற்பட்டுவிட்டிருந்தது.

அவனது ரசனைக்கும் எனது ரசனைக்கும் இருந்த முக்கிய மான வித்தியாசம் என்று பார்த்தால் எனக்கு புதுமைப்பித்தனை ரொம்பப் பிடிக்கும். ஆனால் அவனுக்கு அசோகமித்திரனை ரொம்பப் பிடிக்கும். இப்படிச் சொல்வதன் மூலம் அவனது தேர்வை, ரசனையை என்னால் வகைப்படுத்த முடிகிறது என்று நினைக்கிறேன். அசோகமித்திரனைச் சென்னையில் பார்த்தபோது ரொம்பவும் பாராட்டிப் பேசினான். அந்த வகையான ஒரு பாராட்டை அவரும் அநேகமாக அப்போது தான் கேட்கிறார் என்று நான் நினைக்கிறேன். அன்று அவர் தன் வீட்டுக்கே போகவில்லை. நம்பி தங்கியிருந்த வாடகை அறையில் அவனுடன்தான் இருந்தார் என்று நம்பி சொன்னதாக ஞாபகம். அசோகமித்திரன் அவனைப்பற்றி அதிகம் எழுதா விட்டாலும் அவனைப்பற்றி நல்ல அபிப்ராயம் கொண்டிருக் கிறார். அவனை நினைவுபடுத்திச் சொல்லக் கிடைக்கும் சந்தர்ப்பங்களில் அவனைப்பற்றிச் சொல்லியும் வருகிறார்.

அவன் கிட்டத்தட்ட பத்து கதைகள் எழுதியதும் இதை ஒரு புத்தகமாகக் கொண்டு வருவோம் என்று நான் சொன்னேன். இந்த நேரத்தில் *எழுத்து* பத்திரிகை வெளிவர ஆரம்பித்திருந்தது. முதல் இதழிலா இரண்டாவது இதழிலா தெரியவில்லை, வெங்கட் சாமிநாதன் சூடாமணியின் கதை பற்றி ஒரு மதிப்புரை எழுதியிருந்தார். அப்படி கறாராக அதுவரை யாரும் எழுதிய தில்லை. க. நா. சு. மதிப்புரை எழுதும்போது சிறுகதைபோல் தோன்றுகிறது; ஆனால் சிறுகதை அல்ல என்று எழுதுவார். அதிலிருந்து நாம் தெரிந்துகொள்ள வேண்டும் அந்தக் கதை மீது அவருக்கு அவ்வளவு மரியாதை இல்லை என்று. வெங்கட் சாமிநாதன் நேரிடையாகப் படைப்பின் குறைகளைச் சொல்லி யிருந்தார். அத்தகைய அணுகுமுறை நம்பிக்கு ரொம்பவும் பிடித்திருந்தது. அவனுக்குச் சில ஆட்களைப்பற்றி விமர்சனம் செய்யும்போது அவர்களது மனதையும் நாம் கணக்கில் எடுத்துக்கொண்டு பேச வேண்டும், கொஞ்சம் அவர்களைத் திருப்திப்படுத்தும் விதமாகப் பேச வேண்டும் என்று சொல்லு வான். அதே சமயம் சிலரை ஒரேயடியாகச் சீவிவிட வேண்டும் என்றும் சொல்லுவான். தாறுமாறாகப் பேசுவான். அத்தகைய மனநிலையிலும் அவன் இருந்ததால் வெங்கட் சாமிநாதனின்

அந்தக் கட்டுரை அவனுக்கு ரொம்பவும் பிடித்திருந்தது. 'பாலையும் வாழையும்' கட்டுரை வெளிவந்ததும் ரொம்பவும் நன்றாக வந்திருக்கிறது என்று சொன்னான். அதோடு இன்னொரு விஷயமும் சொன்னான். அதாவது அவன் தனது சிறுகதைத் தொகுப்புக்கு வெங்கட் சாமிநாதனிடம்தான் முன்னுரை வாங்குவேன் என்று சொன்னான். எனக்கு அது ஒருவித மன வருத்தத்தை உண்டாக்குமோ என்ற கவலையும் அதே சமயம் எனக்கு ஒரு மன வருத்தத்தை உண்டாக்க வேண்டும் என்ற எண்ணமும் அதில் கலந்தே இருந்தன. நான் சொன்னேன், அது நல்ல விஷயம்தான். நாம் இருவரும் நண்பர்களாக இருக்கிறோம். எனவே நான் என்னதான் நேர்மையாக அபிப்ராயம் சொன்னாலும் அதற்கு மதிப்பு இருக்காது. அவர் வெளியில் இருக்கிறார். அவர் சொன்னால் அந்த விஷயத்துக்கு ஒரு மதிப்பு இருக்கும். எனவே அவர் முன்னுரை எழுதுவது என்பது மிகவும் சரியானதாக இருக்கும் என்று சொன்னேன்.

அவனை எனது சிறுகதைத் தொகுப்புபற்றி எழுதித் தா என்று கேட்டேன். முன்னுரை என்று சொல்வதில் எனக்குக் கூச்சமாக இருக்கிறது என்றான். சரி அப்படியானால் என் கதைகளைப்பற்றி ஒரு கட்டுரை எழுதித் தா என்று கேட்டேன். உங்களுடைய ஆரம்ப காலக் கதைகளைப்பற்றி எனக்கு அவ்வளவு உயர்வான எண்ணங்கள் கிடையாது. உங்களுடைய 'பொறுக்கி வர்க்கம்' போன்ற கதைகளை எனக்குப் பிடிக்காது. எனக்குப் பிடித்த கதை 'செங்கமலமும் ஒரு சோப்பும்'தான். நான் அதைச் சொன்னால் உங்களைக் கேலி செய்வதுபோல் இருக்கும். அதனால் நான் எழுதவில்லை என்றான். 'பிரசாதம்' தொகுப்பில் இருந்த 'வாழ்வும் வசந்தமும்' போன்ற கதைகள் எல்லாம் அவனுக்குப் பிடித்திருந்தன. அந்தக் கதைகள், எந்தவித எழுத்தை, அபிப்ராயத்தைக் கேட்டு நிற்கின்றதோ அதை என்னால் எழுத முடியுமா என்ற சந்தேகம் இருக்கிறது. கோர்வையாக என்னால் எழுத முடியாது என்று சொன்னான். அவனை ஏதாவது ஒன்றில் எழுத வைக்க வேண்டும் என்று யோசித்தேன். 'நடுநிசி நாய்கள்' தொகுப்பு வந்தபோது எழுதச் சொன்னேன். அவனுக்குத்தான் புதுக்கவிதை என்றாலே பிடிக்காதே. அதனால் என்னைப் பற்றி ஒரு குறிப்பு எழுதித் தரச் சொன்னேன். அந்தக் குறிப்பைப் படித்துவிட்டு கிட்டத்தட்ட ஐம்பது பேர் பாராட்டினார்கள். ஒரு பத்துப் பதினைந்து வரிகள்தான் இருக்கும். அந்தச் சமயத்தில் எழுதிவந்த இளம் எழுத்தாளர்கள் ஞானக்கூத்தன், கந்தசாமி, முத்துசாமி, ராமகிருஷ்ணன் (க்ரியா) என அனைவரும் அந்தக் குறிப்பு வித்தியாசமானதாக இருக்கிறது என்று பாராட்டினார்கள்.

என்னிடமில்லாத ஏதோ ஒருவித அழகியல் உணர்ச்சி, ஐடியாலஜி சாராத ஒரு அம்சம், ரசானுபாவம் அவனிடம் இருக்கிறது. அதை நான் கணக்கில் எடுத்துக்கொள்ள வேண்டும் என்ற எண்ணம் அவனிடம் இருந்தது. பல புத்தகங்கள்பற்றி நான் சொன்ன அபிப்ராயங்களை அவன் கேட்டிருந்தான். எனவே தனக்கென ஒரு தனித்தன்மை இல்லாமல் எல்லோரும் அவனை ராமசாமியின் நிழல் என்று சொல்லிவிடுவார்களோ என்ற கவலையும் அவனுக்குள் இருந்தது. அது ரொம்பவும் நியாயமான விஷயம் என்றுதான் எனக்குப் பட்டது. பத்துப் பதினைந்து வருடங்கள் என்னுடன் இருந்த பிறகுதான் அவனுக்கு அப்படியான ஒரு எண்ணம் வந்தது. அவனுடைய கதைகள் அப்போதுதான் பரவலாக வெளிவர ஆரம்பித்திருந்தன. அது பற்றிய விமர்சனங்களும் வர ஆரம்பித்திருந்தன. அந்த விமர்சனங்களை அவனால் எளிதில் இனங்காணவும் முடிந்திருந்தது. சிலர் என் மீதான கோபத்தினால் தன்னை தூக்கிப் பிடிப்பதாக அவன் நினைத்தது உண்டு. அவன் என்னிடம் வந்து சொல்லுவான், என்னுடைய இந்தக் கதையைப் பற்றி அவர் சொன்னதில் ஓரளவு நியாயம் இருக்கிறது. ஆனால் இந்தக் கதையை அவர் பாராட்டியிருப்பதற்குக் காரணம் உங்கள் மீதுள்ள கோபம்தான் என்று சொல்லுவான். இந்த சூட்சுமங்களைத் தெளிவாகப் புரிந்துகொண்டு அதை என்னிடம் பகிர்ந்துகொள்வான். அவனுக்கு என்று ஒரு வழியை அவன் உணர ஆரம்பித்திருந்தான். அவனுக்கு இயல்பான அந்த வழியில் அவன் போக வேண்டும் என்று மறைமுகமாக நான் தூண்டவும் செய்தேன். எந்த நிலையிலும் எங்களுக்குள்ளான நட்புக்கு இடையூறு எதுவும் வந்துவிடக்கூடாது என்பதில் நாங்கள் இருவரும் தெளிவாக இருந்தோம். பெரிய அளவுக்குக் கருத்து வேற்றுமை எதுவும் தோன்றாத வரையிலும் நட்பு தொடர வேண்டும் என்பது எங்கள் விருப்பமாக இருந்தது. எங்களுக்குள் பெரிய அளவுக்குக் கருத்து வேற்றுமை ஏற்பட வழியுமில்லை. அடிப்படையாகப் பல விஷயங்களில் எங்களுக்குள் பெரிய அளவுக்கு ஒற்றுமை இருந்தது.

அவனுடைய கதைகளைத் தொகுப்பாக வெளியிடுவது பற்றிப் பேசினேன். நீயே ஏதாவது ஒரு குறிப்பு எழுது. ஸ்டார் பிரசுரம் அல்லது தமிழ் புத்தகாலயம் போன்ற பதிப்பகத்தாரிடம் கொடுத்துப் பார்ப்போம் என்றேன். அப்போது என் மனதில் ரகுநாதனிடமும் கொடுக்கலாம் என்ற எண்ணம் இருந்தது. ஏனென்றால் அவருக்கு என்னைவிட பல பதிப்பகத்தாரிடம் நல்ல செல்வாக்கு இருந்தது. தீர்மானமாக எதுவும் சொல்ல வேண்டாம் என்பதனால் முயற்சி செய்து பார்ப்போம் என்று சொன்னேன். கொஞ்ச நாள் கழித்து அவனுடைய கதைகள்

பற்றி ஒரு முன்னுரை மாதிரி ஒன்று எழுதிக் கொண்டுவந்தான். அது எனக்கு அவ்வளவாகப் பிடிக்கவில்லை. ஆனால் அதையும் பலர் பாராட்டியிருந்தார்கள். உன்னால் இதுதான் எழுத முடியும் என்று உனக்குத் தோன்றினால் நீ இதைப் பிரசுரித்துக் கொள். ஆனால் எனக்கு இது திருப்தியாக இல்லை என்று சொன்னேன். எனக்கு இதுக்கு மேல் பண்ணறதுக்கு ஒன்று மில்லை என்றான். அப்படியானால் சரி, அதையே போட்டுக் கொள் என்றேன். யாரோ ஒரு எழுத்தாளர் மூலமாக என்.சி. பி.ஹெச். உடன் அவனுக்கு ஒரு தொடர்பு ஏற்பட்டது. அதை என்னிடம் சொல்லவும் செய்தான்.

எதுவும் எங்களிடையே ஒளிவு மறைவாக இருந்தது கிடையாது. அவனது புத்தகத்தை அவனுக்கு என்று இருக்கும் ஒரு தொடர் பின் மூலமாகக் கொண்டுவர வேண்டும் என்று அவன் விரும்பு வது தெரிந்தது. என்.சி.பி.ஹெச். மூலமாக அவனது புத்தகம் வருவதால் நிறையபேர் படிக்க ஒரு வாய்ப்பு கிடைக்கும். கட்சியில் இருக்கும் பலர் அதைப் படிக்கக்கூடும். இங்கு முற்போக்கு என்ற பெயரில் வேறு வகையான எழுத்தாளர்கள் பாப்புலராக இருக் கிறார்களே ஒழிய, அவன் அந்த விஷயத்தைக் கலை அம்சத் தோடு சொல்ல முயன்றுவந்தான். அவன் அடிப்படையிலேயே முற்போக்கானவன்தான். அந்த அம்சங்களைக் கொண்ட கதைகள் அந்தத் தொகுப்பில் இருக்கவே செய்கின்றன. மனிதன் பேரில் மிகுந்த ஸ்நேகம் கொண்டவனாக அவன் இருந்தான். நேரில் பார்க்கும் போது அதிக அவநம்பிக்கை கொண்டவன் போல்தான் தோன்றும் என்றாலும் கதைகளில் அந்த அம்சம் ஒப்பீட்டளவில் குறைவாகவே இருந்தன. எனவே அவன் அந்த அடையாளத்துடன் வெளிப்பட விரும்பியபோது அது சரி என்றே எனக்குத் தோன்றியது.

புத்தகம் வெளிவந்தது. மதிப்புரைகள் வந்ததா தெரியவில்லை. பதிப்பகத்திலிருந்தும் விற்றுப் பணம் வந்ததாக நினைவில்லை. அவன் என்ன நினைத்தான் என்றால் அந்தப் பதிப்பகத்தைப் பெரிய ஆட்கள் பலர் நிர்வகித்து வருகிறார்கள். பெரிய அளவில் அச்சுப் பணிகள் அவர்களால் நடத்தப்பட்டு வருகிறது. எனவே எனக்கான பணம் இன்னும் வந்துசேரவில்லை என்று சொல்லிப் பல நினைவூட்டல் கடிதங்களைப் பதிப்பகத்துக்கு அனுப்பினான். பொதுவாக அவன் அப்படி செய்யக்கூடியவன் இல்லை. ஒரு நாள் சொன்னான், என் புத்தகத்தை அவுட் ரேட்டிற்கு விற்று விடப்போகிறேன் என்று. ஏன் அப்படி ஒரு முடிவெடுத்தாய் என்று கேட்டேன். அதனால் எனக்கு ஒரு புத்தகத்துக்கு ஐம்பது அறுபது ரூபாய் கிடைக்கும் என்றான். அவன் ஏன் அப்படிச் சொன்னானென்றால் பல எழுத்தாளர்கள் பணம், பதிப்பக உரிமை போன்ற விஷயங்களில் கறாராக இருக்கிறார்

கள். நான் அப்படிப்பட்ட எழுத்தாளனில்லை என்று காட்ட அவன் விரும்பியிருக்கலாம். நான் சொன்னேன், அப்படிச் செய்யாதே. உன் பங்காக வரும் கமிஷனை வேண்டுமானால் பத்து சதவிகிதத்திலிருந்து எட்டாகக் குறைத்துக்கொள். ஆனால் முழு உரிமையையும் அப்படியே பதிப்பகத்தினருக்குக் கொடுத்து விடாதே. நாளைக்கு உன் புத்தகத்திலிருந்து ஏதாவது ஒன்றை யாராவது நாடகமாக்க விரும்பலாம். அல்லது ஏதாவது ஒரு முக்கியத்துவம் வரலாம். அப்போது உனக்குச் சொல்வதற்கு எதுவும் இல்லாமல் போய்விடக்கூடாது என்றேன். நீங்கள் சொல்வது போன்ற ஒரு சந்தர்ப்பம் எனக்கு வராது என்று சொன்னான்.

அவுட் ரேட்டாகக் கொடுப்பது என்றால் என்ன?

அதாவது பதிப்பகத்தார் முதலிலேயே மொத்தமாக ஒரு தொகை கொடுத்துப் புத்தகத்தை வாங்கிவிடுவார். அந்தப் புத்தகத்தை அப்புறம் அந்தப் பதிப்பாளர் எத்தனை பதிப்புகள் போட்டுக்கொண்டாலும் அதற்கான ராயல்டியை அந்த எழுத்தாளருக்குக் கொடுக்க வேண்டியதில்லை. அந்தப் புத்தகத்தில், உரிமை பதிப்பாளருக்கு என்று போட்டுவிடுவார்கள். இப்போதெல்லாம் எந்த எழுத்தாளரும் அப்படி எழுதிக் கொடுப்பதில்லை.

பதிப்பகத்தாருக்குப் பணம் கேட்டுத் தொடர்ந்து கடிதம் எழுதிவந்தான். அவனுக்கு ஒருவித கோபம் இருந்தது. அதனால் அப்படிச் செய்தான் என்று நினைக்கிறேன். இன்னொரு எழுத்தாளருக்கும் – அவர் கட்சியில் இவனை விட அதிகம் ஈடுபாடு கொண்டிருந்தவர் – பணம் கிடைத்திருக்கவில்லை. எனவே இவர்கள் இருவரும் சேர்ந்துகொண்டு ஒருவித எதிர்ப்பைக் காட்டும் விதமாக, அவன் அப்படிச் செய்தான் என்று நினைக்கிறேன். கொஞ்ச நாட்கள் கழிந்ததும், பதிப்பகத்தாருக்கு ஒரு வக்கீல் நோட்டீஸ் அனுப்பப் போகிறேன் என்று சொன்னான். நான் சொன்னேன், உனக்கு வர வேண்டிய தொகையோ குறைவானதாகத்தான் இருக்கிறது. எனவே நண்பர்கள் மூலமாகப் பேசி ஒரு தீர்வைக் கொண்டுவர முயற்சிசெய்வோம். கோர்ட், கேஸ் என்று போனால் உனக்கு அதிகப் பணம் செலவு செய்ய வேண்டி வரும். அது மட்டுமில்லாமல் அவர்கள் பெரிய பதிப்பகத்தினர். எனவே அவர்கள் தரப்பில் ஏதாவது வக்கீலை அமர்த்தி கேசை அவர்கள் எடுத்து நடத்தலாம். தீர்ப்பு வர கால தாமதமாகும். நண்பர்கள் மூலமாகப் பேசி ஏதாவது ஒரு தீர்மானத்துக்கு நாம் வரலாம். இனிமேல் நீ உன் புத்தகத்தை அந்தப் பதிப்பகத்துக்குக் கொடுக்க வேண்டாம் என்று சொன்னேன். இல்லை, எனக்கு அவர்களை ஒரு கை பார்க்க வேண்டும் என்றான். நான் அதன்பின் அந்த விஷயம் பற்றிக் கேட்பதை விட்டுவிட்டேன். அந்த விஷயம் எப்படி முடிந்தது, பணம் வந்ததா என்பது பற்றி எனக்கு நினைவில்லை.

அதன் பின் ஸ்டார் பிரசுரத்தின் மூலம் அவனது இன்னொரு தொகுப்பு வந்தது. அதில் பணம் ஒழுங்காகக் கிடைத்தது. நிறைய ஆட்களின் கவனத்தை அந்தத் தொகுப்பு ஈர்க்கவும் செய்தது. தொடர்ந்து எழுதுவது என்ற முடிவுக்கு வந்தான். நகுலனுக்கு அந்தக் கதைகள் பிடித்திருந்தன. நாங்கள் எப்போதும் ஒன்றாகவே இருந்ததால் என்னுடைய அபிப்ராயங்களைவிட வேறொரு ஆளின் அபிப்ராயம் என்பது அவனுக்கு முக்கியமான ஒன்றாக இருந்தது.

அப்போது நானும் நம்பியும் நகுலன், மாதவன் என திரு வனந்தபுரத்தில் இருந்த எழுத்தாளர்களுடன் நன்கு பழக ஆரம்பித்துவிட்டிருந்தோம். எங்கள் அனைவருக்குமே க. நா. சு. மேல் ரொம்ப மரியாதை இருந்தது. நீல பத்மனாபனைப் பாராட்டி க. நா. சு. நிறைய எழுதியிருந்தார். எனவே அவரும் தன்னை அந்தக் குழுவுடன் அடையாளப்படுத்திக் கொள்பவராகவே இருந்தார். நெருக்கம் அதிகரித்த அதே சமயத்தில் ஒருவித இடைவெளியும் உருவாக ஆரம்பித்தது.

குருவாயூரில் ஒரு மாநாடு நடந்தது. அப்போது கோவிந்தன் என்னிடம் தமிழ் எழுத்தாளர்களின் முகவரி தாருங்கள் என்று கேட்டு ஒரு கடிதம் எழுதியிருந்தார். நான் கணிசமான அளவுக்கு எழுத்தாளர்களின் முகவரியைச் சேகரித்து அனுப்பினேன். திருவனந்தபுரத்தில் இருக்கும் எழுத்தாளர்களுக்கு வருவது சுலபமாக இருக்கும் என்பதால் அதிகமும் அவர்களுடைய முகவரியைச் சேகரித்து அனுப்பியிருந்தேன். கோவிந்தனும் ஒரு விஷயம் சொல்லியிருந்தார். எல்லா தரப்பிலிருந்தும் எழுத் தாளர்களை அழைக்க விரும்பியதாகத் தெரிவித்திருந்தார். தி. மு. க., தி. க. போன்ற கட்சி எழுத்தாளர்கள் மீதும் அவருக்கு ஒருவித அக்கறை இருந்தது. அவர்கள் நல்ல எழுத்தாளர்களா இல்லையா என்பது தாண்டி ஒரு தரப்பின் பிரதிநிதிகள் என்ற அளவில் அவர்களுக்கும் முக்கியத்துவம் தர வேண்டும் என்று அவர் விரும்பினார். அப்படியே நானும் பல முகவரிகளைச் சேகரித்து அனுப்பினேன். நானும் நம்பியும் அந்த மாநாட்டுக்குப் போவது என்று முடிவு செய்தோம். இப்படி பல இடங்களுக்கு நாங்கள் சேர்ந்து போயிருக்கிறோம். மௌனியைச் சந்திக்க, க. நா. சு.வைச் சந்திக்க என்று பல இடங்களுக்குச் சேர்ந்து போயிருக்கிறோம்.

ஒரு கட்டத்தில் எங்கள் இருவருக்கும் ஏதாவது ஒருவிதத்தில் சோர்வு ஏற்பட்டுவிட்டிருந்ததென்றால் எங்காவது போகலாம் என்று புறப்பட்டுவிடுவோம். பெரிதாக அது பற்றியெல்லாம் பேசிக்கொள்ள மாட்டோம். ஏனென்றால் என் அப்பாவுடனான சிக்கல்கள், எதிர்பார்த்த வேறு விஷயங்கள் அந்த விதத்தில் நடக்காமல் போனது என்று பலவித விஷயங்களை நாங்கள் ஏற்கெனவே பரஸ்பரம் பேசிப் பேசி ஒருவித அலுப்பு ஏற்பட்டு

விட்டிருந்தது எங்கள் இருவருக்கும். எங்காவது போவோமா என்று நான் கேட்பேன். அப்படியென்றால் இனி இங்கு இருக்க முடியாது என்ற நிலை ஏற்பட்டுவிட்டது என்று அர்த்தம். வீட்டை விட்டுப் புறப்பட்டுக் கண்டபடி சுற்றுவோம்.

இவையெல்லாம் திருமணத்திற்கு முன்பா? பின்புமா?

அநேகமாகத் திருமணத்திற்கு முன்புதான். திருமணத்திற்குப் பின்பும் தொடர்ந்தது. கிட்டத்தட்ட என் முப்பது வயதுவரை இந்த நிலை தொடர்ந்தது. அப்போது என்னால் விஷயங்களைச் சமாளிக்க முடியாமல் இருந்தது. பதினாறு வயதில் ஒருவித மாற்றத்தை நான் உணர்ந்தேன் என்று சொன்னேனே அது போன்ற ஒரு நிலையை முப்பது வயதிலும் அடைந்திருந்தேன். நம்பியும் சில சமயங்களில் எங்காவது போவோம் என்று சொல்லுவான். அப்படிப் போகும்போது நாங்கள் அநேகமாக பழனிக்குத்தான் போவோம். எங்கு வேண்டுமானாலும் போக லாமே. ஆனால் பழனிக்குத்தான் போவோம். ஆனால் அப்படிப் போகும்போது கோவிலுக்குப் போகமாட்டோம். நான் தனியாகவும் பழனிக்குப் போயிருக்கிறேன். கோவிலுக்குப் போவது என்று திட்டமிட்டுப் போகும்போதுதான் கோவிலுக்குப் போவேன். இல்லையென்றால் மலையடிவாரத்தில் சுற்றிவிட்டு திரும்பிவிடுவேன்.

ஒன்றிரண்டு தடவை வேளாங்கண்ணிக்குப் போயிருக்கிறோம். இருவருக்குமே அந்த இடம் பிடித்திருந்தது. அங்கு ஒரு பெரிய சர்ச் இருக்கும். அங்கு போவோம். நம்பி கிறித்துவர்கள் எப்படி மண்டியிட்டு பிரார்த்தனை செய்வார்களோ அதேபோல் பிரார்த்தனை செய்வான். அவனுக்கு ஏசுவிடம் ஒருவித பிரியம் உண்டு. பல சமயங்களில் நம்ப முடியாத விஷயங்களைச் சொல்லுவான். 'ஒரு நாள் நல்ல மழை பெய்துகொண்டிருந்தது. காற்று பயங்கரமாக வீசிக்கொண்டிருந்தது. நான் ஜன்னல் பக்கம் போனேன். அப்போது நான் அங்கு கடவுளைப் பார்த்தேன்' என்றான். எனக்கு இது போன்ற விஷயங்களில் நம்பிக்கை கிடையாது என்பதால் சற்று அதிகப்படியாகவே இவை பற்றி வேண்டுமென்றே என்னிடம் சொல்லுவான். அவன் என்னை மாதிரியான ஆள் இல்லை என்று காட்டுவதற்காக இப்படிச் சொல்லுவான். அப்போது நான், நிறைய கடவுள்கள் இருக்கிறார்கள் அல்லவா, நீ எந்தக் கடவுளைப் பார்த்தாய் என்று கேட்டேன். அதெல்லாம் சொல்ல முடியாது. இவர்கள் படம் போடுகிறார்களே கடவுள் அப்படியொன்றும் இல்லை. அதுவும் போக நான் ஒரு நொடிதான் பார்க்க முடிந்திருந்தது என்றான். இது பரவாயில்லை. இன்னொரு நாள் சொன்னான், நான்தான் இயேசு என்று. அப்படியா ரொம்ப சந்தோஷம், உன்னைப்

48 சுந்தர ராமசாமி

பார்த்தாலும் அது சரி என்றுதான் தோன்றுகிறது என்றேன். ஆமாம். எனக்கு அதில் சந்தேகமே இல்லை என்றான்.

பைபிளை நீ படி என்று அவனுக்கு நான் சொல்லியிருந்தேன். நானும் என் பத்தொன்பதாவது வயதில் அதிகமும் படித்தது பைபிளும் வ. வே. சு. அய்யரின் 'தன்னம்பிக்கை' என்ற மொழி பெயர்ப்புக் கட்டுரையையும்தான். எமர்சன் எழுதியது. பைபிளில் வரும் மலைப் பிரசங்கம் எனக்கு முழுவதும் மனப்பாடமாகி யிருந்தது. நான் அவனிடம் சொன்னேன், பைபிளில் பல அற்புதமான பகுதிகள் இருக்கின்றன, நீ அதைப் படி என்று. அவனும் படித்தான். நாங்கள் இருவரும் சாதாரணமாக நடந்து போகும்போது நான் மலைப்பிரசங்கத்தில் நான்கு வரிகளைச் சொல்லுவேன். அவன் அடுத்த நான்கு வரிகளைச் சொல்லு வான். அது எங்களுக்கு மிகுந்த உற்சாகத்தைத் தரும். சோர்வெல் லாம் பறந்து போய்விடும். மனதுக்குள் இருவருக்குமே ரொம்ப துக்கம் இருந்ததுதான் இதற்கெல்லாம் காரணம் என்று நினைக் கிறேன். வீடு தொடர்பாக இருந்த சிக்கல்கள் மட்டுமே காரண மல்ல அதற்கு. அது மட்டுமே இருந்திருந்தால் அதை எங்களால் எளிதில் தீர்த்திருக்கவும் முடியும். உண்மையில் விஷயம் என்ன வென்றால் நாங்கள் அந்தத் துக்கத்தை ஒருவகையில் விரும்ப ஆரம்பித்திருந்தோம். நாங்கள் மற்றவர்களைப் போன்றவர்கள் அல்ல. இலக்கியத்தில் மிகுந்த ஈடுபாடு கொண்டவர்கள். ஆனால் அதை வளர்த்துக்கொண்டு போவதற்கான சரியான சூழல் எங்களுக்கு அமையவில்லை. போதிய நீரின்றி வாடும் ஒரு செடியாகத்தான் நாங்கள் எங்களை அப்போது அடையாளம் கண்டுகொண்டிருந்தோம். முழு வளர்ச்சி என்பது எங்களுக்கு சாத்தியமில்லை என்ற எண்ணம்தான் எங்கள் மனதில் இருந்தது.

அதுதான் எங்களது துக்கத்துக்குக் காரணமாக இருந்தது. அதை நாங்கள் கொண்டாடவும் செய்தோம். அதாவது எங் களுக்கு உள்ளூர ஒரு ஆற்றல் இருக்கிறது. அதை எங்களால் வளர்த்துக் கொள்ள முடியவில்லை. அதுபோல் யாரும் அதைக் கண்டுணர்ந்து, நாங்கள் அதை வளர்த்துக்கொள்ள உதவவும் போவதில்லை. எங்களுக்குச் சொல்லித்தரவும் யாருமில்லை என்ற எண்ணம் எங்கள் மனதில் இருந்தது. அதை நாங்கள் வெளிப்படையாகப் பேசிக்கொண்டதில்லை. ஆனால் இருவர் மனதிலும் அப்படியான ஒரு எண்ணம் இருந்தது என்று நான் நினைக்கிறேன். இதுபோல் விசித்திரமான பல விஷயங்களை அவன் சொல்லுவான். அதை அவன் உண்மையிலேயே நம்பித் தான் சொல்கிறானா அல்லது விளையாட்டுக்காகச் சொல் கிறானா என்று எனக்குத் தெரியாது. இவையெல்லாம் குறை வாகத்தான் இருக்கும். பொதுவாக சென்சிபிளாகத்தான் பேசு வான். அவனுக்கு அசாத்தியமான நகைச்சுவை உணர்வு உண்டு.

அதோடு ஒரு விஷயத்தைப்பற்றிச் சொல்கிறான் என்றால் அதுபற்றிய ஒரு சித்திரம் நம் மனதில் அழகாக உருவாகிவிடும்.

அவனுக்குத் திருமணம் ஆகிக் குழந்தைகள் பிறந்துவிட்டிருந்த னர். குழந்தைகளின் திருவிளையாடல்களைப் பற்றிச் சொல்லு வான். என் வீட்டில் இருக்கும் அனைவரிடமும் அதைச் சொல்லு வான். கண்ணனிடம், தைலாவிடம், தைலாவின் குழந்தை களிடம் இவற்றைப் பற்றிச் சொல்லுவான். அதை ரொம்பவும் வேடிக்கையாகச் சொல்லுவான். ஒரு விஷயத்தை நாம் திரும்பச் சொல்லும்போது சிலவற்றை மிகைப்படுத்திச் சொல்ல வேண்டி யிருக்கும். சிலவற்றை விட்டுவிட வேண்டியிருக்கும். சிலவற்றுக்கு அழுத்தம்கொடுத்துச் சொல்ல வேண்டியிருக்கும். இவையெல் லாம் திட்டமிட்டுச் செய்யாமல் இயல்பாகவே அவனுக்கு உரையாடலில் தானாகவே அருமையாக வரும். அவனுடன் நேரில் பழகியவர்களுக்கு அவனது அந்த நகைச்சுவை அவனது படைப்பில் பிரதிபலிக்கவில்லையே என்று தோன்றும். அது குறித்த வருத்தம் அவனுக்கும் இருந்தது. உங்கள் கதைகளில் இருக்கும் நகைச்சுவைகூட என் கதைகளில் இல்லையே என்று அவன் சொல்லியிருக்கிறான். அப்போது ஒரு புது தியரி ஒன்றும் சொன்னான். அதாவது சில நகைச்சுவைகள் மட்டும்தான் இலக்கியத்தில் உபயோகப்படுத்திக் கொள்ள முடியும். மற்றவற் றிற்கு ஆட்கள் சிரிக்கலாம். ஆனால் அதை இலக்கியத்தில் பயன்படுத்திக்கொள்ள முடியாது என்று சொன்னான். அதை நான் சமீபத்தில் கூட ஏதோ ஒரு இடத்தில் குறிப்பிட்டிருந்தேன். அந்த எழுத்தாளரின் நகைச்சுவை இலக்கியத்திற்கு ஒத்துவராத நகைச்சுவை என்று. நம்பி சொன்னதை மனதில் வைத்துக் கொண்டுதான் அதைச் சொல்லியிருந்தேன். அந்தத் தியரி சரி தான் என்று நான் சொல்லவில்லை. பரிசோதித்துத்தான் பார்க்க வேண்டும். சிலருடைய மெல்லிய நகைச்சுவை அவர் களுடைய கதைகளில் அப்படியே பிரதிபலிக்கவும் செய்யும்.

ஆல்வாயில் நடக்கும் மாநாட்டுக்குப் போவோம் என்றேன். அவன் முதலில் வரவில்லை என்றான். அவன் எப்போதுமே அப்படித்தான். அந்த மாதிரியான மாநாடுகளுக்கெல்லாம் போவதற்கான தகுதி தனக்கு இல்லை என்று அவன் மனதுக்குள் ஒரு எண்ணம். அவனைப் போலவும் அவனைவிட தரத்தில் குறைந்தவர்களும் கூட அங்கு வருவார்கள் என்பது அவனுக்குத் தெரியும். இருந்தாலும் வரவில்லை என்பான். நான் வற்புறுத்து வேன். கடைசியில் சம்மதித்துவிடுவான். அந்த மாநாட்டிற்கு நாங்கள் அனைவரும் போனோம். நகுலனுக்கு உடல் சரியில்லா மல் இருந்தது என்று நினைக்கிறேன். வரவில்லை என்று சொன்னார். நான் சொன்னேன், நீங்கள் விமானத்தில் கூட வந்துவிடலாம். பக்கத்தில்தான் இருக்கிறது. ஐம்பது அறுபது

ரூபாய்தான் அப்போது அதற்குச் செலவு ஆகும். எனவே நீங்கள் வாருங்கள் என்றேன். சரியென்று அவரும் வந்தார். மாநாடுகள் நடத்தப்படுவது பற்றிய என் விமர்சனங்களை அவனும் பகிர்ந்துகொண்டான்.

மாநாட்டு முடிவில் ஜி. சங்கர குருப்பை – அந்த வருட ஞானபீட விருது அவருக்கு என்று அறிவிக்கப்பட்ட சமயம் அது – அழைத்து வந்து கௌரவித்தார்கள். மாநாடு ஆரம்பிக்கும்போது அப்படி யான ஒரு நிகழ்ச்சி நிரலில் இருந்திருக்கவில்லை. விருது அறிவிக் கப்பட்டதும் அவரை அழைத்து கௌரவித்தார்கள். அவரை அவர்கள் அழைத்துவந்த விதம், அறிமுகப்படுத்திய விதம், அவர் பேசிய விதம் இவையெல்லாம் எங்கள் மனதில் மிகுந்த துக்கத்தைத்தான் ஏற்படுத்தியது. கேரளாவில் எழுத்தாளர்களை அவர்கள் எப்படி நடத்துகிறார்கள். ஒரு கவிஞனுக்கு அந்தச் சமூகத்தில் எந்த அளவுக்கு மரியாதை தரப்படுகிறது. தமிழகத் திலும் அவர்களை விடத் திறமையான எழுத்தாளர்கள் இருக் கிறார்கள். நமது சமூகத்தில் அவனை ஒரு அனாதை போலத் தானே நடத்துகிறார்கள்; என்று மிகுந்த துக்கம் ஏற்பட்டது. அவர்களால் எப்படி எல்லாராலும் ஏற்றுக்கொள்ளும்படியாக ஒரு காரியத்தைச் செய்ய முடிகிறது. நம்மால் ஏன் அது முடியவில்லை என்ற துக்கம் எங்கள் மனதில் எழுந்தது. தமிழ்ச் சூழல் பற்றி நாங்கள் பேசிவந்த விமர்சனங்கள் அனைத்திற்கும் யதார்த்த உதாரணம்போல அந்த மாநாடு அமைந்தது.

அந்த மாநாடு பற்றியும் தமிழகத்தில் மாநாடுகள் நடத்தப்படு வதுபற்றிய அவனுடைய கடுமையான விமர்சனங்களையும் எழுதி *தீபத்திற்கு* அனுப்பினான். நான்தான் சொல்லியிருந்தேன். நீ இதைப் பற்றி எழுதி *தீபத்திற்கு* அனுப்பு. அதற்குத் தனியாக நிருபர் என்று யாரும் இது பற்றி எழுதித்தர இல்லை. நீ எழுதி னால் அவர் நிச்சயம் அதைப் பிரசுரிப்பார் என்று சொன்னேன். நீங்கள் எழுதுங்களேன் என்றான். நான் எழுதலாம். என்றாலும் நீ எழுது. இது பற்றி நீயும் இதுவரை எழுதியதில்லையே. உனக்கு ஒரு தொடக்கமாகவும் இருக்கும் என்றேன். எழுதி அனுப்பினான். *தீபத்தில்* பிரசுரமானது. அதுபற்றி பல கடுமையான விமர்சனங் களும் எழுந்தன. அந்தக் கட்டுரையில் பலரை அவன் கடுமை யாக விமர்சித்திருந்தான். அவன் ரொம்பவும் மென்மையான ஆள்தான். ஆனால் சிலரை விமர்சிக்கும்போது நீக்குப் போக்குப் பார்க்காமல் கடுமையாக விமர்சித்துவிடுவான். அப்படியான குணமும் கொண்டவனாகத்தான் அவன் இருந்தான்.

அந்த மாநாட்டில் அவனும் பலருடன் சகஜமாகப் பேசிப் பழகிக்கொண்டிருந்தான். திடீரென்று என்னிடம் வந்து அவர்கள் போகப்போகிறார்கள். நாம் அவர்களுடன் போக வேண்டாம். இங்கே இருப்போம் என்றான். அவன் அப்படித்தான். என்னை

விட்டுவிட்டு எல்லோருடனும் நன்கு பழகுவான். சிறிது நேரம் கழிந்ததும் என்னிடம் வந்து வாருங்கள், நாம் எங்காவது போய்விடுவோம் என்பான். இடையில் என்ன நடக்கும் என்பது எனக்குத் தெரியாது. அன்று அவர்கள் எல்லோரும் போகட்டும்; நாம் இங்கேயே இருப்போம் என்றான். சரி என்று ஒரு ஹோட்டலில் அறை எடுத்துத் தங்கினோம். அது அப்படி தங்குவதற்கான ஹோட்டலா என்பது எல்லாம் தெரியாது. வாடகை ஒரு முப்பது ரூபாய் இருந்திருக்கும். பார் எல்லாம் இருந்தது. அவனுக்கு எப்போதுமே எந்த ஹோட்டலுக்குப் போனாலும் ரூம் பாயாக வரும் பையனிடம் மிகுந்த ப்ரியம் ஏற்பட்டுவிடும். என்ன காரணம் என்றே தெரியாது. ஒருவேளை சிறிய வயதில் அவர்கள் வேலை செய்ய வேண்டியிருப்பது என்பது அவனுக்கு அவர்கள் மேல் ஒருவித அன்பை ஏற்படுத்தியிருக்கக்கூடும். அந்த ஹோட்டலில் ஒரு மலையாளிப் பையன் ரூம் பாயாக இருந்தான். அவனுக்கும் இவன்மீது ப்ரியம் ஏற்பட்டுவிட்டிருந்தது. அவன் அடிக்கடி எங்கள் அறைக்கு வந்து ஏதாவது டிரிங்ஸ் சாப்பிடுகிறீர்களா என்று கேட்டான். அதற்கு நம்பி நாங்கள் டிரிங்ஸ் சாப்பிடுவது இல்லை என்று சொன்னான். அப்போது அந்தப் பழக்கம் எங்கள் இருவரிடமுமே இருந்திருக்கவில்லை. அவன் சிகரெட் கூட குடிக்கமாட்டான். பின்னாளில்தான் மிகப் பெரிய செயின் ஸ்மோக்கராக ஆகிவிட்டான். குடி என்பது எப்போதுமே குறைவான அளவுதான் இருந்தது.

அந்த மலையாளிப் பையன் வந்துகேட்டதும் முதலில் மறுத்தோம். நம்பி அவனுடன் தனியாகப் போய்ச் சிறிது நேரம் பேசிக்கொண்டிருந்துவிட்டு வந்து சொன்னான், இங்கு பணி புரிபவர்களுக்கு இலவசமாகக் கொஞ்சம் மது கிடைக்கும் போலிருக்கிறது. பணம் எதுவும் தர வேண்டாம். கொஞ்சமாவது சாப்பிடுங்கள் என்று சொல்கிறான் என்றான். நம்பிக்குக் கொஞ்சம் குடிப்போமே என்ற ஆசை வந்துவிட்டிருந்தது. அந்தப் பையனிடம் இதுக்குப் பல பெயர்கள் சொல்கிறார்களே அது எல்லாம் எங்களுக்குத் தெரியாது. எப்படிக் கலக்க வேண்டும் என்பதும் தெரியாது என்று சொல்லியிருக்கிறான். அதற்கு அந்தப் பையன், நீங்கள் எதுவுமே செய்ய வேண்டாம். நானே கலந்துகொண்டு வந்து தருகிறேன். குடிக்கறது மட்டும் நீங்கள் செய்தால் போதும் என்று சொல்லியிருக்கிறான். அதற்கு இவன் சரி. ஆனால் நீ அளவு அதிகமாகக் கலந்துவிடாதே, நாங்கள் கீழே விழுந்துவிடுவோம் என்று சொல்லியிருக்கிறான். அதற்கு அந்தப் பையன், கவலைப்படாதீர்கள். ஒரு பெக் கலந்து தருகிறேன் என்று சொன்னான். பெக் என்ற வார்த்தையை அப்போதுதான் முதன்முதலாகக் கேட்கிறோம்.

அந்த ஹோட்டலில் மாலை நேரமானால் எல்லா டேபிளிலும் அமர்ந்துகொண்டு குடித்துக்கொண்டிருப்பார்கள். அருமை

யான குடிகாரர்கள் என்று சொல்லுவோமே, அந்த ஹோட்டலில் தான் அவர்களைப் பார்த்து நாங்கள் சில விஷயங்களைத் தெரிந்துகொண்டிருந்தோம். குடிப்பதற்கு முன்பாக கிளாசை முட்டிக்கொள்ள வேண்டும் என்ற மிகவும் முக்கியமான விஷ யங்களை எல்லாம் அப்போதுதான் தெரிந்து கொண்டிருந்தோம். அப்போது எங்களுக்கு மதுபானங்களின் வகைகளோ பெயர் களோ எதுவும் தெரியாது. நம்பி எங்கேயோ பிராந்தி என்ற வார்த்தையைக் கேட்டிருக்கிறான் போலிருக்கிறது. அந்தப் பையனிடம் எனக்கு பிராந்தி வேண்டும் என்று சொன்னான். நானும் ஆங்கில நாவல்கள் சிறுகதைகளில் விஸ்கி என்ற பெயரைக் கேள்விப்பட்டிருந்தேன். உடனே எனக்கு விஸ்கி என்று சொன்னேன். நம்பி உடனே கேட்டான் எது நன்றாக இருக்கும் என்று. அதற்கு அந்தப் பையன் அது ஒவ்வொரு ஆளைப் பொறுத்தது என்று சொல்லி இரண்டையும் கொண்டு வந்தான். நம்பி முதலில் சிறிது பிராந்தி குடித்தான். அதன் பிறகு நாங்கள் எங்கள் கோப்பைகளை மாற்றிக்கொண்டோம். இப்படி பிராந்தியை முதலில் குடித்துவிட்டு அதன்பிறகு விஸ் கியைக் குடிக்கலாமா என்று அந்தப் பையனிடம் கேட்டான். அதற்கு அவனும் அதெல்லாம் தப்பில்லை என்று சொன்னான். விஸ்கியைக் குடித்துவிட்டு நம்பி சொன்னான், நாம் முதலிலேயே இதைத்தான் ஆர்டர் செய்திருக்க வேண்டும் என்று. அந்த மலையாளப் பையனையும் கொஞ்சம் சாப்பிடும்படி நம்பி சொன்னான். அவனும் ஒரு பெக் குடித்தான்.

சிறிதுநேரம் கழித்து இன்னொரு பெக் ஊற்றிக்கொண்டான். எங்களுக்கு இரண்டாவது பெக் சாப்பிடலாமா வேண்டாமா என்ற ஒருவித பயம் இருந்தது. ஏனென்றால் அதைக் குடித்தால் எந்த விதமான சீனைக் கிரியேட் பண்ணுவோம் என்பது எங்களுக்குத் தெரியாததாக இருந்தது. நன்கு பழக்கப்பட்ட குடிகாரர்களுக்குத் தாம் எந்தவிதமான சீனைக் கிரியேட் பண்ணப் போகிறோம் என்பது தெரிந்திருக்கும். எங்களுக்கு அது தெரிந்திருக்கவில்லை. அந்தப் பையன் தைரியமாகக் குடிக்கும்படி சொல்லவே நம்பியும் சொன்னான், அவ்வளவாக ஒன்றும் போதை ஏறவில்லையே. இன்னும் கொஞ்சம் குடிப் போம். அதுவும் போக நாகர்கோவிலில் நமக்கு இந்த மாதிரியான இடங்களுக்குப் போக எல்லாம் முடியாது. இப்படி கலந்து தருவதற்கு ஆள் நமக்கு எங்கும் கிடைக்கவும் மாட்டார்கள். எனவே கொஞ்சம் குடிப்போம் என்று சொன்னான். இந்தத் தடவை கொஞ்சம் விஸ்கி குடித்தான். அப்படி ஒவ்வொன்றாக மாற்றி மாற்றிக் குடிப்பதற்கு என்னவோ பெயர் அந்தப் பையன் சொன்னான். அப்புறம் என்ன நடந்தது என்றால் நாங்கள் அந்த இரண்டோடு போதும் என்று சொன்னபோது அந்தப் பையன் சொன்னான். மூன்று பெக் என்பது குழந்தைகள்கூட

சாப்பிடும். நீங்கள் மூன்றாவது பெக் கொஞ்சம் சாப்பிடுங்கள் என்றான். அவன் நான்கு ஐந்து பெக் சாப்பிட்டுவிட்டிருந்தான். குடிகாரர்களுக்கு அடுத்தவர்களைக் குடிக்க வைக்கும்போது அதிக அளவு சந்தோஷம் கிடைக்கும் இல்லையா? அவன் சொன்னதும் மூன்றாவது பெக்கும் சாப்பிட்டோம். முதலில் உற்சாக மாகப் பேசிக்கொண்டிருந்தோம். அது மெல்ல மெல்லக் குறைந்தது. நம்பியும் அந்தப் பையனும் பேசிக்கொண்டிருந்தார்கள். எனக்குப் படுத்துக்கொள்ள வேண்டும்போல் தோன்றியது. போய்ப் படுத்துக் கொண்டேன். உடனே தூக்கம் வந்துவிட்டது.

நம்பி மாடிக்குப் போய்ப் பார்த்திருக்கிறான். அங்கு எக்கச்சக் கமான பாட்டில்கள் இருந்திருக்கின்றன. குடித்து முடித்துவிட்டுப் போட்ட பாட்டில்கள் நிறைய அங்கு இருந்திருக்கிறது. நல்ல நிலா வெளிச்சம் வேறு. அந்த மேல்தளம் முழுவதும் பாட்டில் களாக இருந்தது என்பது ஒரு அப்ஸ்ட்ராக்ட் பெயிண்டிங் போல இருந்திருக்கிறது. இறங்கி வந்து என்னை எழுப்பினான். வாருங்கள் வந்து பாருங்கள் என்று சொன்னான். நான் போய்ப் பார்த்தேன். ரொம்ப எக்சைட்டிங்காக இருந்தது. அவன் அப்படி எழுப்பும்போது கிட்டத்தட்ட காலை மூன்று மணி ஆகிவிட்டி ருந்தது. அதன்பின் எங்களுக்குத் தூக்கம் வரவில்லை. ஏதோ பேசிக்கொண்டிருந்தோம். திடீரென்று என்னைக் கடுமையாக விமர்சித்துப் பேச ஆரம்பித்துவிட்டான்.

உங்கள் படைப்புகளைப் பற்றியா, உங்களைப் பற்றியா?

என்னைப் பற்றியும் என் கேரக்டர் பற்றியும் கடுமையாகத் தாக்கிப் பேச ஆரம்பித்தான். அவனுக்கு அப்படி ஒரு இன்னொரு பகுதி உண்டு என்பது எனக்குத் தெரியும். ஆனால் அது என் பக்கமும் பாயும் என்று நான் எதிர்பார்த்திருக்க வில்லை. நிறைய சார்ஜஸ் தொடர்ந்து சொன்னான். எனக்கு எந்தப் பதிலையும் சொல்ல முடிந்திருக்கவில்லை. அவன் மனதில் அப்படியான விஷயங்கள் இருந்திருக்கும் என்று என்னால் எதிர்பார்த்திருக்க முடிந்திருக்கவில்லை. ஒரு முக்கால் மணி நேரம் அவன் பேசியதும் நான் சொன்னேன், சரி நீ இதுவரை பேசியது போதும். நீ சொல்ல வேண்டியதை எல்லாம் சொல்லி யாயிற்று. நிறுத்திக்கொள் என்று சொன்னேன். சிறிது நேரத்தில் படுத்துக் கொண்டான். ஒரு ஐந்து ஐந்தரைக்கு எழுந்து எதுவுமே நடக்காததுபோல் நாம் ஒரு வாக் போவோமா என்றான். சரி என்று புறப்பட்டேன். அந்த அதிகாலையில் கடற்கரை ஓரமாக நடந்தது என்பது இன்றும் என் மனதில் பதிந்திருக்கிறது. கடற்கரை ஓரமாக இருந்த நடைபாதையையொட்டி கிட்டத் தட்ட ஒரு கிலோ மீட்டர் தூரத்திற்கு ஒரு பூங்காவும் இருந்தது. அவன் சகஜமாகப் பேசிக்கொண்டு வந்தான். என்னால் அப்

படிப் பேச முடியவில்லை. எனக்கு அவன் மீது அன்று இருந்ததைக் கோபம் என்று சொல்வதைவிட ஒரு வித துக்கம் என்று சொல்லலாம். முழுவதுமாகத் துக்கம் என் மனதில் கவிழ்ந்து என்னுடைய செயல்பாடுகளைக் கட்டுப்படுத்திவிட்டிருந்தது. காப்பி சாப்பிடுவோமா என்பது போன்ற சம்பிரதாயமான வார்த்தைகளைத்தான் என்னால் பேச முடிந்திருந்தது. அவனைப் பொறுத்தவரையில் தான் செய்தது சரிதான் என்ற எண்ணம் தான் அவன் மனதில் இருந்தது. முந்தின நாள் சாப்பிட்ட மதுவிற்கும் அவனுடைய இத்தகைய நடவடிக்கைகளுக்கும் சம்பந்தம் உண்டா என்பது எனக்குத் தெரியாது. ஆனால் அதுதான் முழுக் காரணம் என்று நான் நினைக்கவில்லை. அவன் மனதில் அந்த விஷயங்கள் ஏற்கெனவே இருந்திருக்கிறது என்று நான் நினைத்துக் கொண்டேன்.

வீட்டுக்குத் திரும்பிப் போனோம். அதன் பிறகு ஒரு பத்து நாள் அவன் வரவேயில்லை. அப்படி அவன் எப்போதும் இருந்ததேயில்லை. நான் இரண்டு மூன்று நாள் அவன் வரவில்லை என்றால் வீட்டுக்கு போன் செய்துவிடுவேன். அல்லது அவனது உரக்கடைக்கு நேராகப் போய்விடுவேன். அல்லது அவனுடைய நண்பர்கள் யாராவது வருவார்கள். அவர்களிடம் சொல்லி அனுப்புவேன். அந்தத் தடவை அவனைத் தொடர்பு கொள்ள எந்த முயற்சியும் எடுக்கவில்லை. அப்புறம் வந்தான். அன்று நாங்கள் அவ்வளவாகப் பேசிக்கொள்ளவில்லை. சிறிது நேரம் இருந்துவிட்டுப் போய்விட்டான். தான் பேசியது குறித்து எந்த வருத்தமும் அவன் தெரிவிக்கவில்லை. பொதுவாகத் திட்டமிட்டு அப்படிப் பேசுபவர்கள்கூட நட்பில் விரிசல் விழுகிறது என்று தெரிந்ததும் வருத்தம் தெரிவித்து ஏதாவது சொல்வார்களே அதுகூட அவன் சொல்லவில்லை.

அதற்கு அடுத்த நாள் ஊரிலிருந்து தனியாகப் புறப்பட்டுவிட்டேன். அந்தத் தடவை புறப்பட்டதற்கு அந்தச் சம்பவம்தான் காரணம். அவனிடம் சொல்லவில்லை. தனியாகப் புறப்பட்டுப் போய் துக்கம் தாளாமல் கண்டபடி சுற்றினேன். அந்தச் சமயத்தில்தான் 'பல்லக்குத் தூக்கிகள்' கதைக்கான தீம் மனதில் உருக்கொண்டது. அந்தத் தொகுப்பில் உள்ள கதைகள் இருக்கின்றனவே அவை எல்லாமே அந்தச் சமயத்தில் மனதில் உருவான வைதான். அப்போதுதான் ஒரு இடைவெளி விட்டு மீண்டும் எழுத ஆரம்பித்திருந்தேன். நான் எப்போது எழுதுவதைச் சற்று நிறுத்திவிட்டிருந்தேனோ அப்போது நம்பியும் எழுதுவதை விட்டிருப்பான். நான் எழுதிய காலத்திலும் அவன் எழுதாமல் இருந்திருக்கிறான். ஆனால் நான் எழுதாமல் இருந்தபோது அவன் எழுதியிருக்கவில்லை. அவன் முழுவதும் வியாபாரத்தில் தன் கவனத்தைச் செலுத்த ஆரம்பித்திருந்தான். நானும் வியாபாரத்

தில் ஈடுபட்டிருந்தேன். அந்தத் தடவை அலைந்தபோது ஒரு மண்டபத்தில் அமர்ந்துகொண்டிருந்தேன். அப்போதுதான் 'பல்லக்குத் தூக்கிக'ளுக்கான தீம் மனதில் உருவானது. அதற்கு முன்பு நான் இனி எழுதுவதானால் புதுவிதமாகத்தான் எழுத வேண்டும். இதுவரை எழுதியதுபோல் எழுதுவதானால் எழுதிக் கொண்டேயிருக்கலாம். அப்படி எழுதுவதற்குப் பதிலாக எழுதாமலேயே இருக்கலாம். இனிமேல் நாம் எழுதுவது இதுவரை எழுதப்படாத ஒன்றாக இருக்க வேண்டும். அது என்னவாக இருக்க வேண்டும் என்பது பற்றி நாங்கள் நிறைய பேசியிருக்கிறோம். நிறையபேர் நான் எழுதாமல் இருந்தபோது கேட்டார்கள், உங்கள் எழுத்து நன்றாகத்தானே இருக்கிறது. தொடர்ந்து அதுபோல் எழுதிவரலாமே என்று. நான் அவற்றிற்கு மசிந்து கொடுத்துவிடக்கூடாது என்று முடிவு செய்திருந்தேன்.

என் துக்கத்தைக் கமலாவிடம் சொல்லலாம். சொன்னால் அவள் துக்கப்படுவாள். அவளைச் சங்கடப்படுத்த வேண்டாம் என்று நினைத்து அவளிடம் சொல்லமாட்டேன். அம்மாவிடம் சொல்ல வேண்டிய அவசியமே கிடையாது. நான் எங்காவது அப்படிப் புறப்படுகிறேன் என்றால் துக்கத்தினால்தான் என்பது அவளுக்கு நான் சொல்லாமலேயே தெரியும். அவளிடமும் சொல்ல மாட்டேன். எப்போதாவது நடந்தால் அவளிடம் சொல்லாம். அவள் ஏதாவது செய்ய முடியுமா என்று முயற்சி செய்து பார்ப்பாள். அடிக்கடி அப்படி நடந்ததால் சொல்லவில்லை. நண்பர்கள் யாரிடமும் பகிர்ந்துகொண்டது கிடையாது. நம்பியிடம் மட்டும்தான் பகிர்ந்துகொண்டிருந்தேன். அதுவும் ஒரு குறிப்பிட்ட காலத்திற்கு மேல் சொன்னதையே திரும்பத் திரும்ப சொல்வதுபோல் ஆகிவிட்டிருந்தது என்பதால் நாங்கள் இருவரும் அதுபற்றிப் பேசுவதை நிறுத்திவிட்டிருந்தோம். ஒரு தடவை நான் தனியாகப் புறப்பட்டுப் போனபோது பழனிக்குத்தான் போயிருந்தேன். ரோட்டில் யாருமே இல்லை. அப்படியே என் அறையிலிருந்து நடந்து போய்கொண்டேயிருந்தேன். ரொம்ப தூரம் நடந்துபோனதும் ஒரு ஆரம்பப் பள்ளி மாதிரி ஏதோ ஒன்று இருந்தது. நீண்ட தூரம் நடந்துவந்திருந்ததால் கொஞ்சம் உட்கார்ந்து கொள்ளலாமே என்று நினைத்து அங்கு போனேன். ஒரு தூணில் ஆசுவாசமாகச் சாய்ந்துகொண்டேன்.

நான் உட்கார்ந்துகொண்டிருந்தது ஒரு வராண்டா மாதிரி நான்கு பக்கமும் திறந்த வெளியாக இருந்தது. அதற்குப் பின் பக்கத்தில் சில பெண்கள் உட்கார்ந்துகொண்டிருந்தார்கள். அவர்கள் விபச்சாரிகள். அவர்கள் ரொம்பவும் கலகலவெனச் சிரித்துப் பேசிக்கொண்டிருந்தார்கள். பெண்கள் அப்படி வல்கராகப் பேசி நான் அதற்கு முன் வரை கேட்டதில்லை. அப்போது என் முன் ஒரு புது உலகமொன்றின் கதவு திறக்க ஆரம்பித்திருந்

தது. அங்கு அந்தப் பெண்களை எதிர்பார்த்து சில பையன்களும் வந்திருந்தார்கள். அவர்கள் ஒரு மரத்தடியில் சற்று தள்ளி நின்றுகொண்டிருந்தார்கள். அந்தப் பெண்களில் ஒரு அம்மாவும் பெண்ணும் இருப்பது தெரிந்தது. ஏனென்றால் அந்தப் பெண் ஒருத்தியை அம்மா என்று அழைத்துப் பேசினாள். அந்த அம்மா போய்ட்டு வா என்று சொல்கிறாள். நான் மூன்று தடவை போயாச்சு. நான் போகவில்லை என்று சொல்கிறாள் இவள். அவன் நமக்குத் தெரிந்த ஆள்தான். அதிகப் பணம் தருவான் என்று அம்மா சொல்கிறாள். அதோடு ஒரு வாடிக்கையாளரிடம் எப்படிப் பணம் பறிக்க வேண்டும், எப்படி நடந்துகொள்ள வேண்டும் என்பது பற்றி நாம் துளியும் நினைத்துப் பார்க்க முடியாத அளவுக்கு அவள் பேசினாள். ஏதோ கறிகாய் வாங்கப் போகும் ஒருவரிடம் காய்கறியை இந்தப் பக்கத்தில் வைத்துக் கொள். அதிகப் பணம் கேட்டால் கொடுக்காதே. அதிகம் யாரிடமும் பேசாதே என்றெல்லாம் சொல்லி அனுப்புவார்களே, அதுபோல் ரொம்ப சாதாரணமாக அந்த அம்மா பேசினாள்.

எனக்கு இன்னொரு கற்பனையான பயம் ஏற்பட்டது. அவர்கள் நான் அங்கு இருப்பதைப் பார்த்துவிட்டால் அவர்கள் பேசியதை ஒட்டுக் கேட்பதாக நினைத்து என்னிடம் சண்டைக்கு வந்துவிடுவார்களோ என்று பயம் ஏற்பட்டது. தோற்றத்தில் நான் ரொம்பவும் மெலிந்தவனாகவும் எளிதில் பயமுறுத்தி விடலாம் என்பதுபோலவும்தான் இருந்தேன். அப்போது எதிர்ப் பக்கத்தில் ஒரு விளக்கு எரிந்துகொண்டிருந்தது தெரிந்தது. அது ஒரு ஹோட்டல். தங்குவதற்கான அறைகளும் இருந்தன. ரிசப்ஷ னில் ஒருவர் உட்கார்ந்துகொண்டிருந்தார். போனேன். என்ன வேண்டும் என்று கேட்டார். கொஞ்ச நேரம் இங்கு உட்கார்ந்து கொள்கிறேன் என்று சொன்னேன். பக்கத்தில்தான் ரயில்வே ஸ்டேஷன் இருந்தது. டிரெயினில் யாராவது வருகிறார்களா என்று கேட்டான். அப்போதுதான் எனக்கு அந்த நேரத்தில் ஒரு ரயில் வரப்போகிறது என்பதே தெரியும். ஆமாம் என்றேன். யாரோ டிரெயினில் வரப்போகிறார்கள். அவர்களுக்காகத்தான் நான் காத்துக் கொண்டிருக்கிறேன் என்று நினைத்து அவரும் தன் வேலையைப் பார்க்கப் போய்விட்டார். ஆறு ஆறரை ஆனதும் நான் என் அறைக்குத் திரும்பினேன்.

அப்போதுதான் எனக்கு ஒரு விஷயம் புரிந்தது. எனது பின்னணி சார்ந்து எனக்கு உலகம் பற்றி ஒரு சித்திரம் மனதில் இருக்கிறது. ஆனால் உண்மையில் உலகம் என்பது வேறு பல அம்சங்களைக் கொண்டதாக இருக்கிறது. அவை எனக்கு ஒருபோதும் தெரிந்துகொள்ள முடியாத ஒன்றும் கூட என்பது போன்ற பல விஷயங்கள் புரிய ஆரம்பித்தன. அந்தத் தடவை ஒரு வாரம் கண்டபடி அலைந்தேன். திரும்பி வந்தபோது

கிருஷ்ணன் நம்பி 57

அம்மா சொன்னாள், நீ போனபோது இருந்ததற்கும் இப்போது இருக்கும் நிலைக்கும் சம்பந்தமே இல்லையே. ஏன் இப்படி உன்னைத் துன்புறுத்திக்கொள்கிறாய் என்று கேட்டாள். நான் எதுவும் சொல்லவில்லை. அதன் பின் நம்பி வந்தான். கொஞ்சம் கொஞ்சமாக எங்கள் நட்பு பழைய நிலையை நோக்கி நகர ஆரம்பித்தது. கிட்டத்தட்ட ஒரு வருடம் கழிந்ததும் நான் அலைந்தது பற்றியும் அதற்கு அவன் அப்படி நடந்து கொண்டது தான் காரணம் என்றும் சொன்னேன். உடனே அவன் அதுதான் எனக்குத் தெரியுமே என்றான். அதன் பின் அவனது மரணம் வரை ஏன் அப்படி நடந்துகொண்டான் என்பதுபற்றி அவன் எதுவுமே சொல்லவில்லை. நானும் கேட்கவில்லை. அதையும் தாண்டி எங்களது நட்பு தொடர முடியும் என்பதை நாங்கள் இருவருமே பரஸ்பரம் உறுதிப்படுத்திக்கொண்டோம். எனக்கு வேறு பல நண்பர்கள் உருவாகியிருந்தார்கள். அவனுக்கும் பல நண்பர்கள் இருந்தார்கள். இருவரிலும் யாரும் யாரையும் சார்ந்தும் இருக்கவில்லை. இருந்தும் எங்களிடையே ஒரு ஆழமான நட்பு தொடர்ந்து இருந்துவந்தது.

தினமும் மாலை ஐந்துமணிக்கு பேசியபடியே நடக்க ஆரம்பித்தோமென்றால் நாகர்கோவிலுக்குள் கிட்டத்தட்ட பத்து பாயிண்டுகள் எங்களுடையது என்று இருந்தது. நாங்கள் அந்த இடங்களில் அமர்ந்து பேசிப் பேசி அவற்றை எங்களுடைய பாயிண்ட்களாக ஆக்கிவிட்டிருந்தோம். நடுக்காட்டு இசக்கி அம்மன் கோவில் என்ற ஒரு கோவில் இருந்தது. இப்போது அது ரொம்பவும் பிரசித்திபெற்ற கோவிலாக ஆகிவிட்டிருக்கிறது. அப்போது வெறும் ஒரு பாழடைந்த மண்டபமாகத்தான் இருந்தது. மாலை வேளையில் அந்த மண்டபத்துப் பக்கம் யாருமே இருக்க மாட்டார்கள். ஒரு நாள் நாங்கள் ஆறு ஆறரை வாக்கில் அங்கு அமர்ந்து பேசிக்கொண்டிருந்தபோது ஒரு கிழவி அந்தப் பக்கமாகப் போனவள் எங்களைப் பார்த்ததும் அங்கு வந்தாள். இங்கே ஏன் உட்கார்ந்துகொண்டிருக்கிறீர்கள். பேய் நடமாடக்கூடிய நேரம்லா! ஒரே அடியா அடிச்சிப் போட்டுடுமே என்றாள். உடனே அங்கிருந்து எழுந்து போய் விட்டோம். இப்படி ஆள் நடமாட்டமில்லாத இடங்களாகப் பார்த்து அமர்ந்துகொண்டு பத்துப் பத்தரை வரை பேசிக் கொண்டிருப்போம். கிருஷ்ணன்கோவிலில் அவன் இருந்தவரை பத்து மணி ஆனாலும் நடந்து வீட்டுக்குப் போய்விடுவான். பூதப்பாண்டிக்குப் போனதும் இரவு பஸ் கிடையாது என்பதால் எங்கள் வீட்டிலேயே தங்கிவிடுவான்.

என்னுடன் பேசியது என்பது அவனுக்கு ரொம்பவும் உபயோகமானதாகத்தான் இருந்தது. ஆரம்பத்தில் அவன் இலக்கியம் தொடர்பாகப் பேசுவதை உணர்ந்துகொள்ளும் நிலையில் மட்டும்தான் இருந்தான். சரளமாக அதுபற்றி பேசவோ எழு

தவோ முடிந்திருக்கவில்லை. போகப்போகத்தான் அந்தத் திறமையை வளர்த்துக்கொண்டான். உதாரணத்துக்கு நீல. பத் மனாபன் பற்றிப் பேசியபோது நன்றாகத்தான் பேசினான். ஆரம்ப காலத்தில் அவனால் அப்படியான ஒரு பேச்சைப் பேசியிருக்க முடியாது. தினமும் நான்கைந்து மணிநேரம் என்னுடனான பேச்சு என்பது ஒரு பயிற்சியாக இருந்திருக்கிறது. ஒரு கேள்வி திடீரென்று கேட்பான். அது தொடர்பாக நான் என் பதிலைச் சொல்லுவேன். அந்தப் பதிலை நன்கு சொன் னேன் என்று அவன் சொல்ல வேண்டும் என்ற எண்ணம் எனக்கு இருந்தது. புதுக்கவிதை பற்றி ஒருநாள் கேட்டான். ரொம்ப நேரம் பேசினேன். கேட்டுக்கொண்டிருந்தான். வீட்டுக் குப் போனதும் அந்த உரையாடலைப் பாராட்டிக் கடிதம் எழுதினான். அப்படிப் பல கடிதங்கள் எழுதியிருக்கிறான். அந்தக் கடிதங்கள் எனக்கு மிகுந்த உற்சாகத்தைத் தந்திருக்கின் றன. ஆனால் அதை வெளிப்படையாக அவனிடம் சொல்வதில் ஒரு கூச்சம் இருந்தது. இப்போது யோசித்துப் பார்க்கும்போது அவற்றை வெளிப்படையாகப் பேசியிருக்கலாமே என்று தோன்று கிறது. அப்போது ஏனோ அது முடிந்திருக்கவில்லை. அதுபோல் ஒரு தடவை ஆர்ட்டிஸ்ட், தியரிட்டிசியன் பற்றி பேச்சு வந்தது. ஆர்டிஸ்ட் எப்போதும் தியரிட்டிசியனைவிட முன்பாகப் போய்விடக்கூடியவன். க்ரியேட்டிவ் ரைட்டிங்தான் தத்துவவாதி களுக்குக்கூட முன் மாதிரியாக இருக்கிறது என்றெல்லாம் சொன்னேன். அது பற்றியும் கடிதம் எழுதியிருந்தான்.

அதன் பின் வீட்டில் அவனுக்கு ரொம்பக் கஷ்டங்கள் ஏற்பட ஆரம்பித்தன. நாகர்கோவிலில் ஒரு மாநாடு கொடுமுடி ராஜகோபாலன் என்பவர் நடத்தினார். அந்த மாநாட்டுக்கு அவன் பின் வரிசையில் அமர்ந்துகொண்டு கேட்பான். அதன் பின் அப்படியே போய்விடுவான். போகும்போது சொல்லிக் கொள்ள மாட்டான். நானும் அதை எதிர்பார்க்கவும் மாட்டேன். கொடுமுடி ராஜகோபாலனுடன் அவனுக்கு நெருக்கம் ஏற்பட் டது. அவர் தன் குடும்பத்துடன் க்ஷேத்ராடனத்துக்கு வந்தார். திருப்பதிசாரம் போன்ற வைணவத் தலங்கள் இங்கு இருக்கின்றன. அதற்குப் பலர் வருவார்கள். அவரும் தன் குடும்பத்துடன் வந்தார். அப்போது அவனை மீண்டும் சந்தித்தார். எந்த ஆண்களுடன் அவனுக்கு நட்பு ஏற்பட்டாலும் அவர்களுடைய மனைவிகளுடனும் அவனுக்கு நட்பு ஏற்பட்டுவிடும். எனக்கு எத்தனை ஆண்களுடன் நட்பு இருந்தாலும் அவர்களுடைய வீட்டுப் பெண்களுடன் நட்பு ஏற்படவே செய்யாது.

கொடுமுடி ராஜகோபாலன் தீவிர காங்கிரஸ்காரர். முக்கிய மாக காமராஜரோட பக்தர். அப்போது காமராஜர் காங்கிர ஸுக்காக சென்னையில் ஒரு பத்திரிகை கொண்டுவர வேண் டும் என்று நினைத்தார். அந்தப் பத்திரிகையை நடத்தும்

பொறுப்பைக் கொடுமுடி ராஜகோபாலனிடம் தந்தார். காம ராஜருக்குக் கொடுமுடி ராஜகோபாலன் பெரிய எழுத்தாளர் என்ற எண்ணம் இருந்திருக்குமா தெரியவில்லை. ராஜகோபால னுக்குப் பல எழுத்தாளர்களைத் தெரிந்திருந்தது. அழகிரிசாமி அப்போது வேலை எதுவும் இல்லாமல்தான் இருந்தார். அவரை யும் துணைக்கு வைத்துக்கொள்ளலாம் என்று ராஜகோபாலன் முடிவு செய்தார். அது தவிர வேறு சிபாரிசுகளும் வருமே, அதன் படியும் ஆட்களைச் சேர்த்துக்கொண்டார்.

நான் நம்பியிடம் சொன்னேன், நீ சென்னைக்குப் போவது என்று விரும்பினால் கொடுமுடியைப் போய்ப் பார். ஏதாவது வேலை என்றெல்லாம் கேட்காதே. உதவி ஆசிரியராக இருக்க விரும்புகிறேன். அந்த வேலையை என்னால் திறமையாகச் செய்ய முடியும் என்று நம்புகிறேன் என்று சொல்லிக் கேள். அவரிடம் உனக்கு நல்ல பழக்கம் இருக்கிறது. அவருக்கும் உன்னைப் பிடிக்கவும் செய்யும். எனவே நீ தைரியமாக வாய் விட்டுப் பேசலாம் என்றேன். சென்னைக்குப் போனான். ஆனால் வேலை பற்றியெல்லாம் எதுவும் பேசவில்லை. திரும்பி வந்துவிட் டான். அதன் பிறகு ஒரு தடவை ப்ரூப் ரீடராக வருகிறாயா என்று கேட்டுக் கடிதம் வந்தது. நான் சொன்னேன், நீ அவர் களுக்கு ஒரு கடிதம் எழுது. உனக்கு சென்னையிலேயே வீடு இருந்தால் சம்பளம் குறைவாக இருந்தாலும் சமாளித்துவிட முடியும். ஆனால் இப்போது உனக்கு ஹோட்டலில்தான் சாப்பிட வேண்டியிருக்கும். ரூம் வாடகை வேறு தரவேண்டியிருக்கும். எனவே போதுமான சம்பளம் தருவார்களா என்று கேட்டு உறுதிப்படுத்திக்கொள் என்றேன். ஆனால் அவன் கேட்கவில்லை. வீட்டிலிருந்து எங்காவது போனால் போதும் என்ற மனநிலையில் இருந்தான். எனவே அதையெல்லாம் அங்கு போய்ப் பேசிக்க லாம் என்று சொல்லிவிட்டுப் புறப்பட்டுப் போய்விட்டான்.

நான் போகும்போது சொன்னேன், வெறுமனே இந்த வேலையை மட்டும் பார்த்துக்கொண்டு இருக்காதே. நாடகத் துறையில் உள்ளவர்களுடனும் தொடர்பை ஏற்படுத்திக்கொள் என்றேன். ஏனென்றால் எனக்கு அவன் ஒரு நல்ல நடிகன் என்ற அபிப்ராயம் உண்டு. உள்ளுக்குள் மிகுந்த சோகத்துடனும் வெளியில் அதைக் காட்டிக்கொள்ளாமலும் சிரித்துப் பேசியபடி நடிக்கும் கதாபாத்திரங்கள் நாடகங்களில் வருமே, அந்த வகை யானவற்றையெல்லாம் அவன் அற்புதமாகச் செய்வான் என்பது என் எண்ணம். முதலில் சேர்ந்துகொள்வதுதான் சிரமமாக இருக்கும். நடிக்க ஆரம்பித்த பின் பார்வையாளர்களுக்கு உன்னைப் பிடித்துவிட்டதென்றால் காரியங்கள் தானாகவே நடக்க ஆரம்பித்துவிடும். தைரியமாகப் போய் முயற்சி செய் என்று சொன்னேன். ஆனால் அவனது இயல்புக்கு அது

சுந்தர ராமசாமி

ஒத்துவரல்லையோ அல்லது அவன் அதற்கான முயற்சி எடுக்க வில்லையோ, அது நடக்கவில்லை.

சங்கர் பவன் என்று ராயப்பேட்டையில் ஒரு ஹோட்டல் இருந்தது. அங்குதான் முதலில் தங்கியிருந்தான். அங்கு இருந்த கேஷியர் பையன், சர்வர்களுடனும் அவனுக்கு நல்ல நட்பு உருவானது. அதனால் பல அனுகூலங்கள் அவனுக்குக் கிடைத் தன. பணம் தட்டுப்பாடாக இருந்தால் வாடகையைத் தாமத மாகத் தருவான். பணம் இல்லாவிட்டாலும் தேவையான உணவு கிடைத்துவந்தது. அந்த நேரத்தில் அவன் விரும் பினானோ இல்லையோ அடிக்கடி பார்த்தது ஜெயகாந்தனைத் தான். அது பற்றி நிறைய கடிதம் எழுதியிருக்கிறான். ஜெயகாந்தன் மேல் அவனுக்கு ரொம்பப் ப்ரியம் இருந்தது. அவனுக்குப் பலபேர் மேல் ப்ரியம் இருந்தது. ஆனால் ஜெயகாந்தன் போன்ற ஒருவர் மேல் இருந்தது என்பது சற்று ஆச்சரியமான விஷயம் தான். ஜெயகாந்தனுக்கும் அவன் மேல் ப்ரியம் இருந்தது. அடிக்கடி அவனை ஹோட்டலில் சென்று சந்தித்துவந்தார். அப்போது ஜெயகாந்தன் பிரபலமாக ஆகத் தொடங்கியிருந்தார். ஹோட்டல் பையன்கள் கேட்பார்களாம், எவ்வளவு பெரிய எழுத்தாளர் அவர், உங்களைப் பார்க்க வருகிறாரே, என்ன விஷயம் என்று. இவனுக்கு நானும் ஒரு எழுத்தாளர்தான் என்றெல்லாம் சொல்லிக்கொள்ளக் கூச்சமாக இருந்திருக்கிறது. தான் அவர் அளவுக்கு இன்னும் எழுத ஆரம்பிக்கவில்லை என்ற தாழ்வு மனப்பான்மை இருந்தது.

ஜெயகாந்தனுடன் கடற்கரையில் உட்கார்ந்துகொண்டு பேசி யது பற்றியெல்லாம் விரிவாகக் கடிதம் எழுதுவான். அரைப் பக்கம் எழுதியதும் ஆபீஸுக்குப் போய்விடுவான். அடுத்த நாள் தேதியைப் போட்டு, விட்ட இடத்திலிருந்து எழுதுவான். நாலைந்து பக்கங்கள் எழுதியதும் ஒன்றாகச் சேர்த்து அனுப்பு வான். நாட்கள் போகப் போக அவனுக்கு அங்கு இருப்பது சிரமமாக ஆரம்பித்துவிட்டிருந்தது. ஏதாவது கஷ்டம் இருந்தால் அதைச் சகித்துக்கொண்டு அப்படியே வாழ்ந்துவருவது தான் அவனது இயல்பாக இருந்தது. எனக்குக் கடிதம் எழுதினான், உடல் மிகவும் சோர்ந்துபோய்விட்டது என்று. நான் கேட்டேன், உனக்கு நான் ஏதாவது உதவி செய்ய வேண்டும் என்று எதிர் பார்க்கிறாயா, என்ன செய்ய வேண்டும் என்று வெளிப்படை யாகச் சொல்லு என்று எழுதினேன்.

அப்போது எனக்குத் தமிழ்ப் புத்தகாலயத்திலிருந்து ராயல்டி தொகை வரவேண்டியிருந்தது. நான் சென்னைக்குப் போகும் போதெல்லாம் முத்தையா ஒரு கடிதம் தருவார், உங்களுக்கு இவ்வளவு ராயல்டி இருக்கிறது என்று. நான் அதை அப்போது வாங்கிக்கொண்டதில்லை. அவருக்கு ஒரு கடிதம் எழுதி நம்பி

வந்து கேட்கும்போது கேட்கும் தொகையைக் கொடுத்துவிடுங் கள். அதை ஒரு புத்தகத்தில் எழுதிவைத்துக் கொள்ளுங்கள். பின்னால் கணக்குப் பார்த்து சரி செய்து கொள்ளலாம் என்றேன். நம்பிக்கும் அது பற்றிக் கடிதம் எழுதினேன். எப்போது வேண் டுமோ அவரிடம் போய்ப் பணம் வாங்கிக் கொள். நன்கு சாப்பிடு என்று எழுதினேன். அவனும் உடல் தேற பல வழிகளை மேற்கொள்ளுவான். யாரோ தினமும் ஒரு கோழி முட்டை சாப்பிடுவது நல்லது என்று சொல்லியிருக்கிறார்கள். எனவே ஹோட்டல் பையனிடம் சொல்லி தினமும் ஒரு கோழி முட்டை சாப்பிட்டுவந்தான். அப்படியாக முத்தையாவிடம் தேவைப்படும்போது போய்ப் பணம் வாங்கிக்கொண்டு வந்தான். ஒவ்வொரு தடவையும் போய் அம்பது நூறு என்று வாங்கிக் கொள்வான். அதில் அவனுக்கு இன்னொரு சிரமம் இருந்தது. அதாவது இவன் எப்போது போனாலும் கொஞ்சம் காக்க வைத்து தான் அவர் அந்தப் பணத்தைத் தருவாராம். அதோடு சில நாட்களில் காத்திருந்த பிறகும் பணம் கிடைக்காமல் போனதும் உண்டாம். எனவே இன்று பணம் தருவாரா மாட்டாரா என்று தெரியாமல் காத்திருப்பது போன்றவை அவனுக்கு மிகவும் சிரமமாக இருந்திருக்கிறது. அது பற்றிக் கடிதத்தில் எழுதினான். நான் சொன்னேன் இப்போதைக்கு எனக்கு இருக்கும் ஒரே வழி அதுதான். என் அப்பாவிடம் பணம் கேட்டெல்லாம் உனக்கு அனுப்புவது சற்று கடினம். எனவே நீ கொஞ்சம் பொறுத்துக் கொண்டு போ என்று எழுதினேன்.

நான் மொத்தப் பணத்தை வாங்கி அவனுக்கு அனுப்பியிருக் கலாம். நான் என்ன நினைத்தேன் என்றால் அவன் ராயப் பேட்டையில் இருந்தான். தமிழ்ப் புத்தகாலயம் பைகிராப்ட்ஸ் ரோட்டில் இருந்தது. எனவே அவனுக்குப் போய் வாங்கிக்கொள் வது எளிதாக இருக்குமே என்று நினைத்தேன். அதோடு முத்தையாவிடம் நான் பணத்தை எனக்கு மொத்தமாக அனுப் பச் சொன்னால் அவரும் அனுப்புவார். ஆனால் அவர் எனக்கு அதை செக்காகத்தான் அனுப்புவார். அதை நான் வங்கியில் போட்டு எடுக்க வேண்டியிருக்கும். ஷாப் அக்கவுண்ட்டில்தான் அந்த செக் வரும். கதை மூலமாக எனக்கு எவ்வளவு வருமானம் வந்திருக்கிறது என்று என்னால் அக்கவுண்ட் புக்கைப் பார்த்துத் தெரிந்துகொள்ள முடியும், அவ்வளவுதான். என் அப்பாதான் முழு அக்கவுண்டையும் கவனித்துவந்தார். எனவே அதிலிருந்து பணம் எடுத்தால் என் அப்பாவுக்குத் தெரியாமல் எடுக்க முடியாது. அதனால் நேராக முத்தையாவிடம் வாங்கிக் கொள் ளும்படி எழுதினேன்.

அவனிடமிருந்து திடீரென்று ஒரு கடிதம் வரும். எனக்குக் காய்ச்சலாக இருக்கிறது. நேற்று வாந்தி எடுத்தேன் என்று கடிதம்

வரும். அப்போது எனக்குப் புதுமைப்பித்தன் தன் மனைவிக்கு இதுபோல் கடிதம் எழுதியது நினைவுக்கு வந்தது. கிட்டத்தட்ட அதே விஷயம் மீண்டும் நடப்பதுபோல் இருந்தது. நான் உடனே அவனுக்கு டெலிகிராம் கொடுத்தேன், நீ புறப்பட்டு ஊருக்கு வந்துவிடு என்று. அப்போது சென்னையிலிருந்து திருநெல்வேலிக்கு ரயில் கட்டணம் இருபது ரூபாய்தான் இருக்கும். அப்போது நாகர்கோவிலுக்கு ரயில் கிடையாது. திருநெல்வேலி வரைதான் உண்டு. ஐம்பதோ நூறோ என் அம்மாவிடம் கேட்டு வாங்கி அனுப்பினேன். ரொம்பவும் கஷ்டமாக இருந்தால்தான் அம்மாவிடம் கேட்பேன். அந்தப் பணம் கிடைத்ததும் அவன் நாலைந்து நாட்களில் ஊருக்கு வந்தான். நேராக எங்கள் வீட்டுக்குத்தான் வந்தான்.

இது எப்போது நடந்தது?

ஒரு விஷயம் இப்போது நினைவுக்கு வருகிறது. என்னுடைய 'வாழ்வும் வசந்தமும்' கதை வெளிவந்த சமயம் அது. கதை 1960இல் *நவசக்தி* வார இதழில் வந்தது. அந்தக் கதையை *நவசக்தி* சப்ளிமெண்டுக்கு அழகிரிசாமி அதன் பொறுப்பில் இருந்ததால் அனுப்பி வைத்திருந்தேன். இல்லையெனில் சப்ளி மெண்டுக்கு நான் அனுப்புவது கிடையாது. அழகிரிசாமி கிண்டலாக நம்பியிடம் சொல்லியிருக்கிறார், உன் நண்பனின் கதை வந்திருக்கிறது என்று. நம்பி அந்தக் கதையைப் படித்துப் பார்த்துவிட்டுப் பாராட்டியிருந்தான். அதோடு சப்ளிமெண்ட்டில் அந்தக் கதையை இரண்டு பாகங்களாகப் போட்டு அதைக் கெடுத்துவிட்டிருக்கிறார்கள். அழகிரிசாமிக்கு அந்தக் கதையின் முக்கியத்துவத்தைப் புரிந்துகொள்ள முடியவில்லை என்று எழுதியிருந்தான். அவனுக்கு உடல் நிலை மோசமாகி ஊருக்குத் திரும்பியது என்பது இதையொட்டித்தான்.

அப்போது கிருஷ்ணன் நம்பிக்குத் திருமணம் ஆகிவிட்டிருந்ததா?

ஆமாம். அவனுக்குக் குழந்தைகள் கூடப் பிறந்துவிட்டிருந்தன. உடல் நிலை ரொம்பவும் மோசமாகி நேராக என் வீட்டுக்கு வந்தான். எனக்கு கோபால பிள்ளை என்று ஒரு டாக்டரைத் தெரியும். வா, நாம் போய் பார்ப்போம், ரத்தப் பரிசோதனை, அல்லது வேறு எந்தப் பரிசோதனை தேவையோ அதைச் செய்து கொள்ளலாம் என்றேன். அதற்கு அவன் வேண்டாம் என்று சொல்லிவிட்டான். அவனுக்கு என்னுடன் உட்கார்ந்து கொண்டு நீண்ட நேரம் பேச வேண்டும்போல் இருந்தது. ஆனால் அதற்கான உடல்நிலை இருந்திருக்கவில்லை. அதன் பின் வீட்டுக்குப் போனான். நாலைந்து நாட்கள் வரவேயில்லை. அவனுக்கும் எனக்கும் தெரிந்த கம்பவுண்டர் ஒருவரை ஒருநாள் யதேச்சை யாக மணிமேடையில் சந்தித்தேன். அவர் எங்கள் பால்ய கால

நண்பர்தான். அழகிய நம்பிக்கு உடல்நிலை சரியில்லை என்று சொன்னேன். அழைத்து வாருங்கள் என்று சொன்னார். நான் நம்பியின் வீட்டுக்குப் போனேன். அவனுடைய அம்மா என்னைப் பார்த்ததும் ஓவென அழ ஆரம்பித்துவிட்டார். அவன் அந்த நான்கு நாட்களும் மாடியிலேயே படுத்த படுக்கையாக இருந்திருக்கிறான். அவனுடைய அம்மாவுக்கு அவன் பிழைப்பானா என்ற பயம் வந்துவிட்டிருந்தது. 'அவனுக்குத் தானாகவும் எதுவும் செய்யத் தெரியாது. நாம் சொன்னாலும் செய்யத் தெரியாது. அவனுக்கும் அவனுடைய அப்பாவுக்கும் இடையில் தினமும் சண்டை நடக்கிறது. நீங்கள் அவனை அழைத்துச் சென்று ஒரு டாக்டரிடம் காட்டுங்கள். அதற்கான செலவை நான் அவனுடைய அப்பாவிடம் கேட்டு வாங்கித் தந்துவிடுகிறேன்' என்று சொன்னார்.

நான் மாடிக்குப் போய்ப் பார்த்தேன். ரொம்பவும் மன முடைந்துபோயிருந்தான். நான் எதற்காக உயிர்வாழவேண்டும், இப்படியே விட்டுவிடுங்கள் என்றான். ஏன் இப்படிச் சொல்கிறாய், நாளைக்கு ட்ரீட்மெண்டுக்குப் போவோம் என்றேன். வேண்டாம் உங்களுக்கு எதுக்குச் சிரமம். இப்படியே விட்டு விடுங்கள் என்றான். அடுத்த நாள் நான் டாக்டர் கோபால பிள்ளையை அவனது வீட்டுக்கு அழைத்துச் சென்றேன். அவர் நாகர்கோவிலில் மிகவும் பிரபலமான மருத்துவர். மாடிக்குப் போவோமா என்றேன். அவனுடைய அப்பா சத்தம் போட்டார், அவனைக் கீழே வரச் சொல்லு என்றார். அப்புறம் யாரோ போய் கைத்தாங்கலாக அவனை அழைத்து வந்தார்கள்.

டாக்டர் சற்றுக் கோபமாக, உனக்குக் கல்யாணமாகிக் குழந்தைகள் எல்லாம் இருக்கிறார்கள். நீ இப்படிப் பொறுப்பில்லாமல் நடந்துகொள்ளக் கூடாது. உடனே மருத்துவமனைக்கு வா. முழுமையாக உன்னைப் பரிசோதிக்க வேண்டும் என்றார். சற்றுப் பயந்தவன்போல் மெதுவாக, சரி என்றான். போய்க் காரில் ஏறு என்றார் டாக்டர். ஏறிப் போய் முன் சீட்டில் உட்கார்ந்துகொண்டான். மருத்துவமனைக்குக் கொண்டுபோய் வழக்கமான பரிசோதனைகள் நடத்தப்பட்டன. சிகிச்சை முடிந்ததும் வீட்டுக்கு அழைத்துக்கொண்டு போனோம். நான் அவனுடைய அம்மாவிடம் சொன்னேன், இப்போது ஓரளவுக்கு உடல்நிலை தேறிவிட்டிருக்கிறது. பத்துப் பதினைந்து நாட்கள் கழித்து மருத்துவமனைக்குப் போய்ப் பாருங்கள். அதற்கு அவர் அதிக சார்ஜ் செய்ய மாட்டார். அப்புறம் எனக்கு உடல் நிலை மோசமாகியிருந்தபோது நான் நேந்திரம் பழம் சாப்பிட்டு வந்தேன். எனக்கு நன்கு குணமாகிவிட்டது. நீங்கள் நம்பிக்கும் அதுபோல் செய்து தாருங்கள் என்றேன். அவனுடைய அம்மாவும் சரி என்று சொன்னார். பிரச்சினை என்னவென்றால்

அவனுக்கு நேந்திரம் பழம் பிடிக்காது. அவனுக்கு ஸ்நாக்ஸ்தான் பிடிக்கும். சீடை, முறுக்கு, தட்டை போன்றவற்றைத்தான் விரும்பிச் சாப்பிடுவான். நேந்திரம்பழம் சாப்பிடச் சொன்ன போது மாட்டேன் என்று சொன்னான். கடைசியில் வற்புறுத்திக் கொடுத்தார்கள். உடல் நிலை கொஞ்சம் தேறியதும் எங்கள் வீட்டுக்கு வந்துபோக ஆரம்பித்தான். உடல் நிலை சரியில்லாமல் மிகவும் விரக்தியடைந்து போயிருக்கிறான் என்று அவனுடைய வீட்டினரும் அவனுடன் கொஞ்சம் அனுசரணையாக நடந்து கொள்ள ஆரம்பித்தார்கள்.

அவன் பூதப்பாண்டியில் 1963 வாக்கில் இருந்தான் என்று ஞாபகம். ஒரு பத்து வருடங்கள் அங்கு இருந்திருப்பான் என்று வைத்துக் கொண்டால் அந்தச் சமயத்தில் நான் கிட்டத்தட்ட அறுபது தடவை அங்கு போயிருப்பேன். இரண்டு மாதத்திற்கு ஒரு தடவை அவனைப் போய்ப் பார்த்துவிடுவேன். யாராவது நண்பர்கள் வந்தால் அழைத்துக்கொண்டு போய்விடுவேன். லக்ஷ்மியை அழைத்துப் போயிருக்கிறேன். க்ரியா ராமக்ருஷ்ணன், ஜெயா என பலரை அழைத்துக்கொண்டு போயிருக்கிறேன். அவனது வீட்டுக்குப் போகும் பாதை ரொம்ப அழகாக இருக்கும். அந்த வழியில் தாடகை மலை என்றொரு மலை இருக்கிறது. தாடகையைக் கொன்று போட்டதுபோல் அந்த மலையின் தோற்றம் இருக்கும். பெரிய தொடைகளுடன் பூதாகாரமாக ஒரு ராட்சசி படுத்துக்கொண்டிருப்பதுபோல் இருக்கும். முதலில் தொலைவில் சிறிதாகத் தெரியும். அதை நோக்கி நாம் காரில் போகப் போகக் கொஞ்சம் கொஞ்சமாகப் பெரிதாகிக்கொண்டே போகும். அதன் பிறகு நாம் அதைக் கடந்து போய்விடுவோம். அந்த அனுபவம் மிகவும் அருமையாக இருக்கும். பல சமயங் களில் நாங்கள் இரண்டு மூன்று மணி நேரம் பேசிக்கொண்டி ருப்போம்.

அவனது ஆளுமையில் நாட்கள் செல்லச் செல்ல மாற்றங்கள் வர ஆரம்பித்தன. விஷயங்களை, படைப்புகளை விமர்சனபூர்வ மாகப் பார்க்க ஆரம்பித்திருந்தான். ஆனால் அவனுக்கு உள்ளூர ஒரு வருத்தம் இருந்தது. அதாவது க. நா. சு. என்னைப் பற்றிச் சொல்லியிருக்கிறார். ஜெயகாந்தனைப் பற்றிச் சொல்லியிருக்கி றார். ஆனால் ஆரம்ப காலத்தில் அவனைப் பற்றி எதுவும் சொன்னதேயில்லை. இது சம்பந்தமாக நம்பிக்கு வருத்தமும் எனக்கு ஏமாற்றமும் இருந்தன. அந்த வருத்தத்தை வெளியே சொல்ல அவனது சுய கௌரவம் இடம் கொடுக்கவில்லை. அதுபோல்தான் நகுலனுக்கும். க. நா. சு. பேரில் நம்பிக்கு எவ்வளவு மரியாதை உண்டோ அதைவிட அதிக மரியாதை நகுலனுக்கு அவர் பேரில் உண்டு. க. நா. சு. நகுலனைப் பற்றியும் எதுவுமே எழுதியதில்லை. சொன்னதில்லை. ரொம்பக் கடைசியில்தான்

நகுலனைப் பற்றி எழுதியிருக்கிறார். பல பேரைப் பற்றி அவர்களது ஆரம்ப கட்டத்திலேயே க. நா. சு. எழுதியிருப்பார். ஆனால் நகுலனைப் பற்றியெல்லாம் கடைசியில்தான் எழுதினார். இத்தனைக்கும் அவருக்கு நகுலனை ரொம்பப் பிடிக்கும். திருவனந்தபுரம் போனால் நகுலனுடன் நிறைய நேரத்தைச் செலவிடுவார். ஏதாவது புத்தகத்தைப் பற்றியெல்லாம் எங்களிடம் எந்த அபிப்ராயமும் கேட்க மாட்டார். ஆனால் நகுலனிடம் இந்தப் புத்தகத்தைப் படித்தாயா எப்படி இருக்கிறது என்று கேட்பார். அவருக்கு இணையான வாசிப்பு நகுலனுக்கு இருக்கிறது என்ற எண்ணம் க. நா. சு.வுக்கு இருந்தது. என்ன காரணத்தினாலேயோ நகுலனுடைய கவிதைகள் அவருக்குப் பிடிக்கவில்லை.

நகுலனின் விமர்சனங்கள், மதிப்புரைகள் மீது எனக்குத் துளியும் மரியாதை கிடையாது. அவை தாங்க முடியாத அளவுக்கு உள் நோக்கங்களும் சுய விருப்பு வெறுப்புகளும் கொண்டவை என்பதுதான் என் கருத்து. Highly personal and prejudiced. அதுபோல் அவருடைய சிறுகதைகளும் சரியாக வரவில்லை. Formlessness ஐ அடிப்படையாக வைத்துப் பார்த்தால் கூட அவருடைய கதைகள் சரியாக வரவில்லை என்பதுதான் என் கருத்து. அவர் நாவல்களைப் பலரும் பாராட்டியிருக்கிறார்கள். கடைசியாக அவர் ஒரு நாவல் எழுதினாரே – அசோகமித்திரன் முன்னுரை எழுதியிருந்தாரே – அது எல்லாம் சரியாகவே வரவில்லை. அவர் மொத்தம் 150 கவிதைகள் எழுதியிருக்கிறார் என்று வைத்துக்கொண்டால் அதில் நாற்பது கவிதைகள் நல்ல கவிதைகள். அதன் அடிப்படையில்தான் அவர்மீது மரியாதை வைத்திருக்கிறேன். நகுலனுக்கும் நம்பிக்கும் தாங்கள் இருவரும் க. நா. சு.வால் புறக்கணிக்கப்பட்டுவருகிறோம் என்ற விஷயம் அவர்களை மேலும் நெருக்கமாக உணர வைத்தது. க. நா. சு. அப்போது மாதவனைப் பற்றிக் கட்டுரையில் எழுதியிருந்தார். நீல. பத்மனாபனின் ‘தலைமுறைகள்’ நாவலைப் பற்றி எழுதியிருந்தார். நகுலனைப் பற்றி எதுவுமே எழுதியிருக்கவில்லை. அதை நகுலன் வெளிப்படையாக எங்கும் சொன்னதில்லை. அவர் ஒரு கவிதைகூட எழுதியிருந்தார். க. நா. சு.வின் விமர்சனத்தில், ஆளுமையில் இருக்கும் பலகீனங்களை வரிசையாகப் பட்டியலிட்டுவிட்டுக் கடைசியாக, இருந்தும் ஏன் அவர் இன்னும் என் பெயரைப் பட்டியலில் சொல்லவில்லை என்று ஒருவர் கேட்பது போல் அந்தக் கவிதை இருக்கும். அதாவது அவரை மறுக்கக்கூடியவர்கள்கூட அவரது பட்டியலில் தன் பெயர் இடம் பெறுவது என்பதை முக்கியமானதாகக் கருதிவந்தார்கள் என்ற தொனியில் அந்தக் கவிதையை நகுலன் எழுதியிருப்பார். இதிலிருந்து அவருக்குக்

க. நா. சு.வின் மதிப்பீடுகளின்மீது ஒருவித பாராட்டுணர்வுதான் இருந்தது என்பதைப் புரிந்துகொள்ள முடியும்.

அப்போது *இலக்கிய வட்டம்* வெளிவர ஆரம்பித்தது. *எழுத்து* உடன் அவருக்குக் கருத்து வேறுபாடுகள் வர ஆரம்பித்திருந்தது. செல்லப்பா ஒரு காலேஜ் வாத்தியார்போல் விஷயங்களை மெக்கானிக்கலாக மதிப்பிட்டுச் சொல்கிறாரே ஒழிய, அவருக்கு ரசனை உணர்வு கிடையாது என்ற எண்ணத்திற்குக் க. நா. சு. வந்துவிட்டிருந்தார். செல்லப்பா பற்றிய க. நா. சு.வின் பெரும்பான் மையான கருத்துக்களுடன் எனக்கு முற்றிலும் உடன்பாடு உண்டு. அதே சமயம் செல்லப்பாவின் தியாக உணர்வு, அர்ப் பண உணர்வு, கடுமையான முயற்சி போன்றவை மீது மதிப்பு உண்டு. அந்த அம்சங்கள் க. நா. சு.விடம் துளி கூடக் கிடையாது. அதோடு க. நா. சு.வுக்கு கம்யூனிஸ்ட்டுகளைப் போலவே காந்திய வாதிகளையும் அவ்வளவாகப் பிடிக்காது. அவர் காந்தியைப் பற்றி எதுவுமே சொன்னது கிடையாது. அப்போதெல்லாம் காந்தியைப் பற்றி ஏதாவது ஒரு அபிப்ராயம் சொல்லாமல் நீங்கள் இருக்க முடியாது. அவர் அந்த அளவுக்கு முக்கியமான ஒருவர் இல்லையா? எங்கள் அப்பாகூட பேப்பர் படித்துவிட்டுக் காந்தியைப் பாராட்டியோ குறை சொல்லியோ ஏதாவது தினமும் பேசுவார். க. நா. சு. எதுவுமே சொன்னது கிடை யாது. அதுபோல் அவர் கடிதம் எழுதுவதும் ரொம்பவும் குறைவாகவே இருக்கும். நாம் இருபது பக்கத்துக்கு ஒரு கடிதம் எழுதினால் ஆறு வரியில் ஒரு கடிதம் வரும் அவரிடமிருந்து. அதுதான் அதிகபட்ச வரிகளைக் கொண்ட கடிதம். நம்பியிடம் கதை கேட்டு, அனுப்பி வை என்றும் எழுதியிருக்கிறார். சாதாரணமாகத்தான் எழுதுவார். ப்ளீஸ் பண்ணற மாதிரி யெல்லாம் எழுத மாட்டார். அவரது சுபாவமே அதுதான்.

நான் நம்பியிடம் சொன்னேன் கதை அனுப்பி வை என்று. அவருக்கு அனுப்ப விருப்பமில்லை என்று அவன் சொன்னான். அவருடைய தேர்வுகள் மீது எனக்கு நிறைய விமர்சனங்கள் இருக்கின்றன. அவரது மதிப்பீட்டில் உள்ள ஓட்டைகள் எனக்கு நன்கு தெரியும். அதனால் நான் அவருக்கு அனுப்ப மாட்டேன் என்றான். அப்படியானால் ஒன்று செய். அவரது விமர்சனத்தில் உள்ள விடுதல்களைப் பற்றிய உன் அபிப்ராயங்களை எழுது என்றேன். சரி என்று சொல்லி தன்னைப் பற்றி அவர் சொல்ல வில்லை என்பது குறித்து அவனுக்கு இருந்த வருத்தத்தைச் சாமர்த்தியமாக மறைத்துக் கொள்வதாக நினைத்துக்கொண்டு பொதுவான குறைகளைச் சொல்லுவதுபோல் ஒரு கடிதம் எழுதினான்.

ஆனால் க. நா. சு. அதற்குப் பதில் எழுதும்போது முதல் வரியிலேயே அவனது ஆதங்கத்தைக் குறிப்பிட்டுவிட்டிருந்தார். நான் எல்லாப் படைப்பாளிகளைப் பற்றியும் அபிப்ராயம் சொல்ல வேண்டும் என்று யாரும் எதிர்பார்க்க முடியாது. நான் சொன்னால்தான் அவர் சிறந்த எழுத்தாளர் என்றும் கிடையாது. நான் சில விஷயங்களைப் படிக்கிறேன். சிலவற்றைப் பற்றி எழுதுகிறேன், அவ்வளவுதான் என்று எழுதியிருந்தார். நானும் நம்பியிடம் சொன்னேன். அவர் உன்னைப் பற்றி எழுதவில்லை என்பதைப் பெரிய குறையாக எடுத்துக்கொள்ள வேண்டியதில்லை. அவர் சொன்னதனாலேயே ஒரு படைப்பு சிறந்த படைப்பு என்றும் ஆகிவிட முடியாது. சிதம்பர சுப்ரமணி யனின் 'இதயநாதம்' என்ற நாவலைக் க. நா. சு. ரொம்பவும் பாராட்டி எழுதியிருக்கிறார். ஆனால் நாம் அதை அவ்வளவு உயர்வாக மதிப்பது கிடையாது. அதுபோல் ஒரு படைப்பு சிறப்பானது என்றால் அதை ரொம்ப காலத்துக்கு யாராலும் மட்டம் தட்டி வைக்கவும் முடியாது. சம காலத்திலேயே இப்படியான மாறுதல்கள் இருக்கின்றன. நாட்கள் செல்லச் செல்லப் பார்வையில் விரிவு ஏற்படும்போது இன்று பின்னுக்குத் தள்ளப்பட்டிருப்பவை முக்கியத்துவம் பெற்று முன்னுக்கு வரக்கூடும் என்று சொன்னேன். இவையெல்லாம் அவனுக்கும் தெரியும் என்றாலும் மனிதனுக்கு ஒரு ஆசை இருக்குமே. நமது காலத்திலேயே நாம் புகழப்பட வேண்டும், மற்றவர்களுக்கு நம்மைத் தெரிந்திருக்க வேண்டும் என்ற ஆசை இருப்பது நியாயம்தானே.

அவனது மனதைக் கவர்ந்த எழுத்தாளர்கள் யார் யார் என்று இப்போது பார்ப்போம். வயதானவர்களிலிருந்து ஆரம் பிப்போம். ராமாமிர்தம் மேல் அவனுக்கு அவ்வளவு ஈடுபாடு இருந்தது என்று சொல்ல முடியாது. அவருடைய அபூர்வமான கற்பனைகள், மொழியின் மீது அவருக்கு இருந்த ஆற்றல் இவை பற்றிச் சொல்லியிருக்கிறான் என்றாலும் அவரது எழுத்துமீது பெரிய அளவுக்கு ஈடுபாடு இருந்திருக்கவில்லை. அதோடு தனக்கு ஆங்கில நாவல்களைப் படிக்க முடியவில்லை என்பதை ஒரு குறையாக அவன் உணர்ந்தான். தமிழ் மூலம்தான் அறிவுச் செல்வத்தை அடைய முடியும். ஆங்கிலத்தில் போதிய பயிற்சி இல்லை என்று வருத்தப்படுவான். நான்கூடச் சொன்னேன், அப்படியொன்றும் இல்லை. நீ தொடர்ந்து முயற்சி செய்தால் உன்னால் எளிதில் முடியக்கூடிய ஒரு காரியம்தான் அது என்று.

அவனுக்கு உ.வே. சாமிநாதய்யரின் எழுத்துகள் ரொம்பவும் பிடித்திருந்தன. அவர் அவனுக்கு விருப்பமான விஷயங்களைப் பற்றிப் பேசியிருந்தார் என்பதால் அவை அவனுக்குப் பிடித்திருந் தன. கார்க்கியின் கதைகளைப் படித்திருக்கிறான். ஆனால்

கார்க்கிக்கு ஆர்ட்டிஸ்டிக் க்வாலிட்டி இல்லை என்று சொல்லி நிராகரித்துவிட்டான். ஆர்ட்டிஸ்டிக் க்வாலிட்டி என்ற பதத்தை அடிக்கடிப் பயன்படுத்துவான். செல்லப்பா பற்றியும் அவனுக்கு உயர்வான அபிப்ராயம் கிடையாது. புதுக்கவிதையின் மிக மோசமான அட்வகேட் அவர்தான் என்பது அவனது அபிப் ராயம். அவருடைய கவிதைகள் நன்றாக இல்லை. அதுபற்றி அவர் சொல்லும் பாயிண்ட்கள் கூர்மையானவையாக இல்லை. புதுக்கவிதையை அவர் அறிமுகப்படுத்தியது என்பது தற்செய லாக நிகழ்ந்த ஒரு நிகழ்வுதான். அதுகுறித்துப் பெரிதாக அவர் எதையும் க்ளைம் செய்ய முடியாது என்று சொல்லுவான். அது உண்மைதான். *எழுத்து* பத்திரிகை முதலில் விமர்சனத்திற் காகத்தான் ஆரம்பிக்கப்பட்டது. சிறுகதை, கவிதை போடவே மாட்டோம் என்று எல்லாம் முடிவெடுத்திருக்கவில்லை.

வாசகர்களுக்கு நல்ல கதை எது மோசமானது எது என்று தராதரம் பார்க்கத் தெரியவில்லை. அதை நிவர்த்தி செய்ய வேண்டும் என்பதுதான் க. நா. சு.வின் முக்கிய நோக்கமாக இருந்தது. வெகுஜன எழுத்து, இலக்கியத்தை வெகுவாக அமுக்கி விட்டிருக்கிறது. அதை மாற்ற வேண்டும் என்பதுதான் க. நா. சு. வின் முக்கிய நோக்கமாக இருந்தது. அதற்காகத்தான் அவர் இலக்கிய உலகிற்குள்ளேயே வந்தார். இந்தக் கோணத்தில் பார்த்தால் அவர் தன் முயற்சியில் நூற்றுக்கு நூறு வெற்றி அடைந்திருக்கிறார் என்றுதான் சொல்ல வேண்டும். புதுமைப் பித்தன், மௌனி இப்படிப் பல எழுத்தாளர்கள் முக்கியத்துவம் அடைந்த விஷயத்தை நாம் கூர்ந்துபார்த்தால் அதற்குக் காரணம் க. நா. சு.தான் என்பது தெரியவரும். அவர் காலத்தில் யாரெல் லாம் முக்கியமானவர்களாகக் கருதப்பட்டார்களோ அவர்களை யெல்லாம் அவர் புறக்கணித்து, புதிதாகப் பல பெயர்களை முன்வைத்து அவர்களின் மேல் இளைய சமுதாயத்தின் கவனத்தைத் திருப்பும் பணியை அப்போதே செய்து விட்டி ருந்தார். இதற்காக முனைந்து கட்டிக்கொண்டு எதுவும் அவர் செய்யவில்லை. பல எழுத்தாளர்களின் பக்கம் வாசகர்களின் கவனத்தைக் குவியச் செய்தார். செல்லப்பா பாணி விமர்சனத் தைவிட அதுக்கு ஒருவித முக்கியத்துவம், மதிப்பு இருக்கிறது. இலக்கிய விமர்சனம்பற்றி ஒரு கேள்வி பதில் வடிவத்தில் ஒரு துண்டுப் பிரசுரம் க. நா. சு.வால் வெளியிடப்பட்டது. அதை நம்பி பல தடவை படித்தான். அதிலிருந்து பல விஷயங்களை அவன் கிரஹித்துக் கொண்டான். அவனுக்கு க. நா. சு. மேல் அப்படியான மதிப்பு கடைசிவரை இருந்தது.

மௌனி பேரிலும் அவனுக்கு நல்ல மதிப்பு இருந்தது. ஒரு அவுட்ஸ்டாண்டிங் ஆர்ட்டிஸ்ட் என்று சொல்லுவான். அதுபோல் ஜானகிராமன் பேரிலும் அபாரமான ஈடுபாடு

அவனுக்கு உண்டு. ஒருவகையில் எண்டர்டெயின் பண்ணக் கூடியவர்; அதே சமயம் இலக்கியபூர்வமாகவும் எழுதக்கூடியவர் என்று ஜானகிராமன் பற்றி சொல்லுவான். அழகிரிசாமியின் ஆரம்பகாலக் கதைகள் நன்றாக இருக்கின்றன. ஆனால் அவருடைய நாவல்கள் மிகப் பெரிய தோல்விகள் என்று சொல்லுவான். ரகுநாதனுடைய க்ரிட்டிசிசம் இருக்கிறதே, அது அவனுக்கு அவ்வளவாகப் பிடிக்கவில்லை. வக்கீலின் வாதத்தைப் போல் இருக்கிறது என்று சொல்லுவான். அவருடைய கதைகள் பேரிலும் அவ்வளவு மரியாதை கிடையாது. இந்தக் கதை புதுமைப்பித்தனின் சாயலில் இருக்கிறது. இந்தக் கதை 'காஞ்சனை' கதையின் சாயலில் இருக்கிறது என்று சொல்லுவான். இவையெல்லாம் சிறந்த கதைகள் அல்ல என்று சொல்லுவான். ராஜநாராயணனின் ஆரம்பகாலக் கதைகளை அவனுக்கு ரொம்பவும் பிடிக்கும். அதுபோல் ஜி. நாகராஜனையும் அவனுக்கு ரொம்பப் பிடிக்கும். அவரது கடைசிக் கதை ஒன்றில் ஒரு பிராமண விபச்சாரி ஒருவனை அழைத்து ஒரு கப் டீ வாங்கிக் கொண்டு வா என்று சொல்வதாக வரும். அதைப் படித்துவிட்டு அந்தப் பெண் காப்பி வாங்கி வரச் சொல்வதாக எழுத முடியுமா என்று கேட்டான். அவள் பிராமணப் பெண்தான்; ஆனாலும் அவள் பிராமணப் பெண்ணாக மட்டுமே இருந்தால் காப்பியுடன்தான் அதிக அளவு அசோசியேட் ஆகியிருப்பாள். அவள் ஒரு விபச்சாரியாகவும் இருப்பதால் காப்பிக்குப் பதிலாக டீ வாங்கி வரும்படிச் சொல்கிறாள். அவர்களது வாழ்க்கையை நெருக்கமாக இருந்து கவனித்த நாகராஜனின் கூர்மையான அவதானிப்பு என்பது இதில் தெரிகிறது இல்லையா என்பான்.

அசோகமித்திரனின் கதைகள் பின்னாட்களில் அவனுக்கு ரொம்பவும் பிடித்துவிட்டிருந்தன. 'இந்திரா வீணை வாசிக்கிறாள்' என்றொரு கதை ஆனந்தவிகடனில் வந்தது. அவனுக்கு ரொம்பவும் பிடித்திருந்தது. நகுலனின் நாவல்கள் ரொம்பப் பிடித்திருந்தன. அவருடைய கவிதைகள் பற்றி அவனுக்கு நல்ல அபிப்ராயம் இருந்திருக்கவில்லை. என்னமோ எழுதுகிறார் என்று சொல்லுவான். அதுபோல் நீல. பத்மனாபனையும் அவன் கடைசி வரை ஆர்ட்டிஸ்ட் என்று ஏற்றுக்கொள்ளவில்லை. க. நா. சு. பாராட்டியிருக்கிறார். ஜானகிராமன் பாராட்டியிருக்கிறார். நானும் படித்துப் பார்த்திருக்கிறேன். நன்றாகத்தான் இருக்கிறது. ஆனால் அவர் ஆர்ட்டிஸ்ட் இல்லை என்று சொல்லுவான். கடைசி வரை அந்த முடிவை அவன் மாற்றிக்கொள்ளவில்லை. நீல. பத்மனாபனை விட மாதவன் க்ரியேட்டிவான எழுத்தாளர் என்று சொல்வான்.

அதன் பின் நான் 'செம்மீன்' நாவலை மொழிபெயர்த்தேன். வீட்டில் கொஞ்சம் பிரச்சினை இருந்ததால் என்னால் தொடர்ந்து

அதில் ஈடுபட முடியாமல் போயிருந்தது. நீ நகலெடுத்துக் கொடு என்று சொன்னேன். அந்த மாதிரியான காரியங்களை அவன் பொதுவாக செய்யவே மாட்டான். கண்டிப்பாக நான் செய்து தர வேண்டுமா என்று கேட்டான். நான் சொன்னேன், இது உனக்கு முற்றிலும் பிடிக்காத விஷயம் என்று எனக்குத் தெரியும். ஆனால் குறிப்பிட்ட நாளுக்குள் இந்தக் கையெழுத்துப் பிரதியை அவர்களுக்கு அனுப்பியாக வேண்டும். நான் முழுவதும் மொழி பெயர்த்துவிட்டேன். இந்த நிலையில் அனுப்பாமல் இருப்பது நன்றாக இருக்காது. இப்போது நீ நகலெடுத்துத் தரவில்லை யென்றால் என்னால் முடியாது. இதை அனுப்ப முடியாமல் போய்விடும் என்றேன். சரி என்று நகலெடுத்துத் தந்தான். அவனுக்கு நண்பர் ஒருவர் இருந்தார். இவன் சொல்லச் சொல்ல அவர் எழுதுவார். அப்படி எழுதித் தந்தான். அவனுக்குத் தமிழில் நல்ல பிடிப்பு உண்டு. எனக்குத் தமிழில் பிடிப்பு வந்திருக்காத ஆரம்ப காலத்தில்கூட அவனுக்குத் தமிழில் நல்ல பிடிப்பு இருந்தது. எனது ஆரம்ப காலக் கதைகளை அவன் படித்துவிட்டு நல்ல கதைகள் என்று ஒத்துக்கவேயில்லை. அதன் நடை மட்டுமல்ல, சொல்லப்பட்டிருந்த விஷயம்கூட அவனுக்கு உவப்பானதாக இருந்திருக்கவில்லை. இவற்றிலெல் லாம் ஒருவித டெக்னிக்கல் பிரில்லியன்ஸ் இருக்கிறது. ஆனால் இந்த விஷயங்கள் அல்ல, கதையாகச் செய்யப்பட வேண்டியது. ‘தண்ணீர்’ என்னும் கதையில் உள்ள விஷயம் கதையாகச் சொல்லப்பட வேண்டிய விஷயமா என்ன என்றான். அப்போது நான் இது தமிழில் உருவாகியிருக்கும் புதிய டிரெண்ட் என்று சொன்னேன். இந்த வகையான கதைக்குத் தமிழில் இதற்கு முன்னுதாரணம் எதுவும் இல்லையே என்றான். ஒருவேளை நான் அதிகமாகப் படித்திருந்த மலையாளக் கதைகளின் பாதிப்பு அதற்குக் காரணமாக இருந்திருக்கக்கூடும் என்றேன்.

கதையை ஆரம்பித்துக் கொஞ்சம் கொஞ்சமாக டெவலப் செய்துகொண்டு போகிறீர்களே, அந்த flow நன்றாக இருக்கிறது. ‘அக்கரைச் சீமையிலே’ கதையைப் படித்துவிட்டு நான் ரெஸ்ட் லெஸ் ஆக ஆகிவிட்டேன். எப்படி உங்களால் ஆப்பிரிக்கச் சூழலை எழுத முடிந்தது என்பது எனக்குப் பெரிய மர்மமாக இருக்கிறது. பல எழுத்தாளர்களிடமும் இது பற்றிக் கேட்டேன். அவர்களும் சரியான பதில் எதுவும் சொல்லவில்லை என்றான். இப்போது அதெல்லாம் பரவலாக வந்துவிட்டது. பல நாவல் களில் வேறு நாட்டுச் சூழல் அருமையாகக் கொண்டு வரப்பட்டி ருக்கிறது. இருநூறு முந்நூறு வருடங்களுக்கு முந்தைய வாழ்க்கை முறை கொண்டுவரப்பட்டிருக்கிறது. அப்போது அதெல்லாம் சாத்தியமாகியிருக்கவில்லை. எனவே அவனுக்கு என்னுடைய கதைகள் பெரிய மர்மமாக இருந்திருக்கின்றன. அப்போது

நான் சொன்னேன், ஆப்பிரிக்க நாவல்கள் சில படித்திருக்கிறேன். 'ஆப்பிரிக்கா ஆப்பிரிக்கா' என்றொரு படைப்பு படித்திருக்கிறேன். அதில் ஆப்பிரிக்க வறுமை போன்ற விஷயங்கள் விரிவாகச் சொல்லப்பட்டிருக்கின்றன. 'இருண்ட உலகம்' என்றொரு படைப்பு படித்திருக்கிறேன். இவற்றிலிருந்து சில விஷயங்களை எடுத்துக்கொண்டு கொஞ்சம் என் கற்பனையையும் சேர்த்து எழுதினேன். பெரிய சூட்சுமம் எல்லாம் கிடையாது என்று சொன்னேன். அது சரி. ஆனால் ஒரு அந்நிய மண்ணைப் பற்றிப் படிக்கும்போது எந்த விஷயங்களை எடுத்துக்கொள்ள வேண்டும் என்பது பற்றியெல்லாம் எப்படி நுட்பமாக உங்களுக்குத் தெரிந்திருக்கிறது. அதிகமும் landscape பற்றிய வர்ணனை இல்லாமல் எழுதியிருக்கிறீர்களே என்றெல்லாம் பாராட்டிச் சொல்லுவான். ஆனால் பொதுவாக என்னுடைய ஆரம்பகாலக் கதைகள் பற்றி அவனுக்கு அவ்வளவு நல்ல அபிப்ராயம் இருந்திருக்கவில்லை.

வறுமை பற்றி எழுதியது என்பது அவருக்குப் பிடிக்காமல் இருந்திருக்குமா?

அப்படியில்லை. எந்த விஷயமானாலும் எப்படிக் கையாள்கிறோம் என்பது பற்றிதான் அவன் பார்ப்பான். ஜானகிராமன் ஒரு கதையில் ஒரு பெண் பம்பாயில் போய் படும் துன்பங்களைப் பற்றி எழுதியிருப்பார். ஒரு முற்போக்கு எழுத்தாளர் என்றால் அவளுக்குச் சட்டை இல்லை, சாப்பிட உணவில்லை என்று எழுதுவார். ஆனால் ஜானகிராமனோ அந்த அம்மா தன் மகளை இன்னொருவர் வீட்டுக்கு வேலைக்கு அனுப்புகிறாள் என்று விவரிக்கிறார். அந்த ஒரு விஷயத்தைச் சொல்லும் போதே அவர்கள் எந்த அளவுக்கு வறுமையில் இருந்திருக்கிறார்கள் என்பது நமக்குப் புரிந்துவிடுவிகிறது அல்லவா. அப்படித்தான் சொல்ல வேண்டும் என்பான்.

என் கதைகளில் 'செங்கமலமும் ஒரு சோப்பும்' கதைதான் அவன் பிடித்த கதை என்று சொன்ன முதல் கதை. அதுபோல் 'வாழ்வும் வசந்தமும்' பிடித்திருந்தது என்று கடிதம் எழுதியிருந்தான். அப்போது அவன் சென்னையில்தான் இருந்தான். அவனுக்கு அந்தக் கதையை நான் பல தடவை வாசித்துக் காட்டியிருக்கிறேன். பொதுவாக எங்களுக்குள்ளே அப்படி ஒரு பழக்கம் கிடையாது. என் கதையின் கையெழுத்துப் பிரதியை அவனிடம் கொடுப்பேன். அதுபோல் அவனும் அவனது கதையின் கையெழுத்துப் பிரதியைத் தருவான். அவ்வளவுதான். படித்து எல்லாம் காட்ட மாட்டோம். ஆனால் அந்த 'வாழ்வும் வசந்தமும்' கதையைப் பல தடவை படித்துக் காட்டியிருக்கிறேன். ஒரு தொகுப்பிற்கு முன்னுரை எழுதியிருந்தேன். அதில் அந்தக் கதையைப் பற்றி எழுத விட்டுப் போயிருந்தது. அவன் சொன்னான், எனக்கு அந்தக் கதையைப் பிடித்திருக்கிறது.

உங்களுக்கும் அந்தக் கதையைப் பிடித்திருக்கிறது இல்லையா. அதை வாசகர்களுக்குக் கவனப்படுத்த வேண்டும் என்றான். அப்போதுதான் அந்தக் கதை, ஒரு பூப்போல, ஒரு இலையைப் போல வெகு இயல்பாக எழுந்தது என்று எழுதினேன். அப்படியாக ரொம்பவும் நெருக்கமாக இருக்கக் கூடியவர்களால் சில விஷயங்கள் சொல்ல முடிந்திருக்குமே, அப்படிச் சில விஷயங்கள் சொல்லுவான். அவை முக்கியமானவை என்றுதான் நினைக்கிறேன். 'பல்லக்குத் தூக்கிகள்' கதை அவனுக்குப் பிடித்திருந்தது. நாகராஜனை வைத்து ஒரு கதை எழுதியிருந்தேனே...

தற்கொலை...?

அது அல்ல. கன்னியாகுமரிக்குப் போவதுபோல் வரும்...

'அலைகள்'... ஒரு துறவிகூட வருவாரே கடைசியில்?

ஆமாம். 'அலைகள்' ஆகத்தான் இருக்கும். ஒரு போலீஸ்காரருக்கும் துறவிக்கும் அவரைப் பற்றி இடையில் ஒரு சம்பாஷணை வரும். உண்மையில் நாகராஜன் அப்படிப் போகவில்லை. கற்பனை கலந்துதான் எழுதியிருந்தேன்.

அதன் பின் க்ரியா ராமகிருஷ்ணன், ஜெயா இங்கு வந்தால் நான் அவர்களை அவனது வீட்டுக்கு அழைத்துச் செல்வேன். நம்பிக்கு ராமகிருஷ்ணனுடன் நல்ல நெருக்கம் ஏற்பட்டது. ஒரு தடவை ஹெமிங்வேயைப் படித்துப் பாரு. அவரது ஆங்கிலம் நம்மை இலகுவாக உள்ளே அழைத்துச் சென்றுவிடும். சிரமமாக இருக்காது. படித்துப் பாரு என்று சொன்னேன். என்னிடம் '49 கதைகள்' என்றொரு தொகுப்பு இருந்தது. வாங்கிப் போய்ப் படித்துப் பார்த்தான். அநேகக் கதைகள் அவனுக்குப் பிடித்திருந்தன. தமிழ்க் கதைகளைப் போல நன்கு படிக்க முடிந்தது என்று சொன்னான். அப்படி ஆங்கில எழுத்தாளர்கள் சிலருடைய கதைகளை அவனுக்குப் படிக்க முடிந்திருந்தது. ஃபாக்னரின் கதைகளைப் படிக்க முடியவில்லை என்று சொன்னான். அவர் பெரிய எழுத்தாளராக இருக்கலாம். என்னால் படிக்க முடியவில்லை என்று சொன்னான். வால்ட் விட்மனின் கவிதைகளைப் படித்திருக்கிறான். அதுபோல் மொழிபெயர்ப்புக் கதைகள் பலவற்றைப் படித்திருக்கிறான். க.நா.சு.வுக்கு ரொம்பவும் பிடித்த செல்மா லாகர்லாவின் நாவல் இருக்கிறதே, அதைப் பல தடவை படித்திருக்கிறான். அதுபோல் 'அன்பு வழி' நாவலைப் பல தடவை படித்திருக்கிறான். அவனுக்கு உருக்கமான நாவல்கள் இருக்கிறதே அவை ரொம்பப் பிடிக்கும்.

அவன் ஒரு கதை எழுதியிருந்தான். 'காலை முதல்' என்ற தலைப்பு. கதை என்னவென்றால் அவன் வீட்டில் சும்மா உட்கார்ந்து கொண்டு ஜன்னல் வழியாகப் பார்க்கிறான்.

அங்கு ஒருவன் தொடர்ந்து வேலை செய்துகொண்டிருக்கிறான். இதுதான் கதை. இதைப் படித்ததும் நான் சொன்னேன், ஹெமிங்வேயின் பாதிப்பு இந்தக் கதையில் அதிகம் இருக்கிறது. ஆனால் அது உனக்கு க்ரியேட்டிவாகத்தான் உதவியிருக்கிறது. இமிட்டேஷன் என்பதாக அது இல்லை என்று சொன்னேன். எனக்குப் பிடித்த கதைகளில் அதுவும் ஒன்று என்றேன். 'எக்செண்ட்ரிக்' கதை எனக்கு அவ்வளவாகப் பிடிக்கவில்லை. 'நீலக்கடல்' என்றொரு கதை எழுதினான். சுமாரான கதைதான். ஆனால் அந்தக் கதைமீது அவனுக்கு ரொம்பப் பாசம் உண்டு.

குழந்தைகள் வருவதாலா...?

அதனால் அல்ல. குழந்தைகள் அவனுடைய பல கதைகளில் வந்திருக்கிறார்களே... அவனது 'மருமகள் வாக்கு' ரொம்பப் பேருக்குப் பிடித்த கதை. திரும்பத் திரும்பப் பல அன்தாலஜி களில் சேர்க்கப்படும் கதை அது. அசோகமித்திரன் ரொம்பப் பிரமாதமான கதை என்று சொல்லியிருக்கிறார். எனக்கும் ரொம்பப் பிடித்திருந்தது. அவனது உடல்நிலை ரொம்பவும் மோசமாக இருந்த காலத்தில் அது எழுதப்பட்டிருந்தது.

அப்போது நான் காஃப்காவினுடைய 'மெட்டமார்பசிஸ்' கதை படித்திருந்தேன். ரொம்ப வேடிக்கையாக இருந்தது. முதலில் புரிந்துகொள்ளச் சிரமமாக இருந்தது. பிரதான கதாபாத்திரம் கதை ஆரம்பத்திலேயே ஒரு பூச்சியாக உருவமாற்றம் பெறுகிறான். அதன் பின் கதை அப்படியே நகர்ந்துபோகிறது. அந்தச் சமூகத் தினர் அந்தக் கதையை எப்படி உள்வாங்கிக் கொள்கிறார்கள், அங்கு கதைகள் எப்படி எழுதப்படுகின்றன என்ற விஷயங்கள் எனக்கு ரொம்பவும் ஆச்சரியமானதாக இருந்தது. ஏனென்றால் எனக்கு யதார்த்தமான கதைகளுடன்தான் அதிக பரிச்சயம் இருந்தது. நம்பியிடம் அந்தக் கதையின் பல பகுதிகளைச் சொன்னேன். அவன் அது தொடர்பாகப் பல கேள்விகள் கேட்டு அந்தக் கதையை முழுவதுமாகப் படித்த உணர்வை அடைந்து விட்டான். அதன் பாதிப்பில் ஒரு கதை எழுதியிருந்தான். 'தங்க ஒரு...' என்றொரு கதை. அந்தக் கதையில் ஒரு கணவனும், மனைவியும் ஒரு பூட்சுக்குள் வசிப்பார்கள். சென்னையில் இட நெருக்கடி ஏற்படுவது குறித்த கற்பனைக் கதை அது. அதற்கான இன்ஸ்பிரேஷனை காஃப்காவின் கதையிலிருந்துதான் எடுத்துக்கொண்டிருந்தான். அதுபோல் தமிழில் அப்படி ஒரு கதை வரவேயில்லை, இப்போது மாந்த்ரீக யதார்த்தம் என்று சொல்கிறார்களே அந்த அம்சம் இருக்கும் கதை அது.

அப்புறம் கடவுள் நம் முன் தோன்றுவது என்பதை ஏதாவது ஒரு கதையில் சொல்லிவிட வேண்டும் என்று அவனுக்கு ரொம்ப ஆசையாக இருந்தது. கடவுள் வரும்போது ஏற்படும்

சமிக்ஞைகள், அவரைப் பார்ப்பதால் ஒருவனுக்கு ஏற்படும் உணர்வுகள் இவற்றைச் சொல்ல வேண்டும் என்று ஒரு ஆசை இருந்தது. அது பற்றி ஒரு கதை எழுதவும் செய்தான். எழுதி முடித்ததும் என் மனதில் இருந்ததில் கால்வாசியைக் கூட கொண்டுவர முடியவில்லை என்று சொன்னான். நான் படித்துப் பார்த்தேன். நன்றாகத்தான் வந்திருந்தது. நீ சோர்வடையத் தேவையில்லை. நன்றாகத்தான் வந்திருக்கிறது என்று சொன்னேன். இப்படி அவனுடைய கதைளைப் பற்றி நிறைய பேசியிருக்கிறேன். அவனைப்போல் நான் கடிதம் எழுதியதில்லை. ஏனென்றால் எனக்கு அவனிடம் நேரிடையாகச் சொல்வதில் எந்தத் தயக்கமும் இருந்திருக்கவில்லை. காலப்போக்கில் அவனும் கடிதங்கள் எழுதுவதற்குப் பதிலாக நேரிலேயே சொல்ல ஆரம்பித்திருந்தான். பத்துப் பதினைந்து வருடங்கள் கழிந்த பிறகு புதுக்கவிதை பற்றிய அவனது அபிப்ராயம் மெல்ல மாறியது. கவிதைகளைப் படித்து நன்றாக இருக்கிறது என்று சொல்ல ஆரம்பித்தான். அவனுக்கு எந்தக் கவிதைகள் புரிந்ததோ அவற்றை நல்ல கவிதைகள் என்று சொன்னான். ரசனையில் அது ஒரு படிநிலைதான் இல்லையா? அடுத்ததாக பிரமிளுக்கும் அவனுக்குமிடையிலான நட்பு.

பிரமிள் இங்கு வரப்போவது பற்றி நம்பியிடம் சொன்னேன். காசியபன் போன்ற பல எழுத்தாளர்களும் அன்று அவரைப் பார்க்க வந்திருந்தனர். எங்கள் வீட்டில்தான் அன்று சாப்பிட்டார். ஆனால் முதல் நாள் அவர் இங்கு வந்தபோது நம்பி வந்திருக்கவில்லை. பிரமிள் முதலில் என் வீட்டுக்கு வருவதாகத் திட்டம் இல்லை. பத்மனாபன் என்றொரு பேராசிரியர் இருந்தார். அவர்தான் பிரமிளை நாகர்கோவிலுக்கு வரும்படி அழைத்திருந்தார். காலப்போக்கில் அந்த பத்மனாபனுக்கு பிரமிள் பேரில் மரியாதை ஏனோ குறைந்து போய்விட்டது. முதல் தடவை பிரமிள் வந்தபோது பத்மனாபன் ஆரல்வாய்மொழியில் இருந்த அவரது கல்லூரிக்கு அருகில் ஒரு அறை ஏற்பாடு செய்திருந்தார். பிரமிள் அந்த அறைக்குப் போகவில்லை. நேராக எங்கள் வீட்டுக்குத்தான் வந்தார். தனியாகப் போவதற்குச் சரியான வழி தெரியாததனாலோ எதனாலோ எங்கள் வீட்டுக்குத்தான் வந்தார்.

இரண்டு மூன்று நாட்கள் கழிந்ததும் ஒரு காரில் பெட்டி படுக்கைகளை எடுத்துக்கொண்டு ஆரல்வாய்மொழியில் இருந்த அந்த வீட்டுக்குப் போனோம். அந்த வீட்டின் உரிமையாளர் ஒரு வயதான பெண். அவர்கள் வீட்டின் பின்புறம் குடியிருந்தார்கள். பின்பு சிவராமுவுக்கும் அந்த அம்மாவுக்கும் இடையில் தகராறு வந்தது. அந்த வீட்டில் பர்னிச்சர் எதுவும் கிடையாது. பிரமிளுக்கு அப்படியான வீடுகளில் இருந்து பழக்கம் உண்டு

என்பதால் அங்கே தங்கிக்கொண்டார். அந்த வீட்டுக்கு நாலைந்து தடவை போய் அவரைப் பார்த்து வந்தேன். நம்பியிடம் அவர் வந்திருப்பதையும் நான் போய்ப் பார்த்து வந்ததையும் சொன் னேன். நம்பிக்கு உள்ளூர ஆவல்தான். பல நண்பர்களை நான்தான் அவனுக்கு அறிமுகம்செய்து வைத்திருந்தேன் இல் லையா. அதனால் என்னுடன் போய் அவரைப் பார்க்க வேண்டாம். தனியாகப் போய்ப் பார்க்க வேண்டும் என்று நினைத்தான். அவன் அப்படிச் செய்வான் என்று நான் நினைத் திருக்கவில்லை. என்கூட வா போகலாம் என்று பலதடவை சொன்னேன். ஒருநாள் என் வீட்டுக்கு அவன் வந்திருந்தபோது சொன்னேன், நாளைக்கு நான் சிவராமுவைப் பார்க்கப் போகி றேன். நீ கொஞ்சம் முன்னாலேயே வந்துவிடு, சேர்ந்து போவோம் என்று சொன்னேன். அதற்கு அவன் உடனே, 'நான் அவரைப் பார்த்தாச்சே' என்றான். எனக்கு அப்படியான ஒரு அதிர்ச் சியைத் தர வேண்டும் என்பதுதான் அவனது எண்ணமாக இருந்தது. எப்போது பார்த்தாய் என்று கேட்டேன். இரண்டு நாட்களுக்கு முன் ஒரு டூவீலரில் போய்ப் பார்த்தேன் என்றான். நன்றாகப் பேசினாரா என்று கேட்டேன். ஆமாம் நான்கு மணி நேரம் பேசினோம் என்றான்.

முதலில் அவர் என்னைப் பார்த்தபோது சரியாகப் பழக வில்லை. இவன் வேறு ரொம்பவும் சென்சிட்டிவ் ஆயிற்றே, அதனால் அவன் அவருடன் பழகுவது சற்று சிரமமாக இருக்கும் என்று நினைத்தேன். ஆரம்பத்தில் அவர் சொல்வதைப் புரிந்து கொள்வதில் கொஞ்சம் சிக்கல் இருந்தது. அதன் பின் நன்றாகவே பேசினார் என்றான். அவரைப் பற்றி நீ என்ன நினைக்கிறாய் என்று கேட்டேன். ரொம்பப் பெரிய புத்திசாலி. ஆனால் நல்ல ஆள் இல்லை. நீங்கள் அவரிடம் கொஞ்சம் கவனமாக இருக்க வேண்டும் என்று சொன்னான். அவன் அன்று சொன்னதை நான் ஒரு எச்சரிக்கையாக எடுத்துக் கொண்டிருந்தேன் என்றால் பிரமிளுடனான எனது நட்பையும் நான் சரியாகப் பேணியிருக்க முடியும். அதேசமயம் வேறு சில விஷயங்களையும் தவிர்த்திருக்க முடியும். ஏன் அப்படிச் சொல்கிறாய் என்று கேட்டேன். திட்டவட்டமாகக் காரணம் சொல்லத் தெரியவில்லை. ஆனால் என் மனதுக்கு அப்படித்தான் தோன்றுகிறது என்று சொன் னான். ஒரு கட்டிங் மிஷின் இருக்கிறது. அதற்குள் நாம் கையைக் கொடுத்துவிட்டால் அது மனிதக் கை என்று பார்க்குமா? வெட்டிவிடும் இல்லையா? அது போல்தான் அவரும். ஒரு ஆசாரி என்றால் வெட்டுவதற்கு முன் யோசிப்பான். ஆனால் பிரமிளோ ஒரு கட்டிங் மெஷினைப் போன்றவர் என்று சொன்னான்.

அதற்கு முன் வெங்கட் சாமிநாதன், ஜான் ஆப்ரஹாம் போன்றோர் வந்திருந்தனர். ஒரு பத்திரிகை ஆரம்பிப்பது

பற்றிப் பேசினோம். ஆனால் அது சாத்தியப்படவில்லை. சிவராமு ஒரு பத்திரிகை ஆரம்பிப்போம் என்று சொன்னார். எனக்கு இரண்டு நண்பர்களைத்தான் தெரியும். நானும் எழுது கிறேன். அவர்களுடைய படைப்புகளையும் கேட்டு வாங்கிக் கொள்ளலாம். நீங்களும் நம்பியும் எழுதித் தாருங்கள். பத்திரிகையை அச்சுக்குக் கொடுப்பது, அனுப்புவது போன்ற வேலைகளை நான் பார்த்துக்கொள்கிறேன். ஆனால் எனக்கு சந்தா பிரிக்க முடியாது என்று சொன்னார். சரி என்று நாங்கள் தீர்மானித்தோம். யாரை எடிட்டராகப் போடுவது என்ற கேள்வி வந்தது. அப்போது எனக்குக் கடை இருந்தது. கூடுதலாக ஏதாவது ஒன்று செய்வதானால் அது பற்றிய விவரத்தை வருமான வரித்துறைக்கு நான் தெரிவித்தாக வேண் டும். அதில் லாபம் இருக்காது என்றாலும் அதைப் பற்றிச் சொல்லியாக வேண்டும். நான் அந்தப் பத்திரிகைக்குப் பணம் செலவழித்தால் அதன் கணக்கை நான் சமர்ப்பித்தாக வேண்டும். எனவே நான் இருப்பது சற்று சிரமம் என்று சொன்னேன். அப்போது பிரமிளுக்கும் எடிட்டராக ஆவது சிரமமாக இருந்தது. ஏனென்றால் அவர் இந்தியக் குடிமகன் அல்ல. அப்போது இந்திய அரசுக்கும் இலங்கைக்கும் இடையில் விரிசல் ஏற்பட ஆரம்பித்திருந்தது. அது மட்டுமல்லாமல் அப்போது பிரமிள் தான் பாரீஸுக்குப் போக இருப்பதாகவும் அதனால் தன்னால் எடிட்டராக இருக்க முடியாது என்றும் சொன்னார். அவர் சொன்னதைப் பார்த்தால் ஏதோ பாரீஸுக்கு டிக்கெட் வாங்கி வைத்துக்கொண்டிருப்பதுபோல்தான் தோன்றியது. பாரீஸுக்குப் போய்விடுவேன். ஆனால் பத்திரிகைக்கான படைப்புகளை அங்கிருந்து தொடர்ந்து எழுதித் தருவேன் என்று சொன்னார். அப்போது நம்பி என்னிடம் சொன்னான், சும்மா கதைவிடு கிறார். இவர் பாரீஸுக்கு ஒன்றும் போகப்போவதில்லை. நமக்கெல்லாம் ஒரு கனவு இருக்கும் இல்லையா, அதுபோல் இவருக்கு பாரீஸுக்குப் போக வேண்டும் என்றொரு கனவு இருக்கிறது, அவ்வளவுதான் என்றான்.

அப்படியானால் நீ எடிட்டராக இருக்கிறாயா என்று நாங்கள் இருவரும் கேட்டோம். வேண்டாம் என்று சொன்னான். இரண்டு நாட்கள் கழித்து நான் மீண்டும் கேட்டேன். அதற்கு அவன் சொன்னான், நான் எடிட்டராக இருந்தால் பிரமிள் என்னை ஒருவழி பண்ணிவிடுவான். எனக்கு அவனைச் சமா ளிக்க முடியாது. ரொம்பப் படுத்துவான் என்று சொன்னான். நான் இரண்டு நாள் கழிந்ததும் பிரமிளிடம் இதைச் சொன்னேன். பிரமிள் ஏதோ ஒரு ஹாஸ்யத்தைக் கேட்டதுபோல் சிரித்தார். அப்புறம் சொன்னார், நான் எழுதி வேண்டுமானாலும் தருகிறேன். அவனை ஒன்றும் தொந்தரவு பண்ண மாட்டேன் என்று. நான்

கேட்டு வாங்கும் கதைகளை அவனிடம் தருகிறேன். அவனுக்குப் பிடித்திருந்தால் போட்டுக்கொண்டால் போதும். அப்புறம் உங்கள் இருவருக்கும் யாருடனும் சண்டை போடத் தெரியாது. நிறைய எதிரிகள் இருக்கிறார்கள். உங்களுக்குச் சண்டை போடவே தெரியாது. என்னிடம் நீங்கள் இன்னாரை ஒருகை பாரு என்று சொன்னால் நான் அதைச் செய்கிறேன். உங்களால் அது முடியாது. என்னால் அது முடியும். அப்படி நான் உங்களுக்கு உபயோகமான ஆள்தான் என்று சொன்னார்.

நம்பி சொன்னான், அது சரிதான், ஆனால் அவன் கோணலான ஆள். அதனால் நான் எடிட்டராக இருக்கவில்லை என்று சொன்னான். பிரமிள் அதைக் கேட்டதும், 'சரி அதோட விட்டுத் தள்ளுங்க' என்று சொன்னார். அப்புறம் நானும் பிரமிளும் பல இடங்களுக்குப் போனோம். அவரை எண்டர்டெயின் பண்ணுவதற்காகக் குமாரகோவில், கன்னியாகுமரி என்று பல இடங்களுக்குப் போனோம். நான் பிரமிளுடன் நெருக்கமான அளவுக்கு நம்பி நெருக்கமாகவில்லை. ஆனால் பிரமிளிடம் பல பிரகாசமான அம்சங்கள் இருக்கின்றன என்பதை அவன் உணர்ந்துகொண்டான். ஆனால் ஒரு நாளைக்கு பிரமிளுடன் கண்டபடி சண்டை போட்டான். என்னால் கிட்ட இருந்து அதைப் பார்க்கவே முடியவில்லை. பிரமிள் அன்று ரொம்பவும் பொறுத்துப் போனார். நம்பிதான் கண்டபடி திட்ட ஆரம்பித்து விட்டான். கைகலப்பு ஆகிவிடும் என்று கூட நான் நினைத்தேன். அந்த அளவுக்குப் போய்விட்டது. ஆனால் பிரமிள் அதைப் பெரிதாக எடுத்துக் கொள்ளவேயில்லை. நான் நினைத்தேன், அந்தச் சண்டைக்குப் பிறகு அவர்கள் இருவரும் பேசிக் கொள்ளவே மாட்டார்கள் என்று. ஆனால் அப்படி எதுவும் நடக்கவில்லை. பிரமிளுக்கு அங்கு இருந்தபோது அவருக்குப் பகலில் நேரம் போகாது. சும்மாத்தானே இருந்தார். நேராக என்னைத் தேடி வருவார். கொஞ்ச நேரம் பேசிக்கொண்டிருப்போம். வெளியில் போய் காப்பி சாப்பிடுவோம். அதுபோல் நம்பியைத் தேடி பூதப்பாண்டிக்குப் போவார். நம்பியின் வீட்டுக்கு பிரமிள் போக ஆரம்பித்ததிலிருந்து அவர்கள் இருவரின் நட்பு பலப்பட ஆரம்பித்தது. ஒருமுறை நம்பி சொன்னான், பிரமிளுக்கு வாழ்க்கையில் பல கஷ்டங்களை அனுபவிக்க வேண்டி வந்துவிட்டிருக்கிறது. அதனால் சில நெகட்டிவ் அம்சம் அவனில் வந்துவிட்டிருக்கிறது. மற்றபடி அவன் நான் நினைத்தது போல் இல்லை. வாழ்க்கையில் சாதாரணமாக ஒருவருக்குக் கிடைக்கும் எந்தச் சந்தோஷமுமே அவனுக்குக் கிடைக்கவில்லை. அது அவனைக் கொஞ்சம் மாற்றியிருக்கிறது என்று சொன்னான்.

அதன் பிறகு பிரமிள் எங்கள் வீட்டுக்கு வந்து தங்கினார். அவர் தங்கியிருந்த வீட்டில் இருந்த பெண்ணின் மகளுடன் ஏதோ தகராறு ஏற்பட்டுவிட்டது. அது பெரிய கேஸாக ஆகிவிட்

டிருக்க வேண்டியது. நாங்கள் நண்பர்கள் போய் பிரச்சினையைச் சமாளித்து அவரை என் வீட்டுக்கு அழைத்து வந்தேன். எங்கள் வீட்டில் சில நாட்கள் தங்கியிருந்தார். நம்பி ஒரு நாள் அவனது வீட்டுக்கு அழைத்துச் சென்றான். நாலைந்து மணிநேரம் இருந்து விட்டு என் வீட்டுக்கு வந்துவிட்டார். அப்படிக் கொஞ்ச நாள் தொடர்ந்தது. அதன் பின் அவனுடன் போனால் ஒரு நாள் தங்குவது இரண்டு நாள் தங்குவது என்று ஆனது. அப்படியாக என் வீட்டில் நாலைந்து நாட்கள் நம்பியின் வீட்டில் நாலைந்து நாட்கள் தங்குவது என்று ஆகிவிட்டது. அது மட்டுமல்லாமல் நம்பியின் கடை என்பது எங்கள் கடை போல் பிஸியானது அல்ல. போய் ஆற அமர உட்கார்ந்து கொண்டு பேச முடியும். அதோடு நம்பியின் கிராமத்தில் இருந்த சிலரும் பிரமிளுக்கு நண்பர்களாக ஆகிவிட்டிருந்தனர். பிரமிள் அவர்களிடமும் நிறைய கதைவிடுவார். ஆர்ட் என்றால் என்ன, ஓவியம் என்றால் என்ன என்று நம்பி இல்லாவிட்டாலும் அந்த நண்பர்களுடனும் நிறையப் பேசுவார்.

ஒரு நாள் திடீரென்று பிரமிள் புறப்பட்டு வந்தார். என்ன என்று கேட்டேன். இனிமேல் அவன் வீட்டுக்கு நான் போக மாட்டேன் என்றார். அதன் பின் எங்கள் வீட்டில்தான் இருந்தார். நம்பியை இரண்டு மூன்று நாட்கள் கழித்துப் பார்த்தபோது என்ன ஆயிற்று என்று கேட்டேன். ஆமாம் இனிமேல் நானும் அவன் அங்கு இருக்கும்வரை உங்கள் வீட்டுக்கு வர மாட்டேன். உங்களிடம் ஏதாவது பேச வேண்டுமானால் உங்களுக்கு நான் கடிதம் எழுதுகிறேன். உங்களுக்கு என்னைப் பார்க்க வேண்டுமானால் நீங்கள் மட்டும் தனியாக வாருங்கள், பேசுவோம். இனிமேல் அவனுடைய முக தரிசனமே எனக்கு வேண்டாம் என்று சொன்னான். அப்படி மனஸ்தாபம் வரும்படியாக என்ன நடந்தது என்று கேட்டேன். அதை மட்டும் என்னிடம் கேட்காதீர்கள். நாம் நீண்ட காலமாக நண்பர்களாக இருந்து வருகிறோம். நீங்கள் எதுவும் கேட்காமலேயே நான் எல்லா விஷயங்களையும் உங்களிடம் சொல்லியிருக்கிறேன். செக்ஸ் முதற்கொண்டு சகல விஷயங்களையும் உங்களிடம் உளறிக் கொட்டியிருக்கிறேன். ஆனால் இதை மட்டும் கேட்காதீர்கள். இப்போது என்றில்லை, இனி எப்போதுமே அது பற்றி என்னிடம் கேட்காதீர்கள் என்று சொன்னான். நானும் சரி என்று விட்டு விட்டேன். அதன் பின் பிரமிளிடம் ஒரு நாள் கேட்டேன், என்னப்பா நடந்தது என்று. இடையில் இருந்த சிலர், நம்பியின் கிராமத்தில் இருந்த நண்பர்கள், ஏதோ கிண்டி விட்டுவிட்டார்கள் என்று சொன்னான்.

நம்பியின் வீட்டில் ரொம்பவும் சஜமாகத்தான் பிரமிள் இருந்துவந்தார். நம்பியின் சட்டையை எடுத்துப் போட்டுக்கொள்ளுவார். நம்பி எங்காவது வியாபாரம் சம்பந்தமாக ஏதாவது

கிருஷ்ணன் நம்பி

வாங்க வெளியே போகும்போது பிரமிள் வீட்டில் இருப்பார். ரொம்பவும் நெருக்கமாகத்தான் இருந்து வந்தார். நம்பி அதற்கு முன்பே பிரமிள் பற்றி பல புகார்களைச் சொல்லுவான். ஒவ்வொருவரிடமாகச் சண்டை போட்டுக் கொண்டுவருகிறான். குழந்தைகளிடம் போய் சண்டைபோடுகிறான். அவை வந்து கம்ப்ளைண்ட் பண்ணுகின்றன. இவனுக்கு அவர்களுடன் போய் என்ன விளையாட வேண்டியிருக்கிறது. போய் கோலி விளையாடுவான். குழந்தைகளுடன் விளையாடினால் சண்டை வரத்தானே செய்யும் என்பான். அப்படி அந்தப் புகார்கள் அதிகமாகி ஒரு கட்டத்துக்கு மேல் தாங்க முடியாது என்று வந்துவிட்டது என்றும் கூறினான். அதன் பின் அவன் பிரமிளைப் பார்க்கவேயில்லை. என்னுடனும் சண்டை வந்து பிரமிள் போனதும், உங்கள்மீது அவனுக்கு ரொம்பக் கோபம் இருந்தது. எனவே உங்களை அதிக அளவுக்குக் கஷ்டப்படுத்தி விட்டான். நம் இருவருக்குமே இது நல்ல பாடம் என்றான்.

அடுத்ததாக என் வீட்டில் இன்னொரு வேடிக்கை நடந்தது. அது எப்படிச் சாத்தியமானது என்று எனக்கு இன்றுவரை தெரியவில்லை. என் அப்பா என்னிடம் மிகவும் கோபமாக இருந்தார். அவனிடமும் கோபமாகத்தான் இருந்தார். என் அப்பா 1973ல்தான் காலமானார். சாமிநாதன், ஜான் ஆப்ரஹாம் எல்லாம் எங்கள் வீட்டுக்கு வந்திருந்தபோதுகூட என் அப்பா என்னைத் திட்டுவதை நம்பி அவர்களுக்குச் சொல்லிக் காட்டியது நினைவிருக்கிறது. சாமிநாதன் அதைக் கேட்டுவிட்டுப் பலமாகச் சிரிப்பார். அவர்கூடக் கேட்டார், இவ்வளவு வருட மாக இவர் எழுதிவருகிறார். இப்போதும் அவருடைய அப்பா மனதில் இவரைப் பற்றிய எண்ணம் ஆரம்பத்தில் இருந்தது போலவேவா இருக்கிறது என்று கேட்டார். அதற்கு நம்பி அதே மாதிரி இல்லை. நன்றாகப் பழகி விட்டிருக்கிறது. ஆனால் முற்றிலும் புதிதான விஷயங்கள் தன்னை மீறி நடக்கும்போது சிலருக்கு வருத்தம் ஏற்படுமே, அது போல் நடக்கிறது என்று சொன்னான். இப்படியாக அந்த நேரத்தில்கூட அவனுக்கு என் அப்பாவுடன் நட்பு ஏற்பட்டிருக்கவில்லை.

ஆனால் ஒருநாள் என்ன ஆச்சு என்றால் நான் வெளியி லிருந்து வீட்டுக்குள் நுழைகிறேன். அப்போது நம்பி என் அப்பாவுடன் உட்கார்ந்துகொண்டு பேசிக்கொண்டிருக்கிறான். எனக்கு ரொம்ப ஆச்சரியமாக இருந்தது. பேசும் தோரணையைப் பார்த்தால் ஏதோ சம்பிரதாயமாகப் பேசிக்கொள்வார்களே, அதுபோல் எல்லாம் இல்லை. நன்கு பழகிவிட்டவர்கள் பேசிக் கொள்வதுபோல் பேசிக்கொண்டிருந்தான். அப்படியானால் எனக்குத் தெரியாமலேயே அவர்கள் இப்படிச் சந்தித்துப் பேசிக் கொண்டிருந்திருக்க வேண்டும். அதை அவன் திட்டமிட்டுத்தான்

செய்தானா அல்லது எப்படி நடந்தது என்று எனக்குத் தெரிய வில்லை. நான் வீட்டுக்குள் வந்து நீண்ட நேரம் ஆன பிறகும் அவன் அவருடன் பேசிக்கொண்டிருந்தான். அப்படிப் பொது வாகப் பேசமாட்டான். வேறு யாருடன் பேசிக் கொண்டிருந் தாலும்கூட நான் வந்துவிட்டால் அவர்களிடம் விடைபெற்றுக் கொண்டு என்னுடன் பேச வந்துவிடுவான். அதுதான் வழக்க மாக அவன் செய்யக்கூடிய காரியம். ஆனால் அன்று கிட்டத் தட்ட இரண்டு மணி நேரம் பேசிக் கொண்டிருந்துவிட்டு வந்தான். எனக்கு அவன் என் அப்பாவுடன் அப்படியான நெருக்கத்தை எப்படி ஏற்படுத்திக் கொண்டான், எந்தப் பாதை வழியாகப் போய் அவரை எதிர்கொண்டான் என்பதுபற்றித் தெரிந்துகொள்ள வேண்டும் என்று ஆர்வமாக இருந்தது. ஆனால் அன்று அவன் திட்டமிட்டு அதுபற்றி என்னிடம் எதுவுமே சொல்லவில்லை.

அதன்பின் என்னுடன் கடைக்கு வருவான். அங்கு என் அப்பா இருப்பார். வீட்டில் நடக்கும் அதே கூத்து கடையிலும் நடக்கும். ரெண்டு பேரும் மும்முரமாகப் பேசிக் கொண்டிருப் பார்கள். சிறிது நேரம் கழித்து நான் வீட்டிற்குப் புறப்படுகிறேன் என்று சொல்லுவேன். அப்படியா சரி. நீங்கள் போங்கள். நான் அப்புறம் வருகிறேன் என்று சொல்லுவான். என் அப்பா எதிர்பார்ப்பதும் அதுதான். அதாவது நம்பி என்னை விட்டு விட்டு அவருடன் அதிகம் பேச வேண்டும் என்பதுதான் அவர் எதிர்பார்ப்பது. இவனும் அதையே செய்வான். எவ்வளவு நேரம் இருப்பான் என்பது தெரியாது. என் மனைவி சிலநாட் களில் சொல்லுவாள், மத்யானம் ஒரு மணிக்கே வந்துவிட்டாரில் லியோ. இரவு எட்டு மணி வரை பேசிக்கொண்டிருந்து விட்டுத் தான் போனாராம் என்று. என் அம்மா சொல்லுவாள், முன்பு நீ அவனுடன் ரொம்ப நேரம் பேசிக்கொண்டிருக்கிறாய் என்று அவர் சொன்னார். இப்போது அவரே அவனுடன் ரொம்ப நேரம் பேசிக் கொண்டிருக்கிறார் பார் என்று.

நம்பி ஒருநாள் சொன்னான், உங்கள் அப்பா பலரும் நினைப்பதுபோல் கடுமையானவர் இல்லை. கோபக்காரர் இல்லை. ரொம்பவும் மிருதுவானவர்தான். நாடகங்களில் எல்லாம் ரொம்பவும் சாதுவான ஆள் தன்னைக் கோபக்கார ராகக் காட்டிக் கொள்வதற்காகப் பெரிய மீசையை எல்லாம் வைத்துக் கொண்டு நடிப்பாரே, அதுபோல் உங்கள் அப்பாவும் தன்னைக் கண்டிப்பானவராகக் காட்டிக் கொள்கிறார் அவ்வளவுதான். உண்மையில் அவர் ரொம்பவும் இளகின மனதுடையவர்தான். எது வேண்டுமானாலும் நடந்துவிடும் என்பதால் தனது தற்காப்பு அம்சத்தைச் சற்றுக் கூட்டி வைத்துக் கொண்டிருக்கிறார் அவ்வளவுதான் என்று சொன்னான். அப்படியும் இருக்கலாம் என்றேன். நாலைந்து நாள் கழித்துச்

சொன்னான், நீங்கள் சொன்னதை வைத்துத்தான் உங்கள் அப்பாவை முதலில் எடைபோட்டிருந்தேன். அப்போது எனக்கு அவர் ஒரு சிம்ம சொப்பனம் போல்தான் தெரிந்தார். ஆனால் இப்போது பழகிப் பார்த்த பிறகு அப்படி இல்லை என்று தெரிகிறது. நீங்கள் கூட அவருடன் கொஞ்சம் நெருக்கமாக, சுதந்திரமாகப் பழகியிருக்க முடியும் என்று சொன்னான்.

அப்புறம் என் மனைவி கமலா பற்றியும் சொன்னான். அவள் ரொம்பப் புத்திசாலி. அவளுக்குப் பிற ஆண்களுடன் பேசும்போது எந்த எந்த விஷயங்களைப் பேச வேண்டும், எதைப் பேசக்கூடாது என்பது நன்கு தெரிந்திருக்கிறது. நாம் கொஞ்சம் பேச்சை நீட்டிக்கொண்டு போகலாம் என்று நினைத்தால் அதற்கு இடம் தரமாட்டாள். அதேசமயம் சொல்ல வேண்டிய விஷயத்தைக் கச்சிதமாகச் சொல்லியும் விடுவாள். என் மனைவி ஜெயாவுக்கோ அது தெரியவே தெரியாது. வள வளவென்று நாலு மணி நேரம் உளறிக் கொட்டுவாள். உளறுகிறோம் என்பதுகூட அவளுக்குத் தெரியாது என்று சொன்னான். அதனால் நீங்கள் உங்கள் அப்பாவுடன் எப்படி நடந்துகொள்ள வேண்டும் என்பதைக் கமலாவிடம் கேட்டுத் தெரிந்துகொள்ளுங்கள். அந்த விஷயம் உங்களுக்கும் தெரியாது. உங்கள் அம்மாவுக்கும் தெரியாது. உங்கள் அப்பா உங்களை வருத்தப்பட வைத்ததுபற்றி நீங்கள் உங்கள் அம்மாவிடம் போய்ச் சொல்லும் போது அவள், அவளை அவர் வருத்தப்படச் செய்தது பற்றியெல்லாம் சொல்ல ஆரம்பிப்பாள். உங்கள் இருவருக்கிடையே அப்படியான உரையாடல்தான் நடக்கும். உங்கள் அப்பாவுடன் எப்படிப் பேச வேண்டும் என்பதை நீங்கள் என்னிடம் கேட்டுத் தெரிந்து கொள்ள வேண்டியதில்லை. கமலாவிடம் கேட்டுத் தெரிந்து கொள்ளலாம் என்று சொன்னான். ஏன்னா உங்கள் அப்பாவுக்கு உங்கள் மனைவி பேரில் துளி கூடக் கோபம் இல்லை. பொதுவாக மகனின்மீது கோபம் இருந்தால் அது மருமகளின்மீதும் இருக்கத் தான் செய்யும். ஆனால் உங்கள் அப்பாவுக்கு உங்கள் சகோதரி கள் மீது கூட சில மனவருத்தங்கள், கோபங்கள் இருக்கின்றன. ஆனால் உங்கள் மனைவிமீது துளி கூட கோபம் இல்லை.

உங்களுக்கு உங்கள் அப்பாவுடன் ஒரு லடாய் இருக்கிறது இல்லையா, அதை ரொம்பவும் கவனமாக உறுதிப்படுத்திக் கொண்டு வந்திருக்கிறீர்கள். அவரை நீங்கள் வேறு விதமாக அணுக முயற்சி செய்யவேயில்லை என்று அவரைப் பற்றி பாசிட்டிவ்வாகச் சொல்லிக்கொண்டே வருவான். அவனுடைய அப்பாவைப்பற்றியும் சொல்வான். அவர் அவனை எப்போதும் திட்டிக்கொண்டேயிருப்பார். அவனுடைய அம்மா ஒரு தடவை அவனுடைய அப்பாவிடம் கேட்டாராம், ஏன் இப்படி

நம்பியைத் திட்டிக்கொண்டேயிருக்கிறீர்கள் என்று. அவனுக்குக் கல்யாணம் ஆகிவிட்டது. குழந்தைகள் பிறந்தாச்சு. பெரியவனாக ஆகிவிட்டான். இப்போதும் அவனை ஏன் திட்டிக் கொண்டே யிருக்கிறீர்கள் என்று கேட்டிருக்கிறார். அதற்கு அவனுடைய அப்பா, அவன் மேல் எனக்குப் பாசம் அதிகமாக இருக்கிறது. அதனால்தான் அவனை நான் கண்டிக்கிறேன். உனக்கு மட்டும் தான் அவன்மீது பாசம் இருக்கிறதா என்ன? நாளைக்கு நான் இறந்துபோனால் எனக்குக் கொள்ளி போடப்போகிறது அவன் தானே. எனக்கு அவனைப் பிடிக்காது என்றா நினைக்கிறாய் என்று கேட்டாராம். அப்படி அவனது ஆகப் பெரிய தகுதி என்பது அவருக்குக் கொள்ளி போடப் போகிறவன் என்பதுதான் என்று அவர் அவனைப்பற்றி நினைத்துக்கொண்டிருப்பது குறித்துக் கோபத்தோடும் கிண்டலோடும் சொல்லுவான். ஏதோ ஐந்து லட்ச ரூபாய் கடன் வச்சிருக்கிறேன். இவன்தான் பொறுப்பாக நடந்துகொண்டு அதை அடைக்கப்போகிறான் என்று சொன்னால் சரி. கொள்ளி வைக்கப் போகிறவன் என்பது ஒரு பெரிய தகுதியா என்ன? இவர் இறந்த பின் யார் கொள்ளி வைத்தால்தான் என்ன? என் தம்பி வைக்கக்கூடாதா? அவருடைய மாப்பிள்ளை வைக்கக்கூடாதா? அன்பு வைத்திருப்பது என்பதற்குக் கொள்ளியிடும் பொறுப்பைக் கொடுப்பது என்பது தான் அடையா ளமா என்று கேட்பான். அவனது அப்பா என்றில்லை, கிராமங் களில் இருக்கும் எல்லாப் பெரியவர்களும் அப்படித்தான் சொல்லி வந்தார்கள். மூத்த மகன் வெளியூரில் இருந்தால் நிம்மதியில் லாமல் தவிப்பார்கள். ஏன் இப்படித் தவிக்கிறீர்கள் என்று கேட்டால், அவன் எப்படி வந்து கொள்ளி போடப்போகிறானோ என்று கேட்பார்கள். வேறு யாராவது தனக்குக் கொள்ளி வைத்துவிடுவார்களோ என்று பயப்பட வேறு செய்வார்கள்.

உங்கள் அப்பாவுக்கு உங்கள் சகோதரிகள் மீது ப்ரியம் இருக்கிறது. அது இயல்பான விஷயம்தான். அதே அளவு ப்ரியம் உங்கள் மனைவி மீதும் இருக்கிறது. பொதுவாக இப்படி இருப்பதில்லை. ஏனென்றால் மருமகள் என்பவள் வேறொரு குடும்பத்திலிருந்து வருபவள் இல்லையா. என் வீட்டில் எல்லாம் என் மனைவியை ரொம்பவும் மட்டம் தட்டித்தான் வைத்திருக் கிறார்கள். என் அம்மா ரொம்ப நல்லவள். அவள் கூட இந்த விஷயத்தில் என் மனைவியை அவ்வளவு அன்பாக நடத்துவ தில்லை. உங்கள் அப்பாவிடம் இப்படி நல்ல குணங்கள் இருக்கின்றன என்பதைப் பற்றி என்றாவது யோசித்துப் பார்த் திருக்கிறீர்களா என்று கேட்டான். இப்படி அடிக்கடி என்னை நிறைய டோஸ் விட ஆரம்பித்தான். நான் இது பற்றி அவனுடன் விவாதத்துக்குப் போகவில்லை. நீ சொல்வது போலவும் இருக்க லாம் என்று நான் விட்டுவிட்டேன்.

அப்புறம் ஒருநாள் என் அப்பாவைப் பற்றி மேலும் சில விஷயங்கள் சொன்னான். அதுதான் அவரைப் பற்றி அவன் சொன்னதில் உச்ச கட்டம் என்று சொல்லவேண்டும். எனக்கு நல்ல நகைச்சுவை உணர்வு உண்டு என்று அவன் அடிக்கடி சொல்லுவான். அந்த அளவுக்கான ஹ்யூமர் எங்கிருந்து வந்தது என்று எனக்கு ரொம்பவும் ஆச்சரியமாக இருக்கும். ஆனால் உங்கள் அப்பாவுடன் பேச ஆரம்பித்தபின் என்ன தெரிந்தது என்றால் நீங்கள் எல்லாம் ஒன்றுமில்லை. உங்கள் அப்பாவுக்கு இருக்கும் நகைச்சுவை உணர்விருக்கிறதே அது அசாத்தியமானது. அதில் பாதிப் பங்கு கூட உங்களிடம் இல்லை. உண்மையிலேயே அவர்தான் உங்களைவிடப் பெரிய ஆர்ட்டிஸ்ட் என்று சொன்னான். எனக்கு ஆச்சரியமாகப் போய்விட்டது. ஏன் அப்படிச் சொல்கிறாய் என்று கேட்டேன். அதாவது நீங்கள் உங்களுக்கு இருக்கும் ஆர்ட்டிஸ்டிக் க்வாலிட்டிக்கு, ஹ்யூமருக்கு உங்கள் அம்மாதான் காரணம் என்று நினைத்துக் கொண்டிருக்கி றீர்கள். பலருக்கும் கூட அப்படியான ஒரு எண்ணம்தான் இருக்கிறது. ஆனால் உண்மையில் அவை உங்களுக்கு உங்கள் அப்பாவிடமிருந்துதான் வந்திருக்கின்றன. உங்கள் அம்மா ஏதாவது பேசுவதானால் அஸ் எ மேட்டர் ஆப் பேக்ட் தான் பேசுவாள். என் சித்தப்பாவுடன் நடந்த சண்டையைப் பற்றி நான் சொன் னால் அவள் அவளுடைய மாமாவுடன் நடந்த சண்டையைப் பற்றிச் சொல்லுவாள். அதை அவள் ரொம்பவும் எளிமையாக, இயல்பான நகைச்சுவை உணர்வோடு சொல்லுவாள். கடைசியில் இப்படிச் சண்டை போட்டுக்கொள்வதால் என்ன பிரயோஜனம் என்று முடிப்பாள். அந்த வகையில் அவள் ஒரு ப்ராக்ரஸிவ் ஆன ஆள் அவ்வளவுதான். ஆனால் உங்கள் அப்பாவுக்குக் கற்பனை உணர்வு ஜாஸ்தி. ஒரு கதையைக் கதையின் சுவாரஸ்யத்திற்காகச் சொல்லுவார். அதனால் அவர்தான் ஆர்ட்டிஸ்ட். அவருக்கு அவருடைய லாங்குவேஜ் மேல் அபாரமான கண்ட்ரோல் இருக்கிறது. அப்புறம் இடக்கு இருக்கிறதே ரொம்ப பிரமாதமாக வருகிறது. சில இடக்குப் பேச்செல்லாம் இரண்டு நாள் கழித்துத் தான் எனக்குப் புரியும். அப்படிப் பார்க்கும்போது உங்களுக்கு இருக்கும் ஹ்யூமருக்கும் கற்பனை உணர்வுக்கும் மூல காரணம் உங்கள் அப்பாதான். ஒரு பெரிய ஆர்ட்டிஸ்ட்டுக்குச் சின்ன ஆர்ட்டிஸ்டாக நீங்கள் பிறந்திருக்கிறீர்கள் அவ்வளவுதான் என்று சொன்னான்.

அது உண்மைதான் என்று உங்களுக்குத் தோன்றுகிறதா? 'குழந் தைகள் பெண்கள் ஆண்கள்' நாவலில் உங்கள் அப்பாவின் பாசிட்டிவ் ஆன பக்கத்தைப் பற்றிப் பேசியிருக்கிறீர்களே, அதற்கு நம்பியின் அந்தப் பேச்சு காரணமாக இருந்தது என்று சொல்ல முடியுமா?

இருக்கலாம். அது மட்டுமல்லாமல் அந்த நாவலை எழுதும் போது என் அப்பாவைச் சற்று விலகி நின்று பார்ப்பதற்கான கால அவகாசம் ஏற்பட்டுவிட்டிருந்தது இல்லையா... நான் முப்பது வயதில் அந்த நாவலை எழுதியிருந்தால் நிச்சயம் என் அப்பாவை நெகட்டிவ் கேரக்டராகத்தான் சித்தரித்திருப் பேன். ஆனால் அன்று நம்பி பேசியதற்குக் காரணம் என்னைக் கொஞ்சம் மட்டம் தட்ட வேண்டும் என்பதுவும்தான். அவன் சொன்னதில் பொய் இல்லை. மிகையில்லை. ஆனால் என்னைக் கொஞ்சம் மட்டம் தட்ட வேண்டும் என்ற எண்ணமும் இருந்தது. அப்புறம் கேட்டான், உங்கள் அப்பா நீங்கள் சொன்னால் எதுவும் கேட்பதில்லை. உங்கள் சகோதரிகள் சொன்னால் எதுவும் கேட்பதில்லை என்று எப்போதும் சொல்கிறீர்களே. ஆனால் கமலா சொன்னால் அவர் கேட்காமல் இருந்திருக்கி றாரா என்று கேட்டான். அதுக்கு அவள் எதுவுமே சொல்வ தில்லையே என்று நான் சொன்னேன். அதெல்லாம் இல்லை. என் முன்னாலேயே பல விஷயங்கள் கமலா சொல்லி அவர் செய்வதை நான் பார்த்திருக்கிறேன். பணம் ஏதாவது வேணுமா என்று கேட்பார். நூற்றம்பது ரூபாய் எடுத்துக்கொண்டு வாருங்கள் என்று அவள் சொல்லுவாள். அப்போது நூற்றம்பது ரூபாய் என்பது எவ்வளவு பெரிய தொகை! நானும் கூடவே கடைக்குப் போயிருக்கிறேன். போனதும் முதல் வேலையாகப் பணத்தை எடுத்து பையில் வைத்துக்கொள்ளுவார். என்னிக் காவது கமலாவை அவர் கோபித்துப் பார்த்திருக்கிறீர்களா? உங்கள் குழந்தைகள் மேலே உயிரையே வைத்திருக்கிறார் இல்லையா? வெளிப்படையாகக் கொஞ்சுவதற்கு அவருக்குக் கூச்சமாக இருக்கிறதே ஒழிய, அவர் எவ்வளவு ப்ரியம் வைத்திருக் கிறார் குழந்தைகள் மேலே. அப்படி அவரிடம் பல நல்ல விஷயங்கள் இருக்கத்தானே செய்கின்றன.

அதுபோல் நான் நினைத்தால் இப்போது உங்கள் இருவரை யும் சமரசம் செய்துவிட முடியும். அவர் ஒரு கொண்டியை வைத்துக்கொண்டிருக்கிறார். அதை அவர் லேசாக இழுப்பார். அப்போது நீங்கள் இப்படி வைத்துக் கொள்ள வேண்டும். அப்புறம் திருப்பிக்கொள்ளலாம். அப்படி இருந்தால் அவருடன் நடப்பது என்பது சிரமமாகவே இருக்காது என்று சொன்னான். அப்புறம் என்னைப் பற்றி அவருடன் பேசுவதுபற்றிச் சொன் னான். அவர் உங்களைப் பற்றிய புகார்களைச் சொல்லும்போது நான் அப்படியெல்லாம் இல்லை என்று சொல்லமாட்டேன். பாதி சரி என்று ஒத்துக் கொண்டு அதன் பிறகு உங்களிடம் இருக்கும் நல்ல விஷயத்தைச் சொல்லுவேன். அப்படியில்லை யெனில் உங்களுக்கு வக்காலத்து வாங்குவதுபோல் ஆகிவிடுமே. அதனால் அப்படிச் செய்வேன் என்றான். அப்புறம் என் அப்பா அவனிடம் கேட்டிருக்கிறார், இவனைப் பார்ப்பதற்கு எதற்குப்

பெரிய பெரிய ஆட்கள் வருகிறார்கள் என்று. இவன் எழுதும் கதைகளைப் போய் ஏன் பிரசுரிக்கிறார்கள்? இல்லஸ்ட்ரேட்டட் வீக்லியில் இவனது கதையை மொழிபெயர்த்துப் போடுகிறார்களே. அது ஏன்? இல்லஸ்ட்ரேட்டட் வீக்லி என்றால் எவ்வளவு பெரிய பத்திரிகை என்று கேட்பாராம்.

அவர் கதைகளெல்லாம் படிப்பாரா...?

எல்லாக் கதைகளையும் படிக்கமாட்டார். பிரபல பத்திரிகையில் வந்தது என்றால் அவருக்குத் தெரியவருமே. பெயர் போட்டிருப்பார்கள். படம் போட்டிருப்பார்களே. க. நா. சு. என்னைப் பற்றியும் நகுலனைப் பற்றியும் இல்லஸ்ட்ரேட்டட் வீக்லியில் எழுதியிருந்தார். அதை எங்கள் அப்பாவின் நண்பர் ஐயங்கார் ஒருவர் படித்துவிட்டு என்னைப் பார்க்க வந்திருக்கிறார். நான் அப்போது வீட்டில் இல்லை. என் அப்பாவுக்கு அந்த நண்பர் மீது மிகப் பெரிய புத்திசாலி என்று மதிப்பு உண்டு. அவர் என்னைப் பார்க்க வந்த விவரத்தைச் சொல்லிவிட்டு, க. நா. சு. ரொம்பப் பெரிய ஆள். அவரே உங்கள் பையனைப் பாராட்டியிருக்கிறார் என்றால் லேசுப்பட்ட காரியமல்ல. உங்கள் பையன் பெரிய ஆர்ட்டிஸ்ட் என்று சொல்லிவிட்டுச் சென்றிருக்கிறார். என் அப்பாவுக்கு அதை நம்பவே முடிந்திருக்கவில்லை. இவருக்கு என்ன கிறுக்கு பிடித்துவிட்டதா, இப்படிச் சொல்லிவிட்டுப் போகிறாரே என்று கேட்டிருக்கிறாராம். அதற்கு இவன், அப்படியில்லை அவன் ஒரு ஆர்ட்டிஸ்ட்தான். அவனை விடப் பெரிய ஆர்ட்டிஸ்ட்களும் இருக்கிறார்கள் என்றாலும் அவன் ஒரு ஆர்ட்டிஸ்ட்தான் என்று சொல்லுவேன். அது மட்டுமல்லாமல் இந்த விஷயங்களையெல்லாம் அவன் சுயமாகவே யாருடைய உதவியும் துளியும் இல்லாமலேயேதான் செய்திருக்கிறான் இல்லையா? நீங்கள் எந்த விதத்திலாவது அவனுக்கு இந்த விஷயத்தில் உதவி செய்திருக்கிறீர்களா? நீங்கள் அவனுக்கு ஆள் வைத்துத் தமிழ் சொல்லிக் கொடுத்தீர்களா? ஏதாவது புத்தகம் வாங்கிக் கொடுத்திருக்கிறீர்களா? உடம்பு சரியில்லாமல் இருந்து வந்திருக்கிறான். அப்பாவிடம் பயம் காரணமாக சுதந்திரமாகப் பழக முடிந்திருக்கவில்லை. அம்மாவுக்கும் உடல்நிலை சரியாக இல்லாதிருந்ததால் அவர்களிடமும் நெருக்கமாகப் பழக முடிந்திருக்கவில்லை என்னும் போது அந்தக் குழந்தை மனதில் எவ்வளவு வேதனை இருந்திருக்கும்? இதையெல்லாம் தாண்டி வர வேண்டுமென்றால் எவ்வளவு மன உறுதி இருந்திருக்கும் என்றும் கேட்டிருக்கிறான்.

எங்கள் அப்பாவிடம் அப்படிக் கேட்ட முதல் ஆள் அவனாகத்தான் இருக்க வேண்டும். என் அப்பா ஓரளவுக்கு கன்வின்ஸ் ஆனார். எளிதில் சரிசெய்திருக்க முடிந்த சின்ன ஒரு விஷயத்தை நான் பெரிதாக்கிக்கொண்டு வந்திருக்கிறேன்

என்று என் பக்கம் இருந்த பிழையை என்னிடம் சொன்னது போலவே என் அப்பா பக்கம் இருந்த பிழையை அவரிடம் சொல்லியிருக்கிறான். அது என்ன விளைவை ஏற்படுத்தியது என்றால் என் அப்பா என் அம்மாவிடம், நம்பி இருக்கிறானே ரொம்பத் தங்கமான பையன். இவன மாதிரியில்லை அவன். எவ்வளவு குழந்தைத்தனமான மனசு அவனுக்கு. அப்புறம் எவ்வளவு பவ்யமாக என்னிடம் இருக்கிறான் என்று அவனைப் பாராட்டும் ஒன்றாக ஆனது. என் அப்பா முன்னால் நம்பியின் பவ்யத்துக்கு அளவே கிடையாது. நாற்காலியில் உட்கார்ந்து கொள்ளும்போது கூட நுனியில்தான் உட்கார்ந்துகொள்வான். எங்கே தப்பித்தவறி விழுந்துவிடுவானோ என்று பயந்து கொஞ் சம் தள்ளி உட்கார்ந்துக்கோடே என்று நான் சொல்லுவேன். எங்கள் அப்பாவுடன் போகும்போது சட்டென்று முன்னால் போய் கேட்டைத் திறப்பான். அவர் வெளியில் வந்ததும் கேட்டைச் சாத்திவிட்டு அவருடன் போவான். இதை நான் என் வாழ்க்கையில் செய்ததே கிடையாது. கடைக்கு வந்தால் நேராக அவரைப் பார்க்கப் போவான். இப்படியான விஷயங்கள் எல்லாம் அவனுக்கு அத்துப்படி.

ஒரு தடவை என்ன ஆயிற்று என்றால் அவன் எங்கள் வீட்டுக்கு வந்தான். நேராக என் அப்பாவைப் பார்த்துப் பேசிக் கொண்டிருந்தான். நான் அப்போது மொட்டை மாடியில் இருந்தேன். மேலே வருவான் வருவான் என்று கொஞ்ச நேரம் காத்திருந்துவிட்டு கீழே போய்ப் பார்த்தேன். என் அப்பாவுடன் ரொம்ப உற்சாகமாகப் பேசிக்கொண்டிருந்தான். சரியென்று மாடிக்குப் போனேன். சிறிது நேரம் கழித்து மீண்டும் வந்து பார்த்தேன். பேசிக்கொண்டேயிருந்தான். நான் மீண்டும் மாடிக்குப் போய்விட்டேன். நான் ரெஸ்ட்லெஸ் ஆகத் தொடங் கினேன். சிறிது நேரம் கழித்துக் கீழே போய்ப் பார்த்தால் அவனைக் காணோம். என்னைப் பார்க்க வராமலேயே போய் விட்டிருந் தான். அது எனக்கு மிகப் பெரிய அதிர்ச்சியைத் தந்தது. அதை அவன் திட்டமிட்டுத்தான் செய்தான். அதாவது என் அப்பாவைச் சந்தோஷப்படுத்துவதற்காக அப்படிச் செய்தான். முதலில் என் பையனுடன் நட்பாக இருந்தான். அப்போது வீட்டுக்கு வந்தால் அவனை மட்டும் பார்த்துவிட்டுப் போய்விடுவான். எப்போது என்னுடனான பழக்கம் அவனுக்கு ஏற்பட்டதோ அப்போது என் பையன் மீதான முக்கியத்துவம் குறைந்து நான் முக்கிய மானவனாக ஆகிவிட்டேன் என்று என் அப்பா சந்தோஷப்பட வேண்டும் என்பதற்காக அப்படிச் செய்தான்.

அதன் பின் என் அம்மாவுக்கு, என் சகோதரிகளுக்கு ஏன் எல்லோருக்கும் ஆச்சரியம் ஏற்படும்படியாக ஒரு சம்பவம் நடந்தது. அவன் சாதாரணமாகவே பெண்கள் விஷயத்தில்

அதிக சபலம் உள்ளவன். ஒரே நேரத்தில் நாலைந்து பெண் களைக் காதலிப்பான். அப்படியில்லாமல் இருந்ததே கிடையாது. வயது வித்தியாசங்கள் எல்லாம் பார்க்க மாட்டான். திருமண மாகிக் குழந்தைகள் பிறந்த பிறகும் இது தொடர்ந்தது. அந்த ஆட்களை நமக்கு அடையாளம் காட்டித்தரவும் செய்வான். ஒவ்வொன்றும் ஒவ்வொருவிதமாக இருக்கும். என்னிடம் கேட் பான் ஆள் எப்படி என்று. நான் சொல்லுவேன் மனதைச் சுண்டியிழுக்கும் படியான ஆளாகத்தான் இருக்கிறாள் என்று. ஒரு தடவை அவனுடைய உறவுக்காரப் பெண் ஒருத்தி அவனு டைய வீட்டுக்கு வந்தாள். அவளைப் பற்றி அவன் சின்ன வயதில் கேள்விப்பட்டிருந்தான், அவ்வளவுதான். அவள் ஜானகி ராமனின் கதைகளில் எல்லாம் ஒரு துடுக்கான பெண் வரு வாளே அவளைப் போல் இருப்பாள். அப்படித் துடுக்கான பெண்களுக்கு அநேகமாக அசட்டுக் கணவன்தானே வாய்ப் பான். அவர்கள் வீட்டிலும் அப்படியான ஒருவனைப் பார்த்துத் தான் அவளுக்குத் திருமணம் செய்துவைத்திருந்தார்கள். அவன் ஏதோ ஒரு கம்பெனியில் வேலைபார்த்து வந்தான். அவளுக்கு அவன் பேரில் அவ்வளவாக ஈடுபாடு இல்லை.

ஒருதடவை அவள் நம்பியின் வீட்டிற்கு வந்திருந்தாள். அப்போது சுசீந்திரத்தில் திருவிழா நடந்துகொண்டிருந்தது. நம்பி ஏ. கே. சி. நடராஜனோட கிளாரினெட் கச்சேரி கேட்பதற் காகப் புறப்பட்டான். அப்போது அவள் அவனுடைய அம்மா விடம், நானும் போய் வருகிறேன் என்று சொல்லிவிட்டு அவனுடன் போய்விட்டாள். அவன் கூட பக்கத்தில் அமர்ந்து கொண்டு அந்தக் கச்சேரியைக் கேட்டாள். அவளுக்கு இசையில் ரொம்ப அதிக ஆர்வம் உண்டு. கச்சேரி எப்படி இருந்தது என்று இவன் கேட்டான். அதற்கு அவள் அவர்கூடப் படுத்துக்கொள்ள வேண்டும் போல இருக்கிறது என்று சொன்னாளாம். அந்த வாக்கியம் அவன் மனதில் வெகு ஆழமாகப் பதிந்துவிட்டது. இவள் மனதை எப்படியும் தான் வென்றுவிட வேண்டும் என்று மனதுக்குள் நினைத்துக்கொண்டான். அவளுக்கு ஒரு அசட்டுக் கணவன் வாய்த்திருக்கிறான். அவளுக்கு இசையில் ஈடுபாடு இருக்கிறது. எனக்கும் இசையில் ஈடுபாடு இருக்கிறது. எனது நகைச்சுவைகளுக்கெல்லாம் அவள் விழுந்துவிழுந்து சிரிக்கிறாள். என்னுடன் தனியாக வெளியே வருகிறாள். எனவே என்னால் அவள் மனதில் இடம்பிடித்துவிட முடியும் என்று சொல்லுவான். அவள் கோயம்புத்தூரில் இருந்தாள். இவன் ஏதாவது ஒரு காரணம் சொல்லுவான் கோயம்புத்தூர் போவதற்கு. உர ஏஜென்சி சம்பந்தமாக யாரோ ஒருத்தரைப் பார்க்கப் போக வேண்டும். முப்பது நாட்களுக்குள் பேமெண்ட தர வேண்டும் என்று ஏதேதோ சொல்லுவான். அவன் அந்தப் பேச்சை

ஆரம்பிக்கும்போதே எனக்குத் தெரிந்துவிடும் ஏதோ கதையளக் கிறான் என்று.

ஒரு தடவை திடீரென்று இரண்டு மூன்று நாள் காணாமல் போய்விட்டான். யாருக்கும் எங்கு போயிருக்கிறான் என்பது தெரியாது. நான் என் அப்பாவுடன் உட்கார்ந்து பேசிக் கொண்டி ருந்தேன். அப்போது ஒரு டெலிகிராம் அவர் பெயருக்கு வந்தது. பிரித்துப் படித்துப் பார்த்தார். அவசரமாக வீட்டுக் குள்ளே போனார். நான் யாரோ சொந்தக்காரர்கள் இறந்து போய்விட்டார்கள் என்று நினைத்தேன். டெலிகிராமை வாங்கிப் பார்த்தால் நம்பி அனுப்பியிருக்கிறான். ஒரு முந்நூறு ரூபாய் டெலிகிராம் மணியார்டராக அனுப்புங்கள் என்று ஒரே ஒரு வாசகம் மட்டும்தான் எழுதியிருந்தான். காரணம் எல்லாம் சொல்லவில்லை. ஆனால் என் அப்பாவோ உடனே பணத்தை எடுத்துக் கடைப்பையனிடம் கொடுத்து அனுப்பிவிட்டார். பொதுவாக அவர் யாருக்குமே அப்படி எந்தக் கேள்வியும் கேட்காமல் பணத்தை எடுத்துத் தந்துவிட மாட்டார். அவரு டைய சொந்தச் சகோதரர் பணம் கேட்டால் கூட அவனுக்குத் தந்தால் திருப்பித் தரமாட்டான். அங்கிருந்து வர வேண்டி யிருக்கிறது, இங்கிருந்து வர வேண்டியிருக்கிறது என்று சொல்லு வான் என்று சொல்லுவார். ஒரு அரை மணிநேரத்துக்குள் அந்தப் பணத்தை அனுப்பிவிட்டார்.

அப்புறம் அவன் ஊருக்கு வந்து சேர்ந்தான். எங்கள் அப்பா விடம் யாராவது பணம் வாங்கியிருந்தால் பஸ் ஸ்டாண்டில் இறங்கியதும் நேராக வந்து அவரைப் பார்த்து நன்றி சொல்ல வேண்டும். அதன்பின் அந்தப் பணத்தைத் தந்துவிட வேண்டும். அல்லது நாளைக்கோ கொஞ்ச நாள் கழித்தோ தந்துவிடுகிறேன் என்ற தகவலையாவது சொல்லி விட வேண்டும். இப்படி யாராவது பணம் வாங்கினால் செய்ய வேண்டியது அதுதான். அது ஒரு எழுதாத சட்டம். ஆனால் அவன் அதை லாவகமாகத் தாண்டிப் போனான். ஒரு பத்து நாள் கழித்து அப்பாவைப் பார்க்கும்போது கணக்கைச் சொல்லிச் சரி செய்யலாம் என்று நினைத்து இருந்திருக்கிறான். பத்து நாள் கழித்து வந்தான். அப்போது அப்பாவுடன் நானும் இருந்தேன். 23 ரூபாய் பத்து பைசாவை அவரிடம் தந்தான். அவரிடம் நடந்தது என்ன என்று ஒரு சிறுகதையாகச் சொல்ல ஆரம்பித்தான். முதலிலேயே அதை நன்கு யோசித்துவிட்டிருக்கிறான்.

மாமா, அங்கே போனதும் எனக்கு உடம்புக்கு ரொம்ப முடியாமல் ஆகிவிட்டது. நான் நேராக ஆஸ்பத்திரியில் அட்மிட் ஆகிக்கொண்டேன். இரண்டு நாட்கள் ட்ரீட்மெண்ட் எடுத்துக் கொண்டேன். ஒரு நூறு ரூபாய் இருந்தால்கூடப் போதுமான தாகத்தான் இருந்திருக்கும். ஆனால் எதற்கும் இருக்கட்டுமே

என்றுதான் முந்நூறு ரூபாய் கேட்டேன் என்றான். என் அப்பா உடனே, உனக்கு என்னிடம் கேட்க வேண்டும் என்று தோன்றியதே... அதுவே பெரிய விஷயம் இல்லையா என்றார். என் அப்பாவிடம் கேட்டிருக்கலாம். ஆனால் அவர் என்ன செய்வார், எனக்கு என்னமோ ஏதோ என்று அங்கு புறப்பட்டு வந்துவிடுவார். அப்புறம் அவரிடம் பணம் வாங்குவது என்பதற்கு அதற்கு மேல் போராட வேண்டியிருக்கும் என்று சொன்னான். அதாவது நீங்கள் சமயோசிதமாகச் செயலாற்றியிருக்கிறீர்கள் என்ற பாராட்டு அதற்குள் இருக்கிறது. அதன் பின் ஒரு நாள் என்னிடம் உண்மையைச் சொன்னான், உங்களிடம் சொல்வதற்கு என்ன... நான் அன்று அவளைப் பார்க்கத்தான் போனேன். என்னிடம் ஊருக்குத் திரும்பி வருவதற்கான காசு இருந்தது. அவளுக்கு கிப்ட் ஏதாவது வாங்கித் தர வேண்டும் என்று தோன்றியது. அதற்காகத்தான் உங்கள் அப்பாவிடம் கேட்டு வாங்கினேன். உங்கள் அப்பாவுக்கு நான் நியாயமான காரணத்துக்காகத்தான் வாங்கியிருப்பேன் என்று தெரியும். அவர் கேட்டபோது அவருக்காக உடம்பு சரியில்லை என்ற காரணத்தைச் சொன்னேன். அவரிடம் 23 ரூபாய் பத்து காசுதானே தந்தாய். பாக்கி பணத்தைத் தரவில்லையே என்று கேட்டேன். அதை அவர் கேட்கவில்லையே. அப்புறம் கொடுத்துக்கொண்டால் ஆச்சு என்றான். உங்களால் இதெல்லாம் முடியுமா என்று எனக்குச் சொல்லாமல் சொல்லிக் காட்டினான்.

என் அப்பா என்மீது என்னென்ன விமர்சனங்கள் வைத்திருந்தாரோ, அவையெல்லாவற்றையும் என் எதிரில் சொல்லிக் காட்ட முடியாதே. ஒரு குறிப்பிட்ட வயது வந்த பின் குழந்தையைப் போல் எல்லா விஷயத்தையும் சொல்ல முடியாதே. அவர் இருபத்தைந்து வயதில் சொல்ல வேண்டிய விஷயத்தை முப்பத்தைந்து வயதிலும் சொல்லக்கூடியவர்தான் என்றாலும் அதிகம் சொல்ல முடியாதே. இப்போது நான் சொல்ல வருவது என்னைப் பற்றிய ஒரு விஷயம்தான். நம்பி பற்றிச் சொல்ல வரும் விஷயத்தைப் புரிந்துகொள்ள அது அவசியம் என்பதால் சொல்கிறேன். ஒரு நாள் என் அம்மா என்னிடம் சொன்னாள், குடும்பத்தில் நிம்மதியே இல்லாமல் போய்விட்டது. உன்னிடம் என்ன சொல்ல என்று தெரியவில்லை. உன் அப்பாவிடம் என்ன சொல்ல என்று தெரியவில்லை என்று சொன்னாள். ஓரிரு வாக்கியங்கள்தான் சொன்னாள். ஆனால் எனக்கு ரொம்ப வேதனையாகப் போய்விட்டது. என் அறைக்குப் போனேன். ஒரு புத்தகத்தை எடுத்து வைத்துக்கொண்டு படிக்க ஆரம்பித்தேன். மனம் புத்தகத்தில் பதிய மறுத்தது.

சாயங்காலம் ஆனதும் என் அம்மாவிடம் போய் இந்தப் பிரச்சினை தீர என்ன செய்ய வேண்டும் என்று நீ நினைக்கிறாய்

என்று கேட்டேன். உன் அப்பா பற்றிய சின்ன விஷயத்தைக்கூட நீ பெரிதாக்கிக் கொள்கிறாய். அவருக்கு உண்மையில் உன் மேல் கோபம் ஒன்றும் கிடையாது. இருப்பது வருத்தம்தான். நீ இதுவரையிலும் வருமானத்தைத் தேடிக்கொள்வதற்கான ஒரு காரியத்தையும் செய்யவில்லை. இந்த வியாபாரத்தை விட்டுவிட்டால் நமக்கு வேறு வருமானத்திற்கு வழியுமில்லை. இனி வரும் காலத்தில் வயலில் விவசாயத்திலிருந்து பணம் வரும் என்று எதிர்பார்க்க முடியாது. வயலை விற்க வேண்டும் என்று நினைக்கிறார். குத்தகைக்கு எடுத்திருப்பவர் விற்கச் சம்மதிக்கவில்லையென்றால் விற்க முடியாது போகுமே என்று உன் அப்பா கவலைப்படுகிறார். நீ அந்த விஷயத்தில் எல்லாம் எதுவும் கவனம் செலுத்துவதில்லை. அது மட்டுமல்லாமல் கடையைப் பார்த்துக்கொள்வதிலும் அக்கறை இல்லாமல் இருக்கிறாய். உன்னைத் தவிர வேறு யாரிடம் பொறுப்பை ஒப்படைக்க முடியும்? நாளைக்கே அவருக்கு ஏதாவது ஆகி விட்டதென்றால் நீ தானே எல்லாவற்றையும் கவனித்துக்கொள்ள வேண்டும். இப்படி வியாபாரத்தில் கவனமின்றி இருந்தால் பின் னால் கடையை எப்படி உன்னால் நிர்வகிக்க முடியும்? உன்னை ஏமாற்றிவிடுவார்களே. யாராவது உனக்கு உதவிக்கு வந்தாலும் நீ அவர்களை நம்பி இருந்தால் அவர்கள் உன்னை அதிகாரம் செய்ய ஆரம்பித்துவிடுவார்களே. நீ அவர்களைச் சார்ந்து அல்லவா இருக்க வேண்டி வந்துவிடும் என்று சொன்னார்.

நீ எழுதுவது குறித்துக்கூட அவருக்கு அதிக வருத்தம் இல்லை. முழு நேரத்தையும் அதிலேயே செலவழித்து வருகிறாயே, அதை நினைத்துத்தான் அவர் வருத்தப்படுகிறார். நீ போய்க் கடையைப் பார்த்துக்கொள்ள ஆரம்பித்துவிட்டாயென்றால் பெரிய அளவுக்குப் பணம் சம்பாதித்துவிட வேண்டும் என்றெல்லாம் அவர் இப்போது உன்னிடம் எதிர்பார்க்கவில்லை. கடையைத் தனியாக நன்றாகக் கவனித்துக்கொள்ள முடியும் என்று நீ காட்டிவிட்டாயென்றால் அவருக்கு உன் மீதுள்ள வருத்தங்கள் பெருமளவுக்குக் குறைந்து விடும் என்று சொன்னாள். அன்று இரவு தூங்காமல் அது பற்றி யோசித்தேன். இப்படியே எனக்கும் என் தந்தைக்குமான உறவு தொடர்ந்தால் அது பின்னாளில் குடும்பத்தில் பல பிரச்சினைகளைத்தான் தோற்றுவிக்கும். கமலாவுக்குப் பிரச்சினைகள் ஏற்படும். குழந்தைகள் இப்போது சகஜமாகத்தான் பழகிவருகின்றன. என் அம்மாவுக்கும் உடல்நிலை சரியாயில்லை என்றாலும் அவளும் குழந்தைகளுடன் அதிக நேரம் செலவிடுவாள். பள்ளியிலிருந்து அவர்கள் வந்ததும் நேராக அவளது அறையில் போய் சிறிதுநேரம் விளையாடுவார்கள். என்றாலும் அவர்கள் பெரியவர்கள் ஆனதும் எனக்கும் அப்பா வுக்குமான விலகல் அவர்களுக்குத் தெரிய வரும். அது அவ்வளவு

நல்லதல்ல என்று தோன்றியது. அது மட்டுமல்லாமல் அது பற்றி கமலா ஒரு தடவைகூட என்னிடம் எதுவுமே பேசியதில்லை. மௌனமாக அந்த வருத்தத்தை அவள் சகித்துவந்தது என்பது எனக்குள் மிகுந்த வருத்தத்தை ஏற்படுத்தியது. அன்றிரவு நான் தூங்கவேயில்லை. நான்கு ஐந்துமணி வரை விழித்துக்கொண்டே யிருந்தேன். சட்டென்று ஒரு முடிவெடுத்தேன்.

இது எப்போது நடந்தது? நீங்கள் ஆறேழு வருடங்கள் எழுது வதை நிறுத்தியிருந்தீர்களே அப்போது நடந்ததா?

ஆமாம். பொதுவாக நான் எப்போதும் ஏழு எட்டு மணிக்குத் தான் எழுந்திரிப்பேன். ஆனால் ஐந்து மணிக்கு வீட்டில் எல்லோருக்கும் காப்பி போடப்படும்போது எனக்கும் ஒரு காப்பி தந்துவிடுவார்கள். அரைத் தூக்கத்தில் எழுந்து அந்த பெட் காப்பியைக் குடித்துவிட்டுப் படுத்துக் கொள்வேன். அது என் அப்பாவுக்கு மிகுந்த கோபத்தை ஏற்படுத்தும். நமது குடும்பத்தில் யாருக்காவது இப்படி ஒரு பழக்கம் இருக்கிறதா பாரு. பல் தேய்க்காமல் காப்பி சாப்பிடுகிறானே என்று கோபப்படுவார்.

அப்போதெல்லாம் கடைக்கு எத்தனை மணிக்குப் போவீர்கள்?

நான் ஏழு எட்டு மணிக்கு எழுந்து அதன் பின் மெதுவாகத் தான் புறப்பட்டுப் போவேன். என் அப்பா மிகச் சரியாக எட்டரைக்கெல்லாம் கடைக்குப் போய்விடுவார். நான் அவர் கூடப் போகிறேனா, அவருக்கு முன்பாகப் போகிறேனா என்பதெல்லாம் ஒரு விஷயமல்ல. நான் அங்கு முன்னாலேயே போனாலும் சும்மாதான் உட்கார்ந்து கொண்டிருக்க வேண்டி யிருக்கும். அவர் எந்தப் பொறுப்பையும் என்னிடம் தரமாட்டார்.

இது சம்பந்தமாக ஒரு விஷயம் நினைவுக்கு வருகிறது. அதாவது எங்கள் கடையில் ஒரு மண்பானை இருந்தது. ரொம்பப் பழசாகிவிட்டிருந்தது. ஒரு நாள் என் நண்பன் ஒருவனைப் பார்க்கக் கோட்டார் பக்கம் போனேன். அங்கு புதிதாகச் செய்த பானைகளைக் காய வைத்திருந்தார்கள். அதில் ஒரு பானை பார்ப்பதற்கு ரொம்ப அழகாக இருந்தது. நான் அதை வாங்கிக் கொள்ளலாமே என்று நண்பனிடம் சொன்னேன். அவன் அதன் விலை கேட்டுச் சொன்னான். சரி வாங்கிக்கொள்வோம் என்றேன். நீங்கள் போங்கள் நான் அதைக் கொண்டு வந்து தருகிறேன் என்று சொன்னான். நீ எப்படி அந்தப் பானையைத் தூக்கிக்கொண்டா வருவாய் என்று கேட்டேன். இல்லை ஒரு சைக்கிளில் வைத்து எடுத்துக் கொண்டு வந்துவிடுவேன் என்று சொன்னான். இரண்டு நாள் கழித்து அந்தப் பானையைக் கொண்டுவந்தான். அந்தப் புதிய பானை வந்ததும் பழைய பானையில் இருந்த தண்ணீரை அதில் ஊற்றி விட்டுப் பழைய

பானையை வீட்டுக்குக் கொடுத்து அனுப்பினேன். அந்தப் புதிய பானை ரொம்ப அருமையாகத் தன் இடத்தில் உட்கார்ந்து கொண்டது. பார்க்க ரொம்ப அழகாக இருந்தது.

வெளியில் போயிருந்த என் அப்பா கடைக்கு வந்தார். சாதாரணமாக அவரது இருக்கையில் ஏறி அமர்ந்த பின்னால் அந்த இடத்தில் இருந்து பார்த்தால்தான் அந்தப் பானையை நன்கு பார்க்க முடியும். ஆனால் அவருக்கோ கடைக்குள் ஏறியதுமே கண்ணில் அது பட்டுவிட்டது. பையன் ஒருவனைக் கூப்பிட்டு, பழைய பானையை யார் மாற்றியது என்று கேட்டார். அவருக்குத் தெரியும் நான்தான் மாற்றியிருப்பேன் என்று. இருந்தாலும் ஒப்புக்காகக் கேட்டார். அந்தப் பையனும் விஷயத்தைச் சொன்னான். உடனே கடையில் இருந்த சற்று சீனியரான பையன் ஒருவனை அழைத்து வீட்டுக்குப் போய் அந்தப் பழைய பானையை வாங்கிக்கொண்டு வரும்படிச் சொன்னார். அவனும் புதிய பானையை வீட்டில் கொடுத்து விட்டுப் பழைய பானையை வாங்கிக் கொண்டுவந்து வைத்தான். இது ஒரு சின்ன சம்பவம்தான். என்றாலும் என் மனதை ரொம்பவும் பாதித்தது. அவர் இரண்டு விதமான விஷயங்களால் நெருக்குதலுக்கு ஆளாகியிருந்தார் என்று எனக்குத் தோன்றியது. அதாவது நான் பொறுப்புகளைக் கவனிப்பதில்லை என்ற வருத்தம் ஒரு பக்கம் இருக்கிறது. அதே சமயம் நான் பொறுப்புகளை ஏற்க ஆரம்பித்தால் அவரது முக்கியத்துவம் குறைய ஆரம்பித்துவிடுமோ என்றொரு பயம் அவருக்குள் இருந்தது என்று நினைக்கிறேன்.

நீங்கள் அது பற்றி அவரிடம் எதுவும் பேசியதில்லையா?

பேசியிருக்கிறேனே. அப்படியெல்லாம் ஒன்றுமில்லை என்று சொல்லியிருக்கிறார். நீ கடையை நன்றாக நடத்துவாய் என்று உறுதியாகிவிட்டால் நானே கடைக்கு வருவதை நிறுத்திக் கொண்டுவிடுவேனே. இப்போது என்னை ரொம்பவும் சிரமப் படுத்திக்கொண்டுதான் கடைக்குப் போய் வருகிறேன். இந்த வயதில் நான் ஓய்வாகத்தான் இருக்க விரும்புகிறேன். ஆனால் எனக்கு உதவுவதற்கு யாருமே இல்லையே என்று சொல்வார். பானை விஷயம் பற்றி என் அம்மாவிடம் நான் சொன்னபோது அவர் செய்தது தவறுதான் என்று சொன்னாள். ஆனால் என் அப்பாவிடம் அது பற்றி எதுவும் அவள் பேசவில்லை. பேசினால் சண்டைதான் வரும். என் அம்மா என்னிடம் தன் வருத்தத்தைச் சொல்லிய அன்று இரவு முழுவதும் தூங்காமல் யோசித்துக் கொண்டிருந்தேன். அன்று ஏழு மணிக்கு எழுந்து வந்தேன். அப்போது என் அப்பா காலை உணவு சாப்பிட ஆரம்பித்திருந்

தார். தினமும் சரியாக ஏழு மணிக்கு அவர் காலை உணவு எடுத்துக்கொள்வார். அதிகாலையிலேயே எழுந்துவிடுவார். வாக்கிங் போய்விட்டு, குளித்துவிட்டுச் சரியாக ஏழு மணிக்கு சாப்பிட வந்துவிடுவார். கொஞ்சம்கூடப் பிசகாது. ஆறு அம்பத்தைந்துக்கு வந்தார் என்றோ ஏழு ஐந்து ஆகிவிட்டது என்றோ ஒருநாளும் ஆனது கிடையாது. அதுபோல் ஒருநாள்கூடக் குளிக்காமல் சாப்பிட்டதும் கிடையாது. கடைக்குப் போக முடியாத அளவுக்கு உடல்நிலை மோசமாக இருந்தால்தான் குளிக்காமல் இருப்பார்.

அன்று நான் எழுந்து வந்தபோது அவர் காலை உணவு சாப்பிட்டுக்கொண்டிருந்தார். அவர் என்னை ரொம்ப ஆச்சரியமாகப் பார்த்தார். ஏனென்றால் பொதுவாக அந்த ஏழு மணிக்கெல்லாம் நான் எழுந்திருந்திருக்கவே மாட்டேன். நான் போய்க் குளித்துவிட்டு நல்ல ஆடைகளை உடுத்திக் கொண்டு வந்தேன். அவர் கொஞ்சம் கொஞ்சமாகப் பதற்றமடைய ஆரம்பித்ததை என்னால் உணர முடிந்தது. அவர் தினமும் சாப்பிட்டு முடித்ததும் அவரது அறைக்குப் போவார். ஒரு கால் மணிநேரம் ஹிண்டு பேப்பர் படிப்பார். ரேடியோவில் கச்சேரி கேட்பார். அதன் பின் ஆங்கிலத்தில் செய்திகள் வரும். இவையெல்லாம் முடிவதற்கும் நேரம் எட்டரை ஆவதற்கும் சரியாக இருக்கும். எழுந்து வெளியே வந்து சட்டை போட்டுக்கொண்டு கடைக்குப் புறப்படுவார். இவையெல்லாம் துளியும் பிசகாமல் எப்போதும் நடந்துவரும் விஷயங்கள். அவர் எங்கேயிருக்கிறார் என்பதைக் கடிகாரத்தைப் பார்த்தே நம்மால் சொல்ல முடியும். ஆறரை மணியா? வாக்கிங் போயிருப்பார். ஏழு மணியா? உணவு மேஜை முன் இருப்பார் என்று துல்லியமாக அவர் இருக்கும் இடத்தை சொல்லிவிட முடியும். எப்போதும் ஏழு மணிக்குக் காலை உணவு முடிந்ததும் தன் அறைக்குள் போகிறவர் அதன் பின் கடைக்குப் புறப்படுவதற்கு முன் எட்டரை மணிக்குத்தான் வெளியில் வருவார். அன்று இடையில் ஒரு தடவை வெளியில் வந்தார். நான் அப்போது குளித்துவிட்டுச் சாப்பிட்டுக் கொண்டிருந்தேன். அதுபோல் அவருக்கு இன்னொரு பழக்கமும் உண்டு. கடையின் சாவியை வீட்டில் பதிவாக ஒரு ஆணியில் மாட்டித் தொங்கவிட்டிருப்போம். தினமும் காலையிலும் இரவிலும் அந்தச் சாவி அங்கு இருக்கிறதா என்று பார்த்துக் கொள்வார். இரவில் சிறுநீர் கழிப்பதற்காக எழுந்து கொள்வாரே, அப்போது கூட அந்த அறையைக் கடந்து போகும்போது டார்ச் லைட்டை அடித்து சாவி ஆணியில் இருக்கிறதா என்று பார்த்துக் கொள்வார். சாவி தொலைந்து போய்விடுமோ என்று அவருக்கு ரொம்ப பயம் உண்டு. கடைப் பையன்களிடம் சாவியைக் கொடுத்துவிடும்

போது கூட, நேராகச் சாவியை வீட்டில் கொடுத்து விட வேண்டும். வழியில் வெத்தலை பாக்குக் கடையில் நிற்கவோ யாருடனும் பேசவோ கூடாது என்று பயமுறுத்தித்தான் அனுப்பு வார். அந்தப் பையனும் ஏதோ வைரக் கற்களைக் கொண்டு வருவது போல் ரொம்பப் பத்திரமாகத் தந்துவிட்டுப் போவான். அநேகமாகக் கடைக்குப் போகும் போது அவர்தான் சாவியை எடுத்துக் கொண்டு போவார். சரியாகப் பத்து நிமிடத்தில் கடைக்குப் போய்ச் சேர்ந்துவிடுவார். வழியில் எங்கும் நிற்க மாட்டார்.

எப்போதும் நடந்துதான் போவாரா?

ஆமாம். காலையில் நடந்துதான் போவார். மதியம் குதிரை வண்டியில் வந்துவிடுவார். மாலையிலும் நடந்துதான் போவார்.

கார் வாங்கிய பிறகும் நடந்துதான் போவாரா?

இல்லை. கார் வந்தபின் காரில்தான் போவார். ஆனால் நான் ஓட்டுவது அவருக்கு அவ்வளவு பிடிக்காது. டிரைவர்தான் ஓட்ட வேண்டும். அவன் என்னைவிட மோசமாகவும் வேக மாகவும் ஓட்டினாலும் அவருக்கு நான் ஓட்டுவதில் விருப்பம் இருக்காது. அது அப்படித்தான். அப்பாக்களுக்கு அப்படியான ஒரு மனோபாவம் உண்டு. அன்று சாப்பிட்டு எழுந்து நேராகச் சாவி இருந்த அறைக்குச் சென்றேன். என் அப்பா என்னைப் பார்த்துக்கொண்டிருந்தார். நான் நேராகப் போய் அந்தச் சாவியை எடுத்தேன். அவர் உடனே எழுந்து வந்து என்ன என்ன என்று கேட்டார். கடைக்குப் போகிறேன் என்று சொன்னேன். அவர் எந்தப் பதிலும் சொல்வதற்குக் காத்திராமல் நான் நேராகக் கடைக்குப் போய்விட்டேன்.

அன்று கிட்டத்தட்ட பன்னிரண்டு மணி நேரம் கடை யிலேயே இருந்தேன். மிகக் கடுமையாக வேலை செய்தேன். கொஞ்சம் கொஞ்சமாக ஒவ்வொருவராகக் கூப்பிட்டுப் பேசி விஷயங்களைப் படிப்படியாகத் தெரிந்துகொள்ள ஆரம்பித்தேன். ஒரு தடவை என்ன ஆயிற்று, ஒரு விற்பனைப் பிரதிநிதி கடைக்கு வந்தார். பொதுவாக அப்படி வருபவர்கள் கடைகளில் இருக்கும் பணியாளர்களில் சிலருடன் நட்பாகப் பழகுவார்கள். பணி யாளர்களை எங்காவது வெளியில் பார்த்தால் அவர்களை ஹோட்டலுக்கு அழைத்துச் சென்று அல்லது ஏதாவது காபி டீ அவர்களுடன் சாப்பிட்டு ஒருவித நட்பை ஏற்படுத்திக் கொண்டுவிடுவார்கள். தங்கள் பொருட்கள் விற்பனை எப்படி ஆகிறது, என்னென்ன தேவையாக இருக்கிறது என்பது போன்ற விஷயங்களை அவர்களிடமிருந்து தெரிந்துகொள்வார்கள். அப்படி ஒரு பிரதிநிதி ஒரு நாள் வந்தார். கடைப் பையன்

கிருஷ்ணன் நம்பி

களுடன் பேசிய பிறகு அப்பாவைப் பார்க்க வந்தார். அப்பா அப்போது மதிய உணவுக்காகப் புறப்பட்டுக் கொண்டிருந்தார். என் அப்பா அந்தப் பிரதிநிதியிடம் தான் சாப்பிடப் புறப்பட்டுக் கொண்டிருப்பதாகவும் மாலையில் ஒரு ஐந்து மணிக்கு வந்து ஆர்டர் பெற்றுச் செல்லுமாறும் சொன்னார். உடனே அந்தப் பிரதிநிதி, நீங்கள் இல்லாவிட்டாலும் பரவாயில்லை, நான் உங்கள் மகனிடம் ஆர்டர் பெற்றுக்கொள்கிறேன். அவர் நன்றாக அந்தக் காரியத்தைச் செய்கிறார் என்று சொன்னார். அதாவது மிகவும் திறமையான ஒருவர்தான் உங்கள் அருகில் இருக்கிறார். நீங்கள் ஏன் அவரைப் பின்னுக்குத் தள்ளி வைக்கிறீர்கள் என்று அர்த்தம் வரும் தொனியில் அவர் சொன்னார். என் அப்பாவுக்கு ஒருமாதிரியாகிவிட்டது. இருந்தாலும் பெருந்தன்மையுடன் சொன்னார், நான் மாலை ஐந்து மணிக்கு வருவேன். அதற்கு முன்பே நீங்கள் வந்தால் அவனிடம் கூட ஆர்டர் வாங்கிக் கொள்ளலாம் என்று சொன்னார்.

எப்போதும் அவர் மாலை நாலே முக்காலுக்குத்தான் கடைக்கு வருவார். அன்று என்ன செய்தார் மாலை மூன்றரை மணிக்கே கடைக்கு வந்துவிட்டார். ஆனால் அந்த விற்பனைப் பிரதிநிதியோ மதியம் இரண்டரைக்கே வந்து என்னிடம் ஆர்டர் வாங்கிக்கொண்டு போய்விட்டிருந்தார். என் அப்பா மாலையில் வந்தார். ஆர்டர் பெற்றுச் சென்று விட்டார் என்று சொன்னதும் அந்த பைலை எடுத்துப் பார்த்தார். சில குறைகள் கண்டுபிடித்துச் சொன்னார். கடைப் பையன்களுக்கே நன்கு தெரிந்தது, அவர் குற்றம் கண்டு பிடிக்க வேண்டும் என்பதற்காகவே அப்படிச் செய்கிறாரே தவிர அதில் ஒன்றும் தவறில்லை என்பது. ஒரு துணியைப் பார்த்துவிட்டு இது முப்பது மீட்டர் வாங்கியிருக் கிறாயே விற்பனை ஆகுமா என்று கேட்டார். அப்போது பக்கத்தில் ராமசாமி என்றொரு கடைப் பையன் இருந்தான். சட்டென்று அவன் சொன்னான் கட்டாயம் போகும் என்று. அப்பா எதுவும் சொல்லவில்லை. கடையில் இருந்த பையன் களுக்கு என் அப்பாவைவிட என்னுடன் பணிபுரிவதில் கூடுதல் மகிழ்ச்சி இருந்தது.

என் அப்பாவைப் போல் ஒரு வியாபாரியை அவருக்கு முன்பும் சரி, அவருக்குப் பின்பும் சரி யாருமே கற்பனை செய்துகூடப் பார்த்திருக்க முடியாது. எங்கள் கடை என்பது அலைமோதக் கூடிய விற்பனை நடக்கும் கடை ஒன்றும் இல்லையே. வாடிக்கையாளர்கள் இல்லாத சமயத்தில் ஒவ்வொரு வரும் ஏதாவது கணக்கெழுதுவது அல்லது துணிகளைச் சரி பார்ப்பது என்று ஏதாவது செய்துகொண்டிருப்பார்கள். பொது வாகக் கடைகளில் வாடிக்கையாளர்கள் யாராவது வந்தால் அவர்கள் என்னவிதமான துணிகளை எடுக்கிறார்கள் என்று

இருந்த இடத்திலிருந்தே முதலாளிகள் முதலில் பார்ப்பார்கள். அவர்கள் எதை விரும்புகிறார்கள் என்பதைப் பார்த்து அதை எடுத்துத் தரும்படி பணியாளர்களிடம் சொல்லுவார்கள். வாடிக் கையாளர்களில் சிலர் ரொம்ப நேரம் கலைத்துப் போட்டுக் கொண்டே இருந்தால் முதலாளிகள் தாமே வந்து எடுத்துத் தருவார்கள். முதலாளியே வந்து எடுத்துத் தருகிறார் என்ற எண்ணத்தில் வாடிக்கையாளர் ஏதாவது ஒன்றை எடுத்துக் கொண்டு விடுவார். இப்படி முதலாளிகள் நடந்துகொள்வது வழக்கம். எங்கள் அப்பா என்ன செய்வார் தெரியுமா? யாராவது துணி எடுக்க வந்தால் அதுவரை சும்மா இருப்பவர் உடனே ஒரு ஹிண்டு பேப்பரை எடுத்துவைத்துக்கொண்டு மும்முரமாகப் படிக்க ஆரம்பித்துவிடுவார். வாடிக்கையாளர் இருக்கும் திசை யையே பார்க்க மாட்டார். கடைப்பையன் சிறிது நேரத்தில் வாடிக்கையாளர் எடுத்துவைத்த புடவையை எடுத்துக்கொண்டு அப்பா பக்கம் வருவான். அப்போதெல்லாம் எந்தக் கடையிலும் பொருட்களின் மேல் விலை ஒட்டப்பட்டிருக்காது. அவர் சில புள்ளிகள் போட்டு வைத்திருப்பார். கடைப் பையன்களுக்குச் சரியான விலை என்ன என்பது தெரியாது. உத்தேசமாக எண்பதி லிருந்து நூறுக்குள் இருக்கும் என்று சொல்லுவார்கள். வாடிக்கை யாளர் தேர்ந்தெடுத்துத் தந்தால்தான் அப்பாவிடம் கொண்டு வந்து காண்பிப்பான். அவர் எண்பத்து எட்டு என்று புள்ளியைப் பார்த்துச் சொல்லுவார். அவருக்கு அந்தப் புள்ளிகள் நன்கு பரிச் சயமாகியிருக்குமே. கடைப்பையன் உடனே அதை வாடிக்கை யாளரிடம் கொண்டு சென்று விலையைச் சொல்லுவான்.

அந்தக் காலத்தில் இருந்த கடைப்பையன்கள் உண்மை யிலேயே உயிரைக் கொடுத்துத்தான் வேலை செய்வார்கள். வாடிக்கையாளரை எப்படியாவது ஒரு துணியையாவது எடுக்க வைத்துவிட வேண்டும் என்பதில் ரொம்பவும் குறியாக இருப் பார்கள். இப்போதெல்லாம் அப்படி யாரும் இருப்பதில்லையே. பெரிய கடைகளில்கூட வாடிக்கையாளர்கள் எடுத்துப்போடச் சொல்லும் துணிகளை எடுத்துப் போடுவார்கள். எதையாவது வாங்கிக்கொண்டால் சரி, வாங்காமல் போனாலும் சரி இவர்கள் அதிகம் கண்டு கொள்ளவே மாட்டார்கள். வாடிக்கையாளர்கள் போகிறேன் என்று சொல்வதைக் கூட காதில் வாங்கிக் கொள்ள மாட்டார்கள். அந்தக் காலத்தில் துணிகளின் வகைகளும் குறைவாகவே இருந்தன. வாடிக்கையாளர்களும் குறைவாகவே இருந்தனர். அதோடு ஒவ்வொரு பணியாளரையும் முதலாளி கூர்ந்து கவனித்துக்கொண்டிருப்பார். துணி வகைகள் குறை வாகவே இருக்கும் என்பதால் அதை வைத்துக்கொண்டு வாடிக் கையாளரைத் திருப்திப்படுத்த சாமர்த்தியமாக நிறைய பேச வேண்டியிருக்கும். அதையெல்லாம் செய்து விலையெல்லாம்

பேசி முடித்ததும் வாடிக்கையாளர் என்ன செய்வார்? நேராக என் அப்பாவிடம் போவார். எந்தக் கடையிலுமே அப்படி நீங்கள் பார்க்க முடியாது. கடைப் பையன் எடுத்துத் தருவதைப் பார்த்துவிட்டு, பில்லைக் கட்டிவிட்டு பொருளை வாங்கிப் போய்விடுவார்கள். ஆனால் எங்கள் கடையில் ஒரு புதுப் பழக்கம் உண்டு. எந்த வாடிக்கையாளரும் துணியை எடுத்துப் பார்த்து விலை எல்லாம் பேசி முடித்ததும் நேராக எங்கள் அப்பாவிடம் போய் அபிப்ராயம் கேட்பார்கள். அவர் துணியைப் பார்த்ததும் என்ன சொல்வார் தெரியுமா? இந்தத் துணியா? இது சாயம்போகும். நீங்கள் முதல் தடவை நனைக்கும்போதே சாயம் போக ஆரம்பித்துவிடும் என்று சொல்லுவார். அப்படியா, சாயம் போகும் துணியை எதற்கு நாங்கள் வாங்க வேண்டும் என்பார்கள். உடனே என் அப்பா, நீங்கள் கேட்கும் விலைக்கு இப்படியான புடவைதான் கிடைக்கும் என்று சொல்லுவார். உடனே வாடிக்கையாளர் சரி, அப்படியானால் கூடுதல் விலை யுள்ள ஒரு துணியை எடுத்துக்கொள்ளவா என்று கேட்டுவிட்டுப் போய், சற்று விலை கூடிய ஒன்றை எடுத்துக் கொண்டு வரு வார்கள். அதைப் பார்த்துவிட்டு இது சாயம் போகாது. ஆனால் நாள் போக்கில் நிறம் மங்கிப்போய்விடும் என்பார். கடைப் பையன்களுக்கு திக் திக்கென்று இருக்கும். அப்பா இல்லாத போது என்னிடம் வந்து வருத்தப்பட்டுச் சொல்லுவார்கள். உங்கள் அப்பா வியாபாரமே நடக்க விடாமல் செய்து கொண்டி ருக்கிறார். நாங்கள் எவ்வளவோ முயற்சி செய்துபார்க்கிறோம். வாடிக்கையாளர்களுக்குத் தெரியாதா என்ன, குறைந்த விலை யில் வாங்கும் புடவை சாயம் போகத்தான் செய்யும் என்று. அதைத் திருப்பித் தந்துவிடுவார்களோ என்று பயப்படுகிறார். அப்படியெல்லாம் நடக்கவா செய்கிறது? இப்படிச் சொன்னால் வியாபாரம் எப்படி நடக்கும் என்று என்னிடம் வருத்தப்படுவார்கள்.

ஆனால் உண்மையில் என்ன நடக்கும் என்றால் எங்கள் கடையில் ஒரு தடவை ஒரு புடவை எடுப்பவர்கள் அடுத்த தடவை வேறு கடைக்குப் போகமாட்டார்கள். எங்கள் ஊர்ப் பெண்களுக்குச் சில விசேஷ குணம் உண்டு. எங்கள் அப்பா மிக அருமையாக விஷயத்தைச் சொல்கிறார் என்று அவர்களுக்கு ரொம்ப சந்தோஷம். என் அப்பா புடவையை விற்கும்போது சொல்லித்தான் தருவார், இது சாயம் போகும், இது சாயம் போகாது என்று. சாயம் போகாது என்று சொன்ன புடவை சாயம் போனதென்றால் நீங்கள் திருப்பித் தந்து பணமாக வேண்டுமானால் பணம் வாங்கிக் கொண்டுவிடலாம். புடவை தான் வேண்டுமானால் வேறு புடவை வாங்கிக் கொள்ளலாம் என்று சொல்லுவார். அப்படிச் சொல்லக்கூடிய ஒரு முதலாளி அந்தப் பகுதியில் எங்கள் அப்பாவைத் தவிர வேறு யாருமே

கிடையாது. எங்கள் பகுதிப் பெண்களுக்கு அவர் அப்படிச் சொல்வது என்பது ரொம்பவும் பிடித்துப் போய்விடும். இப்படிச் சொல்வதால் வியாபாரம் வெகு குறைவாகத்தான் நடக்கும். ஆனால் ஒரு வாடிக்கையாளர் எங்கள் கடையில் ஒரு தடவை ஒரு புடவை எடுத்துவிட்டால் மறு முறை வேறு கடைக்கும் போகமாட்டார்கள். நேராக எங்கள் கடைக்குத்தான் வருவார்கள். இதையெல்லாம் என் அப்பா வியாபார தந்திரமாகச் செய்தார் என்று சொல்ல முடியாது. அவரது சுபாவம் அப்படியாக இருந்தது என்பதைத்தான் காட்டுகிறது.

அதுபோல் விலையைக் குறைத்துக் கேட்பது என்ற பேச்சுக்கே இடம் கிடையாது. நூறு ரூபாய் பத்து காசு ஆகியிருக்கிறது என்று வைத்துக்கொள்வோமே. வாடிக்கையாளர் பொதுவாக நூறு ரூபாயைத்தான் தருவார். பத்து காசு சில்லறை தரமாட்டார். உடனே என் அப்பா இன்னும் இருபது காசு கொடு என்று கேட்பார். எதுக்கு பில்லே நூறு ரூபாய் பத்து காசு தானே போட்டிருக்கிறது என்று வாடிக்கையாளர் கேட்கும் போது, என்னைக் கேட்காமலேயே நீ பத்து காசு குறைக்கும் போது உன்னைக் கேட்காமலேயே நான் பத்து காசு கூட்டுவதில் என்ன தப்பிருக்கிறது என்று சொல்லுவார். ஆயிரம் ரூபாய்க்குத் துணி வாங்கினாலும் ஒரு நயாபைசாகூடக் குறைக்கமாட்டார்.

அப்புறம் முதன்முதலாக எங்கள் பகுதியில் துணியின் மேல் விலையை எழுதி ஒட்ட ஆரம்பித்தது எங்கள் கடையில்தான். அதனால் பிற கடை முதலாளிகள் வந்து எங்கள் அப்பாவிடம் புகார் செய்ததுண்டு. நாங்கள் ஒவ்வொரு வாடிக்கையாளருக்குத் தகுந்த மாதிரி விலையைச் சற்றுக் கூட்டிக் குறைத்து விற்போம். இப்போது நீங்கள் இப்படி விலையைக் கறாராக ஒட்டுவதால் எங்களுக்கு வியாபாரம் செய்வது சிரமமாகிவிடுமே என்று சொல்வார்கள். அவர்களுடைய கடைப் பையன்களுக்கு அவர் கள் சொல்லித்தருவார்கள், பெண் வாடிக்கையாளர் வந்தால் தங்க நகை எவ்வளவு போட்டிருக்கிறார்கள் என்று பார்க்க வேண்டும். நிறைய நகை போட்டிருந்தால் பத்து இருபது ரூபாய் கூட்டிச் சொல்லு என்று சொல்லித் தருவார்கள். ஏற்கெனவே பில் ஒட்டிவிட்டால் அப்படி எதுவும் செய்ய முடியாமல் போய் விடுமே. எனவே எங்கள் அப்பாவிடம் வந்து சொல்லுவார்கள். அதற்கு என் அப்பா என் கடையில் எப்படி விற்க வேண்டும் என்று நான்தான் தீர்மானிப்பேன் என்று சொல்லிவிடுவார்.

அதுபோல் கடன் யாருக்கும் தரமாட்டார். நெருங்கின நண்பர்கள், வக்கீல், ஆடிட்டர் போன்ற ஒரு சிலருக்கு மட்டுமே அக்கவுண்ட் வைத்து விற்பனை செய்வார். அவர்களுக்கும் மாதாமாதம் சரியாக முதல் தேதியன்று ஒரு நினைவூட்டல்

கடிதம் எழுதி அனுப்பிவிடுவார். 28ம் தேதிதான் துணி எடுத் திருப்பார்கள். மூன்று நாள் தானே ஆகிறது என்றெல்லாம் பார்க்க மாட்டார். ஒண்ணாம் தேதியன்று சரியாக ஒரு கடிதம் அனுப்பிவிடுவார். அதே சமயம் இரண்டாம் தேதியன்று வாங்கிச் சென்றிருந்தால் 28 நாள் கழித்துத்தான் கடிதம் அனுப்புவார். அவருக்கு என்ன கணக்கென்றால் ஒண்ணாம் தேதியன்று அந்தக் கடிதம் அனுப்ப வேண்டும். அதுபோல் அனுப்பிவிட்டுப் பத்து நாட்கள் கழித்துப் பணம் வந்து சேர்ந்துவிட்டதா என்று பார்ப்பார். வந்திருக்கவில்லையென்றால் மிகக் குறைந்த லாபம் வைத்துத்தான் விற்பனை செய்திருக்கிறோம் என்று அடுத்த தடவை வாங்க வரும்போது நீண்ட நாள் ஆக்க வேண்டாம் என்று சொல்லிவிடுவார். மிகக் குறைந்த அளவு லாபம் வைத்துத் தான் துணியை விற்பார். அவர் வியாபாரம் செய்து வந்த முறை அதுதான். நான் உள்ளே போனதும் வியாபார அணுகுமுறை அப்படியே தலைகீழாக மாறிவிட்டது. நான் முதலில் கடைப் பையன்களிடம் எந்தத் துணிக்குமே உத்தரவாதம் தரவேண்டாம் என்று சொன்னேன். நல்ல விலை கூடிய பொருளாக இருந்தாலும் பெரிய அளவுக்கு உத்தரவாதம் எதுவும் தர வேண்டாம் என்று சொன்னேன்.

பல தமிழ் வாக்கியங்களை எழுதித் தந்தேன். அவை அவர் களுக்கு மனப்பாடம் ஆகிவிட்டிருந்தன. இந்தத் துணியைப் பற்றி இதுவரை எந்த வாடிக்கையாளரிடமிருந்தும் எந்தப் புகாரும் வரவில்லை என்று ஒரு வாக்கியம். காஞ்சிபுரத்திலிருக்கும் முக்கியமான நபரிடமிருந்து வாங்கிய துணிகள் இவை என்றொரு வாக்கியம். இப்படித்தான் சொல்லுவார்கள். அவ்வளவுதான் நம் தரப்பிலிருந்து சொல்லலாம் என்று சொல்லியிருந்தேன். ஏனென்றால் ஏதாவது குறை என்று சொல்லித் திருப்பிக் கொண்டுவருவதைக் குறைக்க விரும்பினேன். என் அப்பாவுக்கு வாடிக்கையாளர் யாராவது திருப்பிக் கொண்டுவந்தால் பரம சந்தோஷம். ஏதோ வியாபாரி அவரை ஏமாற்றியது போன்ற தோரணையில் கடைப்பையனிடம், மாற்றிக் கொடு என்று சொல்லுவார். திருப்பி வந்த துணியை ஒரு மூலைல போடு என்று சொல்லுவார். அதுபோல் கம்பெனிகளுக்கும் வியாபாரிகளுக்கும் செக் தரும்போது ரொம்பத் துல்லியமாகச் செயல்படுவார். முப்பது நாட்களுக்குள் ஒரு வியாபாரிக்குப் பணம் தர வேண்டிய திருந்தால் சரியாக 27ம் தேதியன்று செக் எடுத்து அனுப்பிவிடு வார். அதாவது அவனுக்குக் கிடைக்க வேண்டிய தேதி முப்பது ஆக இருக்க வேண்டும் என்று சொல்லுவார். அதுபோல் அறுபது நாட்கள் கெடு இருந்தால் 57வது நாள் அனுப்பிவிடுவார்.

அவர் கொள்முதல் செய்யும் கடைக்காரர்கள் அனைவருக்கும் அவர் அப்படி மிகத் துல்லியமாகப் பணத்தை அனுப்பிவிடுவார்

என்று தெரியும். கடைக்கு வந்து யாருமே கணக்கு பாக்கி என்று பேசுவது அவருக்கு அறவே பிடிக்காது. அதற்கு இடம் தரவே மாட்டார். அது அவருக்குப் பெரிய கௌரவப் பிரச்சினை சம்பந்தமான விஷயம். யாராவது கணக்கு புக்கை எடுத்தாலே போதும், தூக்கி உள்ளே வை என்று கோபித்துக்கொள்வார். அதற்குப் பயந்து யாருமே கணக்கு விவரம் பற்றி அவரிடம் பேசவே மாட்டார்கள். அதுபோல் சாயம் போன துணிகளையும் திரும்பி வந்த துணிகளையும் எதுவும் பேசாமல் எடுத்துக் கொண்டு செல்வார்கள். வேறு யாராவது சிறிய வியாபாரி இருப்பார். கிராமப்புறங்களில் இதை விற்றுவிடலாம், தந்துவிடுங்கள் என்று சொல்லி, கொடுத்த பணத்தை அப்படியே திருப்பித் தந்து, எடுத்துக்கொண்டு போய்விடுவார்கள். எங்கள் அப்பாவைத் திருப்திப்படுத்த அவர்கள் அப்படிச் செய்வார்கள். ஏனென்றால் அவர்கள் சொல்லியிருக்கிறார்கள், எவ்வளவோ பெரிய பெரிய கடைகளுக்கு நாங்கள் விற்பனை செய்துவருகிறோம். இதை விட நூறு மடங்கு துணி எடுக்கக்கூடிய கடைகளுக்கும் நாங்கள் சப்ளை செய்கிறோம். ஆனால் உங்கள் அப்பாவைப் போல் இவ்வளவு துல்லியமாக எழுதிக் கேட்கவோ ஆள் வந்து கேட்கவோ செய்யாமல் பணத்தைத் தானாகவே செட்டில் செய்வது தமிழ் நாட்டிலேயே யாரும் கிடையாது. பொதுவாகப் பெரிய கடைகளில் கூட நாங்கள் யாராவது போய்க் கேட்டால்தான் பணம் தருவார்கள். இல்லையெனில் அப்படியே இருந்துவிடுவார்கள் என்று பாராட்டுவார்கள். மேலும் நீங்கள் செக்காக அனுப்ப வேண்டாம், டிராப்டாகவே அனுப்புங்கள் என்று சொன்னார்கள். உடனே அப்பா கேட்டார் அப்படியானால் டிராப்ட் கமிஷனை உன் கணக்கில் வைத்துக்கொள்ள உனக்குச் சம்மதமா என்று. அவர்கள் சரி என்று சொல்லவே அவர்களுக்கு டிராப்ட் எடுத்து அனுப்பி வந்தார். டிராப்ட் கமிஷனை அவனது கணக்கில் வரவு வைப்பதில் ரொம்ப கவனத்துடன் இருப்பார். அப்போ தெல்லாம் ஐம்பது பைசாதான் இருக்கும் டிராப்ட் கமிஷன். அதைக்கூட விடமாட்டார். இப்படியெல்லாம் செய்வதில் பெரிய லாபம் எதுவும் இருக்காது. ஆனால் தான் ஒரு கறாரான ஆள், ரொம்பவும் வித்தியாசமான ஆள் என்பதைக் காட்டுவதற்காக அப்படியெல்லாம் செய்வார்.

நான் கடை நிர்வாகத்தைக் கவனிக்க ஆரம்பித்தேன். நான் பொறுப்பை எடுத்துக்கொண்டதும் அப்படியொன்றும் விற்பனை ஒரேயடியாக உயர்ந்து விடவில்லை. முதலில் எனக்கு என்ன தோன்றியது என்றால் எங்கள் கடை ரொம்பவும் பழையதாக இருந்தது. அப்படி இருக்கும்வரை நாம் எவ்வளவுதான் மும்முரமாக வேலை செய்தாலும் பெரிய அளவில் லாபம் எதையும் எதிர்பார்க்க முடியாது என்று எனக்குத் தோன்றியது.

கடையைப் புதுப்பிக்கிறோம் என்று யாராவது வந்து கேட்டதில்லையா?

வருவார்கள். என் அப்பா அதெல்லாம் வேண்டாம் என்று சொல்லி அனுப்பிவைத்துவிடுவார். இப்போது என் அபிப்ராயத்தையும் அவர் கணக்கில் எடுத்துக்கொள்ள வேண்டி வந்திருந்தது. ஏனென்றால் முன்பு நான் ஒரு பொறுப்பையுமே பார்க்காமல் இருந்தேன். இப்போது நான் பொறுப்பாகக் கவனித்து வருவதால் நான் சொல்வதை அவர் பொருட்படுத்த வேண்டிவந்தது. அப்புறம் ஆர்டர் வாங்க வருபவர்கள் எல்லோருமே என் அப்பா இல்லாத சமயமாகப் பார்த்து வந்து போக ஆரம்பித்தனர். அவர்கள் என்னைப் புகழ்ந்து பேசுவது, கடைப் பையன்கள் என்னைப் புகழ்ந்து பேசுவது போன்றவற்றுக்கெல்லாம் அவர் சந்தோஷப்படுவதற்குப் பதிலாகத் தனது முக்கியத்துவம் குறைய ஆரம்பிக்கிறதோ என்று பயப்பட ஆரம்பித்தார்.

கடையைப் புதுப்பிப்பது சம்பந்தமாக ஒரு ஆள் திருவிதாங் கூரிலிருந்து வந்து பார்த்தார். ஒரு எஸ்டிமேட் போட்டுக் கொடுத்தார். இன்றைய மதிப்போடு ஒப்பிட்டுச் சொல்வதானால் அது ரொம்ப ரொம்பக் குறைவுதான். இருபதினாயிரம் ரூபாய் செலவாகும். ஒரு எட்டு கார்ப்பெண்டர்களை அழைத்து வருவேன். அவர்கள் தங்குவதற்கு ஒரு வீடும் நீங்கள் ஏற்பாடு செய்துதர வேண்டும். அவர்களில் ஒரு பையன் மற்றவர்களுக்கு காபி போட்டுத் தருவது, உணவு தயாரிப்பது போன்ற வேலைகள் மட்டுமேதான் செய்வான். ஆனால் நீங்கள் அவனுக்கும் பிறருக்குத் தரும் அதே சம்பளம் தந்துவிட வேண்டும் என்று சொன்னார். ஒரு கார்ப்பெண்டருக்கு ஒருநாள் சம்பளம் ஏழு ரூபாய். அப்போது நாகர்கோவிலில் ஒரு கார்ப்பெண்டருக்கு சம்பளம் மூன்று ரூபாய்தான். அந்த கார்ப்பெண்டர்கள் அனைவருமே பார்ப்பதற்குக் கல்லூரியில் படிப்பவர்கள்போல் இருந்தார்கள். கையில் வாட்ச், காலில் செருப்பு போட்டுக்கொண்டு, நல்ல ஆடை அணிந்துகொண்டு இருந்தனர். கடைக்குள் வந்து சட்டையைக் கழட்டிப் போட்டுவிட்டுக் கையில் உளியை எடுத்தால் தான் பணியாளர்கள் என்பது நமக்குத் தெரியவரும். மொத்தம் பதினைந்தாயிரத்துக்குள் முடித்துவிடலாம். ஒருவேளை நம் கணிப்பையும் மீறி விஷயங்கள் நடந்துவிடும் என்பதால் எதற்கும் ஐயாயிரம் கூடுதலாகத் தயாராக வைத்திருங்கள் என்று சொல்லி இருபதாயிரம் ஆகும் என்று சொன்னார்.

என் அப்பா வியாபாரத்தில் முதலீடு செய்யாமல் ஒரு பெரிய தொகையை வங்கியில் போட்டு வைத்திருந்தார். ஒவ்வொரு வருடமும் வரும் லாபத்தை அதில் போட்டுவிடுவார். அது அப்படியே இருக்கும். வீட்டுக்கெல்லாம் ரொம்பக் குறைவான தொகையைத்தான் தருவார். அதுவும்போகப் பல கேள்விகள்

கேட்பார். போனமாதம் தானே 200 ரூபாய் தந்தேன். இப்போது எதற்கு என்று கேட்பார். கமலா கேட்டால் பணத்தை எடுத்துத் தந்துவிடுவார் என்பதால் வீட்டில் உள்ளவர்கள் ஏதாவது பணம் தேவைப்பட்டால் கமலாவை அனுப்புவார்கள். அவளும் என்ன பதில் சொல்ல வேண்டும் என்று முன் தயாரிப்போடு போய்க் கேட்பாள். பணத்தைக் கொடுத்ததும் ஒரு டைரியில் யாருக்குக் கொடுத்தோம், எவ்வளவு கொடுத்துள்ளோம், என்ன தேதியில் கொடுத்துள்ளோம் என்பவற்றைக் குறித்து வைத்துக் கொள்ளுவார். அப்படி இருந்ததால் நிறைய பணம் சேர்த்து வைக்க முடிந்திருந்தது. ஆனால் அப்படிப் பணம் சேர்ந்திருக் கிறது என்பதை வெளியில் பெரிதாகக் காட்டிக்கொள்ள விரும்ப மாட்டார். ஆடம்பரமாக ஆடைகள் உடுத்துவது என்பது போன்றவற்றில் எல்லாம் அவருக்கு விருப்பம் கிடையாது. சாதாரணமானவர் போலத்தான் இருப்பார்.

கடையை மாற்றி அமைக்க வேண்டும் என்று சொன்னபோது உடனே இது என்ன நம்ம கடையா என்று கேட்டார். அப்போது நான் சொன்னேன், கட்டிடத்தில் நாம் எந்த மாற்றமும் செய்யப் போவதில்லை. புதிய அலமாரிகள் செய்வது, கதவுகள் போடுவது போன்ற வேலைகள் மட்டும்தான் செய்யப் போகிறோம். ஒரு வேளை நாம் கடையை நிறுத்திவிட்டால்கூட இந்தத் தேக்கு மரச் சாமான்களை வெளியில் விற்றுவிடலாம். தேக்கு மரத்தின் விலை தங்கத்தின் விலையைப் போல் நாளுக்கு நாள் கூடிக் கொண்டேதான் இருக்கிறது, எனவே இது செல வல்ல. இது ஒருவிதமான முதலீடுதான் என்று சொன்னேன். அவருக்கு விருப்பமே இல்லை. என் அம்மா சொன்னாள், அவன் சில விஷயங்களைச் செய்ய விரும்புகிறான். உங்களைப் போல் அவனால் அந்தப் பழைய கடையில் போய் உட்கார்ந்து கொண்டு வியாபாரம் பார்க்க முடியாது. நீங்கள் யோசித்துப் பார்த்தால் உங்களுக்கே இது புரியும் என்று சொன்னாள். அதன் பின் என் அப்பா பணத்தைத் தந்தார். ஒரு மாதத்தில் அலமாரி கள் செய்து கடையைக் கொஞ்சம் புதுப்பித்துவிட்டார்கள்.

அந்த கார்ப்பெண்டர் இரண்டு வருடங்கள் கழித்து எங்கள் கடைக்கு வந்தபோது என் அப்பா கேட்டார், அதே வேலையை இப்போது செய்ய என்ன செலவாகும் என்று. அவர் ஒரு லட்சம் ஆகும் என்று சொன்னார். தேக்கு மரங்களின் விலை அந்த இரண்டு வருடத்தில் அவ்வளவு கூடிவிட்டிருந்தது. திரு விதாங்கூரிலேயே ஒரு நான்கு கடைகளுக்குத்தான் அந்தக் குறைந்த விலையில் செய்து தந்திருந்தோம். மற்ற கடைகளுக்கு எல்லாமே விலை ரொம்ப அதிகம்தான் என்று சொன்னார். அவர்கள் பணிபுரிந்தபோது ரொம்ப அழகாகப் பணிபுரிந்திருந் தார்கள். யாரும் கூட இருந்து மேற்பார்வை செய்ய வேண்டும்

என்ற அவசியமே இருந்திருக்கவில்லை. அந்த டெக்கரேஷன் எல்லாம் பண்ணியதும் கடையின் தோற்றம் அப்படியே மாறிவிட்டது. நாளொன்றுக்குக் கிட்டதட்ட ஐந்நூறு ரூபாய் என்று விற்பனை அதிகரித்தது. நான் கணக்கு விவரங்களைத் தொடர்ந்து கவனித்து வந்தேன். என் அப்பா கடைசியாகக் கவனித்துவந்த வருடத்தில் வருட விற்பனை இரண்டு லட்சம் ஆக இருந்தது. நாள் ஒன்றுக்குச் சராசரியாக இருநூறு அல்லது முந்நூறு விற்பனை ஆகியிருக்கும். தீபாவளிக்கு முந்தின நாள் மட்டும் ஆயிரத்தைத் தொடும். அப்படியாக இருந்தது. நான் பொறுப்பேற்ற நாலைந்து வருடத்தில் வருட விற்பனை பதினைந்து லட்சத்தை எட்டியிருந்தது. நாள் ஒன்றுக்குச் சராசரியாக 1500 லிருந்து இரண்டாயிரம் விற்பனை ஆகும். தீபாவளி போன்ற நாட்களில் ஐயாயிரம்வரை விற்பனை ஆகும்.

அந்தக் கணக்கு விவரங்களை என் அப்பாவிடம் காண்பித்தேன். அவுட் ஸ்டாண்டிங் கணக்கில் ஒரு இரண்டாயிரம் ரூபாய் இருந்தது. அவருடைய கணக்கில் அவுட் ஸ்டாண்டிங்கே கிடையாது. அப்படி இருந்த பணமும் அடுத்த மாதம் வசூலாகி விடும் என்ற அளவில்தான் இருந்தது. ஆனால் என் வியாபாரத்தில் வாராக் கடனாகக் கிட்டத்தட்ட இரண்டாயிரம் ரூபாய் இருந்தது. அது வரவே வராது என்று தள்ளுபடி செய்ய வேண்டிய ஒன்றாக இருந்தது. அதை என் அப்பா பிடித்துக் கொண்டுவிட்டார். பார்த்தாயா, நீ வியாபாரம் செய்தபோது இரண்டாயிரம் ரூபாய் தள்ளுபடி செய்ய வேண்டி வந்துவிட்டது என்று சொன்னார். நான் அதற்குச் சொன்னேன், நீங்கள் விற்பனை அளவையும் கணக்கில் எடுத்துக்கொண்டு பார்க்க வேண்டும். விற்பனை அதிகரிக்க வேண்டுமானால் இப்படிச் சில இழப்புகளை எதிர்கொண்டுதான் ஆக வேண்டும் என்று சொன்னேன்.

அதுபோல் வாடிக்கையாளர்களுக்குத் துணியைத் தைப்பதற்கு ஒரு டெய்லருடன் ஒப்பந்தம் செய்துகொண்டேன். எங்கள் கடைக்கு வரும் வாடிக்கையாளர்களை அந்த டெய்லரிடம் அனுப்பி வைப்பேன். அவர்களும் கொஞ்சம் சலுகை விலையில் இவர்களுக்குத் தைத்துக் கொடுப்பார்கள். அப்படி வாடிக்கையாளருடன் ஒரு உறவை ஏற்படுத்திக் கொண்டேன். என் அப்பா அப்படியெல்லாம் செய்யமாட்டார். யாராவது வாடிக்கையாளர் துணியைத் தைப்பதற்கு ஏதாவது ஏற்பாடு செய்யுங்கள் என்று கேட்டால், உடனே இவர் அது என்னுடைய வேலையில்லை. நீயே போய் பாத்துக்கோ என்று சொல்லிவிடுவார். நான் என்ன செய்தேன்? ஒரு தையல்காரரை எங்கள் கடைக்கு மாடியில் ஒரு அறை வாடகைக்கு எடுத்துத் தங்க வைத்தேன். அந்த அறைக்கான வாடகையை நானே கொடுத்தேன். எங்கள் கடையில் வாடிக்கையாளர் யாராவது துணி தைக்க வேண்டும்

என்று சொன்னால், உடனே பையனை அனுப்பி அந்தத் தையல் காரரை அழைத்துவரச் சொல்லுவேன். அவர் வந்து அள வெடுத்துக்கொள்வார்.

என் அப்பாவிடம் எந்த விஷயத்தையும் எடுத்துச் சொல்லிப் புரிய வைக்கவெல்லாம் முடியாது. சண்டை போடத்தான் வேண்டியிருக்கும். அவருக்கு நாட்கள் செல்லச் செல்லக் கடைக்குத் தொடர்ந்து வரவும் முடியவில்லை. வராமல் இருக்கவும் முடிய வில்லை என்பதான நிலை ஏற்பட்டது. கடைக்கு வந்து சும்மா தான் உட்கார்ந்திருப்பார். யாராவது விற்பனைப் பிரதிநிதி வந்து நீங்களே ஆர்டர் தாருங்கள் என்று கேட்டாலும், வேண் டாம், பையன் வரட்டும்; அவனிடமே வாங்கிக் கொள் என்று சொல்லிவிடுவார். கடையில் முன்பு போல் அவருக்கு இருக்க முடியாமல் போனது. அப்போதெல்லாம் விற்பனை அவ்வளவாக இருக்காது இல்லையா. அவர் ஒரு பெரிய செயரை எடுத்து வெளியில் போட்டுக்கொண்டு உட்கார்ந்திருப்பார். வியாபாரம் பெருக ஆரம்பித்ததும் அதுபோலெல்லாம் இருக்க முடியாமல் போனது. பணம் வாங்குவது, பில் போடுவது எல்லாம் வேறு விதமாக மாற்றப்பட்டது. முன்பெல்லாம் கல்லாவில் அவர் உட்காருவார் அல்லது நான் உட்காருவேன். என் பொறுப்பில் கடை நடக்க ஆரம்பித்ததும் வேறொரு பணியாளரை அந்தப் பொறுப்பில் அமர்த்தினேன். மூன்றாம் மனிதனிடம் அந்தப் பொறுப்பைக் கொடுப்பது என்பதை அவரால் ஜீரணிக்கவே முடிந்திருக்கவில்லை. அதன் பின் நான் ஒரு என்கேஜ்மெண்ட் டைரி என்று ஒரு டைரி எழுதுவதை நடைமுறைக்குக் கொண்டு வந்தேன். ஒவ்வொரு நாளும் காலையில் அந்த டைரியை நான் பார்ப்பேன். இப்படியாக ஒவ்வொரு நோட்புக்கும் வரவர என் அப்பாவுக்குக் கிலி ஏற்பட ஆரம்பித்தது. ஒரு கஸ்டமர் ஏதாவது துணி கேட்டு அது இல்லையென்று திரும்பிப் போனால் அதைப் பணிப் பையன் அந்த டைரியில் எழுதி வைக்க வேண்டும். அப்போது எந்த ஆடைக்கு அதிகத் தேவை இருக்கிறது, எது நம்மிடம் இல்லை என்பன போன்ற விஷயங் களை அதிலிருந்து நான் பார்த்துக்கொள்வேன். அதுபோல் செக் ஷர்ட் தீர்ந்து போய்விட்டது என்றால் அதை உடனே அந்த டைரியில் குறித்துவிட வேண்டும். விற்பனைப் பிரதிநிதி வரும்போது நான் அந்த டைரியைப் பார்த்தே ஆர்டர் கொடுத்து விடுவேன். இப்படியாக எல்லாம் ரொம்பவும் விஞ்ஞான பூர்வமாகச் செய்தேன். அப்போதெல்லாம் கம்ப்யூட்டர் வந்திருக்கவில்லை.

என் அப்பாவுக்கு மிகவும் தெரிந்த ஒரு நம்பூதிரி இருந்தார். என் அப்பாவுக்கே அவர் பேரில் ரொம்ப நம்பிக்கை உண்டு. அவரிடம் வட்டிக்குக் கொடுப்பேன். என் அப்பா எவ்வளவு

பணம் வந்தாலும் வங்கியில் அடைத்துவிடுவார். நான் எவ்வளவு பேமெண்ட தர வேண்டியிருக்கிறதோ அதை மட்டும் வங்கியில் அடைத்துவிட்டு மிச்சத்தை அந்த நம்பூதிரியிடம் தருவேன். அவர் மிகவும் நியாயமாக 12 சதவிகிதம் வட்டி தருவார். வங்கியில் கிடைக்கும் ஆறு சதவிகிதத்தைவிட அது அதிகம் தான் இல்லையா? அப்புறம் நான் எங்கள் வங்கி மேனேஜரைத் தொடர்பு கொண்டு ஒரு நாள் கேட்டேன், நாங்கள் கடந்த பத்துப் பதினைந்து வருடங்களாக உங்களிடம் கணக்கு வைத்து வந்திருக்கிறோம். எங்களுக்கு நீங்கள் எந்தத் தனிச் சலுகையும் தரவில்லையே என்று கேட்டேன். அதற்கு அவர் உங்களுக்கு என்ன வேண்டும் கேளுங்கள், செய்து தருகிறேன் என்றார். அவருக்கு எங்கள் பேரில் நல்ல அபிப்ராயம் இருந்தது. எங்கள் அப்பா தாம் கடைக்குச் சரியான நேரத்தில் வருவது மட்டுமல்ல பிற விஷயங்களும் மிகச் சரியாக நடந்தேற வேண்டும் என்று விரும்புவார். தினமும் வங்கி திறந்ததும் முதல் ஆளாகப் பணம் செலுத்துவது எங்கள் கடை ஆளாகத்தான் இருக்கும். அதில் எந்த மாற்றமும் ஒருநாளும் வந்தது கிடையாது. அந்தப் பையன் மிகச் சரியாக வங்கி திறப்பதற்கு இரண்டு நிமிடம் முன்பாகவே போய்ச் சேர்ந்துவிடுவான். வங்கியில் இருக்கும் எல்லோருக்கும் தெரியும் முதன் முதல் ஆளாக சுதர்சன் கடைப் பையன்தான் இருப்பான் என்று. அதனால் எங்கள் பேரில் அந்த மேனேஜருக்கு நல்ல அபிப்ராயம் உண்டு.

நான் அவரிடம் ஒரு லட்ச ரூபாய் எங்கள் கடைப் பொருட் களின் பேரில் தரும்படிக் கேட்டுக்கொண்டேன். தலைமை அலுவலகத்துக்கு எழுதிக் கேட்டுச் சொல்கிறேன் என்று சொன் னார் மேனேஜர். சில நாட்கள் கழித்து அவர் போன் பண்ணி னார். என் அப்பாதான் போனை எடுத்தார். உங்கள் பையன் வங்கிக்கு வந்திருந்தார். ஒரு லட்ச ரூபாய் கடன் கேட்டிருந்தார். மேலிடத்திலிருந்து சாதகமான பதில் வந்திருக்கிறது. அதைச் சொல்லத்தான் போன் பண்ணினேன் என்று சொன்னார். என் அப்பாவுக்கு அதைக் கேட்டதும் ரொம்பவும் அதிர்ச்சி யாகிப்போய்விட்டது. எதற்குக் கடன் வாங்குகிறாய். நான் இத்தனை வருடம் வியாபாரம் செய்திருக்கிறேன். ஒரு நயா பைசா கடனாக வாங்கியதில்லையே என்று சொன்னார். நான் சொன்னேன். அது கடன் இல்லை. நமக்குப் பல பார்ட்டி களுக்குக் குறிப்பிட்ட தேதியில் பணம் தர வேண்டியிருக்கிறது. பல விஷயங்களை நாம் பார்த்துப் பார்த்துத்தான் செய்கிறோம். நாம் சிறிது கவனக் குறைவாக இருந்து, பார்ட்டி யாருக்காவது பணம் சரியாக க்ரடிட் ஆகவில்லையென்றால் பின்னால் நமக்குத் தான் கெட்ட பெயர் என்று சொன்னேன். வங்கி மேனேஜரும் எடுத்துச் சொன்னார். கடைசியில் என் அப்பா ஒத்துக்கொண்டார்.

என் அப்பா அம்மாவிடம் சொல்லுவார், நான் கடை நடத்திய போது எவ்வளவு ரூபாய் பேலன்ஸ் இருந்தது. இப்போது இவன் நடத்த ஆரம்பித்தபின் பேலன்ஸே இல்லையே என்று சொல்லியிருக்கிறார். அந்தப் பணமெல்லாம் வங்கியில் சும்மா இருப்பதற்குப் பதிலாக முதலீடாகத்தான் போடப்பட்டிருந்தது. ஆனாலும் அவருக்கு அது ஏற்புடையதாக இருக்கவில்லை. திடீரென நமக்கு ஒரு லட்ச ரூபாய் தேவைப்பட்டால் என்ன செய்வாய் என்று கேட்பார். அது எப்படி அப்படி திடீரென்று பணத் தேவை ஏற்படும்? ஒரு பெண் இருந்து திருமணம்செய்ய வேண்டும் என்றால் பணம் தேவைப்படும். ஒரு வீடு புதிதாகக் கட்டப் போகிறோம் என்றால் பணம் தேவைப்படும். இல்லையா? இப்படி எந்தவிதத் தேவையும் இல்லாதபோது திடீரெனப் பணத்தட்டுப்பாடு என்று எப்படி வரும்?

மருத்துவச் செலவு என்று ஏதாவது வந்தால்...?

அதற்கெல்லாம் தனியாக பிக்சட் டெப்பாசிட்டில் பணம் இருக்கத்தான் செய்தது. நாம் ஒன்றுக்கும் உதவாக்கரை என்று சொல்லி வந்த ஒருவன் பொறுப்பை எடுத்துக்கொண்டு, கடையை நடத்தி நம் முன்னாலேயே திறமையானவன் என்பதை நிரூபித்து வருகிறான் என்ற விஷயம் அவரை நெருக்கடிக்கு ஆளாக்கி வந்தது. என் உறவினர்களில் அவருடன் நெருங்கிப் பேச முடிந்த பலர், நீ இத்தனை நாள் அவனைக் கடை நடத்த எங்கே அனுமதித்தாய்? நீ சொல்வதுபோல் அவன் ஒன்றும் ஒதவாக்கரை இல்லை என்றெல்லாம் சொல்ல ஆரம்பித்திருந்தனர். அது அவருக்கு நெருக்கடியைத் தர ஆரம்பித்திருந்தது. நான் வியாபாரத்தில் கிடைத்த வருமானத்தின் மூலம் பல விஷயங்கள் செய்தேன். ஒரு கார் வாங்கினேன். அந்த காரை நாங்கள் அதிகம் உபயோகப்படுத்தவில்லை. என் அப்பாதான் உபயோகப்படுத்தினார். ஒரு டிரைவரையும் நியமித்திருந்தோம். ஒரு கார் இருக்கிறதே; நிறைய இடங்களுக்குப் போவோம் என்றெல்லாம் அவருக்கு ஆசை இருந்தது கிடையாது. குமாரகோவில் என்றொரு கோவில் அருகில் இருக்கிறது. அதற்குப் போவார்.

இந்த நேரத்தில்தான் என் அம்மா இறந்து போனார்கள். என் அம்மா இறந்ததும் அவர் கடைக்கு வராமல் இருந்தார். பதினாறு நாள் விசேஷம் முடியும்வரை அவர் வீட்டிலேயே இருப்பதுதான் நல்லது என்று எனக்குத் தோன்றியது. ஆனால் என் சகோதரிகள் சொன்னார்கள், அப்பா ரொம்பவும் மனமுடைந்து போயிருக்கிறார். வீட்டிலேயே இருந்தால் அந்த நினைவு அவரை அதிகமும் துன்புறுத்தும். கொஞ்சம் வெளியில் எங்காவது போய் வரச் சொல். கடைக்கு அழைத்துப் போய்வா. நான்கு பேரைப் பார்த்துப் பேசினால் மனதுக்குச் சிறிது ஆறுதலாக இருக்கும் என்று சொன்னார்கள். நான் சொன்னேன்,

பதினாறாவது விசேஷம் முடியட்டும். அதன் பின் பார்த்துக் கொள்ளலாம் என்று சொன்னேன். அதன்படியே பத்து நாட்கள் கழிந்ததும் இனிமே நீங்கள் கடைக்கு வரலாமே என்று கேட்டேன். அதற்கு அவர், இனிமேல் நான் கடைக்கு வரலை என்று சொன்னார். ஏன் என்று கேட்டேன். நான் நிறைய வருடங்கள் உழைத்தாயிற்று. போதும். நான் இல்லையென்றால் உனக்கும் கொஞ்சம் சுதந்திரமாகச் சில விஷயங்கள் செய்ய முடியும். எனவே நான் இனிமேல் கடைக்கு வரலை என்று சொன்னார். எனக்கு ஏதாவது பிரச்சினைகள் வந்தால் நீங்கள் கடையில் பக்கத்தில் இருந்தால் உங்களுடன் கலந்தாலோசிக்க முடியும், இல்லையென்றால் சிரமமாக இருக்கும் என்றேன். உடனே அவர் இனி நீ என்னிடம் எதுவுமே கலந்தாலோசிக்க வேண்டாம். நீயே யோசித்து செய்துகொள் என்றார். கணக்கு விஷயம் என்றால் அக்கவுண்ட்டிடம் கேட்டுக் கொள். சட்டம் சம்பந்தமான விஷயம் என்றால் வக்கீலைப் பார்த்துப் பேசிக் கொள் என்றார். அல்லது முக்கியமான சீனியர் கடைப் பையன்கள் பெயரைச் சொல்லி அவர்களிடம் பேசிக் கொள் என்றார். சரி என்றேன். அதன் பின் அவர் கடைக்கு வரவேயில்லை. மணி மேடைக்கு வருவார். ஏதாவது வெத்தலை புகையிலை வாங்க எங்கள் கடை இருக்கும் பக்கம்வரை வருவார். ஆனால் கடைக்கு வர மாட்டார். சில நண்பர்கள் சொன்னார்கள், அம்மா இறந்த துக்கம்தான் அவர் கடைக்கு வராமல் இருப்பதற்குக் காரணம் என்று. நானும் இருக்கலாம் என்று சொன்னேன். ஆனால் அது மட்டுமே அல்ல காரணம் என்று எனக்குத் தெரியும்.

அதன் பின் இரண்டு வருடத்தில் ஒரு நாலைந்து தடவை அவரிடம் சில பிரச்சினைகள் சம்பந்தமாக ஆலோசனை கேட்டிருப்பேன். அதற்கெல்லாம் அவர் இதுபற்றி நான் எதுவும் சொல்ல விரும்பவில்லை. நீயே பார்த்துச் செய்து கொள் என்று சொல்லிவிட்டார். அவர் கடையில் இருந்த நாட்களில் ஒவ்வொரு நாளும் விற்பனை எவ்வளவு ஆகியிருக்கிறது என்று பார்ப்பார். மாதாந்திர விற்பனை எவ்வளவு என்று பார்ப்பார். ஆறு மாதத்துக்கு ஒரு முறை வரவு செலவு என்ன ஆகியிருக்கிறது என்று பார்ப்பார். ஆனால் கடைக்கு வருவது நின்றதும் என்ன நடக்கிறது கடையில் என்பதைக்கூடப் பார்க்காமல் அப்படியே இருந்துவிட்டார். கடையில் எத்தனை பையன்கள் இருக்கிறார்கள், புதிதாக என்ன நடக்கிறது என்று எந்த ஒரு விஷயத்தையும்கூட கவனிக்காமல் அப்படியே இருந்தார். பொதுவாகத் தீபாவளி போன்ற விசேஷ நாட்களில் எவ்வளவு விற்பனை ஆனது என்று ஒரு ஆர்வம் காரணமாகக்கூட எதுவும் கேட்கவில்லை. எவ்வளவு ரூபாய் போனஸ் கொடுத்தாய், என்ன சம்பளம் கொடுக்கிறாய் என்று எந்தக் கேள்வியுமே கேட்காமல்

இருந்தார். புதிதாகச் சில பையன்கள் அவரிடம் போய் வேலை தரும்படிக் கேட்பார்கள். அவர் உடனே, பையன் கடையில் இருக்கிறான். அவனைப் போய்ப் பார் என்று சொல்லுவார். நீங்கள் கொஞ்சம் சொல்லுங்கள் என்று சொன்னால் நான் சொல்ல மாட்டேன். அவனுக்குப் பிடித்திருந்தால் எடுத்துக் கொள்ளுவான். நான் எதுவும் சொல்ல மாட்டேன் என்று சொல்லிவிடுவார்.

நான் கடை நிர்வாகத்தை எடுத்ததும் இன்னொரு விஷயம் செய்தேன். வருகைப் பதிவேடுபோல் ஒன்றை வைத்து அதில் பணிக்கு வரும் நேரத்தைக் குறிக்கும் பழக்கத்தைக் கொண்டு வந்தேன். அந்தப் பொறுப்பை ஒரு பெண்ணிடம் கொடுத்திருந்தேன். நாகர்கோவிலில் முதன் முதலாக ஒரு கடைக்குள் ஒரு பெண்ணை வேலைக்கு என நியமித்தது நான்தான். அதற்குப் பத்து வருடத்திற்கு முன் போத்தி ஒருவர் ஒரு ஹோட்டலில் ஒரு பெண்ணை கேஷியராக நியமித்திருந்தார். அந்தப் பெண்ணுடன் அவருக்கு ஒரு தொடர்பு இருந்தது. அதனால் அந்தப் பெண்ணை அந்தப் பணியில் நியமித்திருந்தார். அந்தப் பெண்ணைப் பார்ப்பதற்காகவே பலர் அந்த ஹோட்டலுக்குப் போவார்கள். அது ஒரு மோசமான விஷயமாகத்தான் இருந்தது. கொஞ்சம் நியாயமானவர்கள் அந்தக் கடைக்குப் போகமாட்டார்கள். அவளுக்கு முன்னால் சென்று காசு கொடுப்பதை அவர்களால் ஏற்றுக்கொள்ள முடிந்திருக்கவில்லை. நான்தான் முதன்முதலில் ஒரு பெண்ணை நாகர்கோவிலில் பணிக்கு நியமித்தது. அந்தப் பெண் ஒரு உடல்நலம் குன்றிய பெண். இடது கையால்தான் எழுதுவாள். அவள் ரொம்பவும் சாதுவானவள். அதே சமயம் மிகவும் கறாரானவளும்கூட. கடைப் பையன்கள் சிறிதுநேரம் தாமதமாக வந்துவிட்டு நேரத்தைக் குறைத்துப் போடும்படிச் சொன்னால் அவள் கேட்க மாட்டாள். முதலாளியிடம் போய்ச் சொல்லிக் கொள் என்று சொல்லிவிடுவாள். அவள் சாது என்பதால் கடைப் பையன்களும் அவளுடன் பெரிதாகச் சண்டை எதுவும் போடவும் முடியாது.

இப்படியாக நான் அறிமுகப்படுத்திய சில விஷயங்கள் கடைப் பையன்களுக்குக் கொஞ்சம் நெருக்கடியைத் தோற்றுவித்திருந்தது. ஒரு சீனியர் பையன் ஒரு நாள் என் அப்பாவை எங்கோ யதேச்சையாகப் பார்த்திருக்கிறான். கடை வியாபாரம் எல்லாம் நன்றாகத்தான் நடக்கிறது. ஆனால் ரொம்பவும் ஸ்ட்ரிக்டாக நடந்துகொள்கிறார் என்று சொல்லியிருக்கிறான். கொஞ்சம்கூட நீக்குப்போக்கே இல்லை. நான்கு வாராந்திர விடுமுறை; அது தவிர மூன்று நாள் விடுமுறை. இதற்கு அதிகமாக விடுமுறை எடுத்தால் கூப்பிட்டுக் கேட்கிறார். எந்த ஒன்றையும் அவர் நேரிடையாகக் கவனிப்பதில்லை. அதேசமயம் அவருக்குத் தெரியாமல் எதுவுமே செய்ய முடிவதும் இல்லை என்று

சொல்லியிருக்கிறான். எல்லா விஷயங்களுக்கும் ஒரு ரெஜிஸ்டர் இருக்கிறதே. ஒரு நாள் என்ன நடந்தது என்று தெரிந்துகொள்ள வேண்டுமானால் அதை எடுத்துப் பார்த்தால் போதும். ஒரு பையன் பல்ப் வாங்கப் போகிறான் என்றால் உடனே அவன் வெளியே போகும் நேரத்தைக் குறித்து வைத்துவிடுவார்கள். அதன் பின் அவன் எப்போது வருகிறான் என்பதையும் குறித்து வைத்திருப்பார்கள். ஒரு பல்ப் வாங்க அநேகமாகப் பத்து நிமிடம் ஆகும். அதற்கு மேல் நேரம் ஆகியிருந்தால் நமக்குத் தெரிந்துவிடும். முன்பெல்லாம் அப்படி எழுதிவைக்கப்படுவதில்லை என்பதால் யார் எங்கே எப்போது போனார்கள் என்பதுபற்றி நமக்குச் சரியாகத் தெரிந்திருக்காது. நாம் கூப்பிட்டுக் கேட்டால் கூட மூன்று நாற்பதுக்குப் போனேன் மூன்று ஐம்பதுக்கெல்லாம் வந்துவிட்டேனே என்று சொல்லுவான். நமக்குச் சரிபார்க்க முடியாது. இப்போது அப்படியெல்லாம் இருக்க முடியாது என்றாகிவிட்டது என்பதால் ரொம்பவும் ஸ்ட்ரிக்டாக நடந்துகொள்கிறார் என்று சொன்னான்.

முன்பு எந்த ஒரு விஷயத்தைச் சொன்னாலும் தரும் சம்பளத்துடன் சம்பந்தப்படுத்தித் தன் வாதத்தைச் சொல்ல ஆரம்பிப்பான். என் அப்பா முதலில் அரை மாத போனஸ் தந்து வந்தார். அதன் பின் ஒரு மாத போனஸ் தந்தார். நான் வந்ததும் மூன்று மாத போனஸ் தர ஆரம்பித்தேன். நாகர்கோவிலில் அந்த அளவுக்கு போனஸ் தந்தது எங்கள் கடையில் மட்டும்தான். நான் அதிகச் சம்பளம் தருவதாக என் அப்பா அம்மாவிடம் பல தடவை புகார் செய்துவந்திருக்கிறார். நான் என்ன நினைத்தேன் என்றால் சம்பளம் பத்தவில்லை என்பதை ஒரு காரணமாக, ஒரு வாதமாக அவர்கள் சொல்ல இடம் தரக்கூடாது என்று நினைத்தேன். பல கடைகளில் முதலாளிகள் தங்கள் சுய வேலைகளுக்காகக் கடைப் பையன்களைப் பயன்படுத்திக் கொள்வார்கள். கெட்ட வார்த்தையால் திட்டுவார்கள். இதெல்லாம் எங்கள் கடையில் அறவே கிடையாது. எனக்கு ஏதாவது பொருள் தேவையென்றால் நான் போய் வாங்கிக்கொள்வேனே தவிர, கடைப் பையன்களை அதற்கு அனுப்பமாட்டேன். ஒழுங்காக வேலை பார்த்தால் நல்லபடியாக இருக்க முடியும் என்று பல பையன்கள் என் கடைக்கு வேலை பார்க்க வந்து சேர்வதுண்டு.

என் அப்பாவிடம் அந்தப் பையன் கடை விஷயத்தைப் பற்றிச் சொன்னபோது அவர் கேட்டிருக்கிறார், உங்களுக்கு இப்போது இரண்டு மடங்குச் சம்பளம் கிடைக்கிறதே என்று. அந்த அளவு சம்பளம் வேறு பெரிய கடைகளிலும் நிறைய விற்பனை நடப்பதால் தந்து வந்தார்கள். அந்தப் பையனும் சம்பளம் அதிகம் கிடைப்பது என்னவோ சரிதான். ஆனால் வேலை செய்வது மிகவும் கஷ்டமாக இருக்கிறது என்று சொல்லி

யிருக்கிறான். அதை அவர் என் அம்மாவிடம் வந்து, கடைப் பையன்களின் கண்ணில் விரலை விட்டு ஆட்டுகிறான் என்று சொல்லியிருக்கிறார். அதற்கு என் அம்மா அப்படியெல்லாம் நடந்துகொள்ளுபவன் இல்லையே என்று சொல்லியிருக்கிறார். அவன் முன்பு போலில்லையே இப்போது, பெரிய பிஸினஸ் மேன் இல்லையா என்று கிண்டலாகச் சொல்லியிருக்கிறார். என் அம்மா என்னிடம் சொல்லும்போது அவரது சுபாவம் அது. யாரையாவது பாராட்டி ஒரு வார்த்தை சொல்ல அவருக்கு மனம் வராது. அவருக்கு நன்றாகவே தெரியும், விஷயங்கள் சிறப்பாகவே நடைபெற்று வருகின்றன என்று. வேறு யாரிடமும் அது பற்றி எதுவும் சொல்ல அவரால் முடியாது. சும்மா என்னிடம் வந்து ஏதோ பேசுகிறார் என்று சொன்னாள்.

நான் இப்படி வியாபாரம் முழு மூச்சுடன் செய்வதைப் பார்த்து நம்பிக்கும் ஒரு உத்வேகம் பிறந்தது. ஒவ்வொரு தோப் புரிமையாளர்களையும் சென்று சந்தித்து நீங்கள் இந்த உரத்தை உபயோகித்துப் பாருங்கள் என்று சொல்லிச் சம்மதிக்க வைக்க வேண்டும். அதோடு அவனது வியாபாரம் எங்களது வியாபாரம் போன்றது அல்ல. இப்போது உரத்தை வாங்கிச் செல்பவர்கள் அறுவடை முடிந்த பின்தான் பணத்தை செட்டில் செய்வார்கள். எனவே அதையும் கணக்குப் பண்ணிதான் விலை நிச்சயிக்க வேண்டும். பணம் என்பது பெரிதாகப் புரளாது. அறுவடைச் சமயத்தில் மட்டும்தான் பணத்தைப் பார்க்க முடியும். நம்பி கேன்வாஸ் செய்வதற்கு நாகர்கோவிலுக்கும் வருவான். கடைக்கு சகஜமாக வந்து போவது வெகுவாகக் குறைந்து போயிருந்தது. வீட்டுக்கு வருவான், அப்பா வீட்டில்தானே இருப்பார். அவருடன் இரண்டு மூன்று மணிநேரம் பேசுவான். காப்பி சாப்பிடுவான். என் அப்பாவுக்கு ஒரு பழக்கம் உண்டு. அவர் காப்பி சாப்பிடும்போது யாராவது வந்தால் அப்போதுதான் அவர்களுக்குக் காப்பி தரச் சொல்லுவார். மற்ற நேரங்களில் யாராவது வந்தால் அவர்களுக்கு எதுவும் தரச் சொல்ல மாட்டார். ஆனால் நம்பி வந்தால் மட்டும் ஏதாவது தரச் சொல்லுவார். கமலாவைக் கூப்பிட்டு, நீ என்னமோ பட்சணம் பண்ணியிருந்தியே, அதை நம்பிக்குக் கொடு என்று சொல்லுவார். என்ன பட்சணம் என்று அவருக்குத் தெரிந்திருக்கும். இருந் தாலும் அப்படித்தான் சொல்லுவார். அவள் கொண்டுபோய்க் கொடுப்பாள். தினமும் அவன் வருவான். என் அப்பாவும் தினமும் அவனது வருகையை எதிர்பார்த்துக் காத்திருப்பார்.

என் அம்மா மறைவுக்குப் பின் அவரது கடைசிக் காலம் வரை அவருக்கு இருந்த ஒரே ஒரு நண்பர் நம்பி மட்டும்தான் என்று ஆகிவிட்டது. அவனது வியாபாரத்தில் ஏற்படும் பிரச்சினை களைப் பற்றிச் சொல்லுவான். ஒரு விவசாயி இருக்கிறார்.

இருநூறு முந்நூறு தென்னை மரங்கள் இருக்கிறது. உரம் கொடுத்திருக்கிறேன். ஆனால் இன்னும் பணம் வந்து சேர வில்லை. என்ன செய்வது என்று கேட்பான். அவன் கேட்கும் விதம் இருக்கிறதே, அந்த வியாபாரத்தில் பழுத்த அனுபவம் பெற்ற ஒருவரிடம் கேட்பதுபோல் ரொம்ப பவ்யமாகக் கேட் பான். என் அப்பாவும் அவரது வியாபார நடைமுறைக்கு ஏற்றாற்போல் சொல்ல மாட்டார். நம்பிக்கு அந்த வியாபாரத் தில் என்ன செய்தால் நன்மை ஏற்படுமோ அதற்குத் தகுந்தாற் போல் அறிவுரை சொல்லுவார். நம்பி என்னிடம் அது பற்றிச் சொல்லும்போதே எனக்குத் தெரிந்துவிடும் அது அவரது வியாபார அணுகுமுறை அல்ல என்று.

வீட்டு விஷயங்களைப் பற்றி அவனிடம் பேசுவார். குழந்தைகள் நன்றாகப் படிக்கிறதா என்று கேட்பார். தெரிய வில்லை. வியாபாரத்தில் கவனமாக இருப்பதால் வீட்டு விஷயத் தில் கவனம் செலுத்த முடியவில்லை என்று சொல்லுவான். குழந்தைகளுக்கு டியூஷன் ஏற்பாடு செய்துகொடு என்று சொல்லு வார். இப்படி அவர் அவனுடன் பேசிவந்தார். தினமும் சாயந் திரம் ஆனதும் நாற்காலியை எடுத்துப் போட்டுக் கொண்டு வாசலில் உட்கார்ந்துவிடுவார். வீட்டில் உள்ள அனைவருக்குமே தெரியும் நம்பியை எதிர்பார்த்துத்தான் அவர் காத்திருக்கிறார் என்று. அவனும் அவரை ஏமாற்றாமல் தினமும் வந்துவிடுவான். அவன் மெதுவாக நான் கடையில் செய்து வந்த மாற்றங்களைப் பற்றி கேட்டிருக்கிறான். அவற்றில் அவருக்கு ஒரு விஷயம்கூடப் பிடித்திருக்கவில்லை. அதன் பின் என் அப்பாவுக்கு உடல் நிலை மோசமாகி மருத்துவமனையில் சேர்க்கப்பட்டார். கொஞ்ச நாட்களில் இறந்தும் விட்டார். நம்பிக்கு அவரது இழப்பைத் தாங்கவே முடிந்திருக்கவில்லை. குழந்தையைப் போல் பெரிதாக அழுதான். இரண்டு நாட்கள் எங்கள் வீட்டில் தங்கியிருந்தான். அதன் பின் ஒருநாள் அவனுடன் பேசிக்கொண்டிருந்தபோது சொன்னான், உங்கள் அம்மா இறந்ததும் அவர் கடைக்கு வருவதை நிறுத்திக் கொண்டார் இல்லையா, அது ரொம்பவும் சரியான காரியம்தான் என்றான். நான் ஏன் என்று கேட்டேன். அப்படியில்லையெனில் அவர் உங்களுக்கு எதிராக சுதர்சன் கடை ஊழியர்களைச் சேர்த்துக்கொண்டு ஒரு ஸ்டிரைக் நடத்தி யிருப்பார் என்று சொன்னான். அவன் இப்படிச் சொன்ன திலேயே என் அப்பா என்னைப் பற்றி என்ன அபிப்ராயம் வைத்திருந்தார் என்பது முழுவதும் தெரிந்துவிடுகிறது இல்லையா. இதைச் சொல்லத்தான் இவ்வளவு பின்னணியையும் சொன்னேன்.

என் அப்பாவுக்கு உடல்நிலை சரியில்லாமல் இருந்தபோது தினமும் மருத்துவமனைக்குப் போய்ப் பார்ப்பான். மனைவி குழந்தைகளையும் அழைத்துக் கொண்டு வருவான். மனைவியை யும் குழந்தைகளையும் என் அப்பா படுக்கையில் படுத்திருந்த

போது அப்படியே நமஸ்காரம் பண்ணச் சொன்னான். சாஷ்டாங்கமாக நமஸ்காரம் பண்ணினார்கள். அப்பாவுக்கு ரொம்ப சந்தோஷமாகிப் போனது. நான் ஒருநாளும் அப்படிச் செய்தது கிடையாது. கமலாவையோ குழந்தைகளையோகூட அப்படி நமஸ்காரம் பண்ணும்படிச் சொன்னது கிடையாது.

அப்புறம் எனக்கு ஒரு நாள் ஒரு விஷயம் மனதில் தோன்றியது. அதாவது அவன் எப்போதுமே வேட்டியைத் தழையத் தழையத்தான் கட்டிக்கொண்டிருப்பான். மடித்துக் கட்டி நான் பார்த்ததே கிடையாது. நானும் பொதுவாக அப்படித்தான் கட்டிக்கொள்வேன். ஆனால் மழை பெய்தது, ஏதாவது சாக்கடை இருக்கிறது என்று வந்தால் தூக்கிக் கட்டிக் கொள்வோமே. அவன் ஒரு நாள்கூட அப்படிக் கட்டிக் கொண்டது கிடையாது. கிட்டத்தட்ட இருபத்தைந்து வருடம் பழகியிருக்கிறோமே, ஒரு நாளாவது இவன் வேட்டியை மடித்துக் கட்டிக்கொண்டு நாம் பார்த்தது இல்லையே என்று ஒரு நாள் அவனிடமே கேட்டேன். ஒரு குறிப்பிட்ட இடத்தில் ஒரு கட்டிபோல் இருக்கிறது என்று சொன்னான். மருத்துவர் யாரையாவது பார்த்தாயா என்று கேட்டேன். இல்லை என்று சொன்னான். அதுபோல் இரவில் எங்கள் வீட்டில் படுத்துக் கொள்ளும்போது பார்த்திருக்கிறேன். சில சமயங்களில் உடம்பில் ஒரு பகுதியைத் தொடர்ந்து தட்டிக் கொண்டேயிருப்பான். என்ன விஷயம் என்று கேட்டால் லேசாக வலிக்கிறது என்று சொல்லுவான். அதற்கு எந்தவித மருத்துவரையும் அவன் தன் வாழ்நாள் முழுவதிலும் பார்த்ததில்லை.

ஒருநாள் அவன் வீட்டில் மாடியில் படுத்துக் கொண்டிருந்தபோது வலி அதிகரித்து அந்த கட்டி உடைந்துவிட்டிருக்கிறது. அதிலிருந்து சீழ் மேல்கூரை வரை பீய்ச்சி அடித்திருக்கிறது. இது அவன் சொன்னதுதான். சிறிது நேரத்தில் ரத்தமும் கலந்து வந்திருக்கிறது. அவனது மனைவி யதேச்சையாக மாடிக்குப் போனபோது அவன் படுக்கையில் அப்படியே படுத்துக் கொண்டிருப்பதைப் பார்த்திருக்கிறாள். அப்படியே அதிர்ந்து போய்விட்டாள். நேராக எனக்கு போன் செய்தாள். என்ன விஷயம் என்பதைத் தெளிவாக அவளால் சொல்ல முடிந்திருக்கவில்லை. பதற்றத்தில் சீக்கிரம் வீட்டுக்கு வாருங்கள் என்று போனில் கதறினாள். நான் உடனே காரில் புறப்பட்டுப் போனேன். அங்கே அவன் படுத்துக்கிடந்ததைப் பார்த்ததும் எனக்கும் பதற்றமாகிப் போனது. முதலில் அந்தப் புண்ணில் கொஞ்சம் பஞ்சை வைத்து ரத்தப் போக்கை நிறுத்தினோம். அதன்பின் அந்த அறையை சுத்தப்படுத்தி, அவனுக்கு வேறு ஆடை உடுத்திக் கைத்தாங்கலாக நானும் அவனுடைய மனைவியுமாக காரில் ஏற்றி மருத்துவமனைக்குக் கொண்டுசென்றோம். டாக்டர் கோபால பிள்ளையிடம் போகலாம் என்று பார்த்தால் அவர் அறுவைச் சிகிச்சை நிபுணர் அல்ல. எனவே டாக்டர்

கிருஷ்ணன் நம்பி 113

மோரிஸைப் பார்க்கப் போனோம். டாக்டர் சொன்னார் அந்த வியாதியின் பெயர் சார்க்கோமா. அது ஒரு வகையான கான்சர் தான். கிட்டத்தட்ட பத்து வருடங்கள் இந்த வியாதி இருந்திருக் கிறது. எந்தவித மருத்துவச் சிகிச்சையும் பெறவில்லை என்று சொல்கிறீர்கள். கீழ்ப் பகுதியில் ஆரம்பித்து அந்த எலும்பு முழுவதும் சீழ் உருவாகி, முழுவதும் பரவி கடைசியில் வெடித்து விட்டிருக்கிறது என்று சொன்னார். அதன் பின் அந்த நோய்க்குத் தன்னால் அவ்வளவு சிறப்பாகச் சிகிச்சை செய்ய முடியும் என்று தோன்றவில்லை. திருவனந்தபுரத்திலிருந்து ஒரு புற்றுநோய் நிபுணரை வரவழைத்து சிகிக்சையைச் செய்வோம். அதன் பின் அவர் மாதா மாதம் வந்து பரிசோதிப்பதற்கும் ஏற்பாடு செய்கிறேன் என்று சொன்னார். நான் இது பற்றியெல்லாம் நம்பியிடமோ அவனது மனைவியிடமோ எதுவும் சொல்லாமல் சரி அப்படியே செய்யுங்கள் என்று சொன்னேன்.

அந்த டாக்டர் வந்தார். பரிசோதித்துப் பார்த்துவிட்டு காலை எடுத்து விட வேண்டும். இல்லையென்றால் உயிர் பிழைப்பது கடினம் என்று சொன்னார். காலை வெட்டி எடுப்பது என்பது சாதாரணமான விஷயம் அல்ல. எந்த இடம் வரை நோய் பரவியிருக்கிறது என்பது நன்றாகத் தெரியவேண்டும். அந்தக் குறிப்பிட்ட இடம்வரை வெட்டி எடுத்தால்தான் பிரயோஜன மாக இருக்கும். அப்புறம் காலை வெட்டியபின் செயற்கைக் காலைப் பொருத்துவது என்று ஒரு விஷயம் வேறு இருக்கிறது. அதற்குக் காலின் குறிப்பிட்ட பகுதி வரை இருந்தால்தான் பொருத்த முடியும் என்று இருக்கிறது. எனவே இதையெல்லாம் பார்த்துத்தான் காலை எடுக்க வேண்டியிருக்கும். யாராவது ஒரு பிசியோதெரபிஸ்டிடம் கொடுத்து வெட்டிக்கொள்ளலாம் என்றெல்லாம் பார்த்தால் முடியாது. எனவே திருவனந்த புரத்துக்குக் கொண்டுபோய் அங்குதான் சிகிச்சையை ஆரம்பிக்க வேண்டும் என்று சொன்னார். சரி என்று சொன்னோம். நம்பி முதலில் மருத்துவச் செலவிற்குப் போதிய பணம் இல்லையே என்று ஜெயா சொல்கிறாள் என்று சொன்னான். அப்படியொன் றும் அதிகம் செலவாகாது என்று சொன்னேன். உன் அப்பா விடம் இது பற்றிப் பேசிப் பார்க்கலாம். அவரிடம் அப்போது கொஞ்சம் நகைகள் இருந்தன. பெண் குழந்தைகள் திருமணத் திற்காகச் சேர்த்து வைத்திருந்தார். மருத்துவமனைக்குக் கொண்டு செல்வது, அங்கு தங்கியிருக்கும்போது ஏற்படும் செலவு போன்ற வற்றை நான் பார்த்துக்கொள்கிறேன். மருத்துவச் செலவை மட்டும் நீ பார்த்துக் கொண்டால் போதும் என்று சொன்னேன். அவனுக்குத் தன்னுடைய அப்பாவிடம் பணம் கேட்டு வாங்கு வதில் ஏனோ விருப்பம் இருந்திருக்கவில்லை.

கோட்டாறில் அப்துல் காதர் என்றொரு மருத்துவர் இருந்தார். அவரிடம் போய் சிகிச்சை பெற்றுக் கொள்ளலாம் என்று

சொன்னான். போதிய பணம் இல்லை என்பதுதான் அதற்குக் காரணம். அந்த மருத்துவரை எனக்கு அவ்வளவாகத் தெரியாது. என்னிடம் சொல்லாமலேயே அவன் அங்கு போய்விட்டான். திருவனந்தபுரத்திற்குப் போகிறேன் என்று சொல்லி மோரி ஸிடமிருந்து டிஸ்சார்ஜ் ஆனவன் நேராக அப்துல் காதர் மருத்துவ மனைக்குப் போய்விட்டான். அவர் உடனே காலை அகற்ற வேண்டும் என்று சொல்லிவிட்டார். அவர் அறுவைச் சிகிச்சை செய்யக்கூடியவர்தான். நம்பியின் காலை அகற்றிய அடுத்த நாள் நான் போய்ப் பார்த்தேன். காலிருந்த பகுதியில் ஒரு தலையணையை வைத்து ஒரு போர்வையால் போர்த்திக் கொண்டிருந்தான். மருத்துவமனையில் என்ன செய்திருக்கிறார் கள் என்றால் இவனது காலை வெட்டியெடுத்த பின் அதைப் புதைப்பதற்கு முன் ஒரு கவரில் சுற்றி அந்த அறையிலேயே வைத்திருந்திருக்கிறார்கள். இவனுக்கு நினைவு வந்ததும் கண் முழித்துப் பார்த்தபோது முதலில் அது கண்ணில் பட்டதும் பயங்கரமாக அலறியிருக்கிறான். மனிதனைப் போல் அல்ல, ஒரு மிருகத்தைப் போல் அலறினான் என்று மருத்துவர் சொன் னார். அவர் மருத்துவமனைச் சிப்பந்திகளை, இப்படியா வெட்டிய காலை அங்கேயே வைத்திருப்பது என்று சத்தம் போட்டிருக்கிறார்.

அந்த மருத்துவர் அவன் தனது துக்கத்தை ரொம்ப அருமை யாக எதிர்கொண்டுவருகிறான் என்று சொன்னார். அவனைப் பார்க்கும் எல்லோருக்குமே அப்படியான அபிப்ராயம்தான் வரும். அவனுக்குப் புகைபிடிக்கும் பழக்கம் அப்போது அதிகரித் திருந்தது. ஆரம்பத்தில்தான் அது இல்லாமல் இருந்தான். காலப்போக்கில் புகைபிடிக்கும் பழக்கமும் மது அருந்தும் பழக்கமும் அதிகரித்துவிட்டிருந்தது. எனக்கு அப்படி இருந்ததே யில்லை. கடைக்குப் போகும் நாட்களில் எல்லாம் பகலில் எனக்குப் புகைபிடிக்க வேண்டிய எண்ணமே வராது. இரவில் ஆசுவாசமாக வீட்டிற்குத் திரும்பிய பின்தான் புகைப்பேன். இரவில் 12 மணி வரை கண் விழித்துக் கணக்குகள் பார்ப்பேன். எனவே அப்போது இரண்டு மூன்று சிகரெட்டுகள் புகைப்பேன். ரொம்பவும் அளவோடுதான் இருந்தது. ஆப்பரேஷனுக்குப் பிறகு ஒருவாரம் கழிந்ததும் புகை பிடிக்கலாமா என்று டாக் டரிடம் கேட்போம் என்றான். கேட்டேன். தொடவே கூடாது என்று சொல்லிவிட்டார். அவனும் சிகரெட் பிடிப்பதை நிறுத்தி விட்டான். ஆனால் பீடி குடிக்க ஆரம்பித்தான். ஏன் பீடி குடிக்கிறாய் என்று கேட்டேன். எதுவுமே குடிக்காமல் இருக்க முடியவில்லை என்று சொன்னான். அதற்குப் பின் செயற்கைக் கால் பொருத்தினார்கள்.

சரியாகப் பொருத்த முடிந்திருந்ததா?

ஆமாம். அதற்கு என்று ஒருவர் வந்தார். மரக்கால் பொருத்திய பின் என் வீட்டிற்கு எல்லாம் வந்து போயிருக்கிறான். நான் போய் அழைத்துக்கொண்டு வருவேன். என் வீட்டில் இரண்டு நாள் இருப்பான். குழந்தைகளுடன் கிண்டல் கேலி என்று எப்போதும் போலவே விளையாடுவான். அதன் பின் நான் அவனை வீட்டிற்கு கொண்டுபோய் விடுவேன். மருத்துவப் பரிசோதனைக்குத் திருவனந்தபுரத்துக்கு அழைத்துப் போய் அதன் பின் அவனது பூதப்பாண்டி வீட்டுக்குக் கொண்டு போய் விடுவேன். பல தடவை திருவனந்தபுரத்துக்கு அழைத்துப் போய் வந்திருக்கிறேன். அதன் பின் 'காகங்கள்' கூட்டம் ஆரம் பித்தேன். அவன் ரொம்பவும் கூச்சப்படுவான் என்று முதல் கூட்டத்துக்கு அவனைக் கூப்பிடவில்லை. ரொம்பவும் நெருங்கிய நண்பர்கள்தான் அதில் பங்குபெற்றனர். அதுவும்போக அவனுக்கு மாடி ஏறி வருவது சிரமமாக இருக்கும் என்று நினைத்து நான் அவனை அழைத்திருக்கவில்லை. நான் கூப்பிடாதது குறித்து அவன் வருத்தப்பட்டான். நான் என்ன நினைத்தேன் என்றால் கடிதம் அனுப்பினாலும் என்னால் எப்படி வர முடியும். நான் வரவில்லை என்று சொல்வான் என்றுதான் எதிர்பார்த்தேன். ஆனால் அவனோ கூப்பிட்டி ருந்தால் வந்திருப்பேனே என்று சொன்னான். சரி அப்படி யானால் அடுத்த கூட்டம் நடக்கும்போது தெரிவிக்கிறேன் என்று சொன்னேன். பல கூட்டங்களில் கலந்துகொண்டான். யாராவது ஒருவர் அவனைக் கீழேயிருந்து கைத்தாங்கலாகப் பிடித்துக்கொண்டு வருவார்கள். வந்து அமர்ந்ததும் செயற்கைக் காலைக் கழட்டி ஒரு ஓரத்தில் வைப்பான். முழுவதும் இருந்து கூட்டத்தைக் கவனிப்பான்.

திருவனந்தபுரத்தில் நீல.பத்மனாபனின் 'உறவுகள்' நாவல் பற்றி ஒரு கூட்டம் நடந்தது. நான் அவனிடம் சொன்னேன், இப்படி ஒரு மீட்டிங் நடக்கப் போகிறது, நான், எம்.எஸ்., உமாபதி, ராஜமார்த்தாண்டன் எல்லோரும் காரில் போகப் போகிறோம் என்று சொன்னேன். அவன் வருகிறேன் என்று சொல்வான் என்று நான் நினைத்திருக்கவில்லை. சட்டென்று நானும் வருகிறேன் என்று சொன்னான். போனோம். முன் இருக்கையில் அவன் உட்கார்ந்துகொண்டான். நாங்கள் பின் இருக்கையில் அமர்ந்து கொண்டோம். என் கூடவே இருந்தான். நாங்கள் இருவரும் ஒரு ஹோட்டலில் தங்கினோம். இரவு நீண்ட நேரம் பேசிக்கொண்டே இருந்தோம். அதன் பின் அவனை வீட்டில் கொண்டு போய் விட்டேன். அப்படிக் கொஞ்ச காலம் கழிந்தது. நிறைய புத்தகங்களைப் படி, எழுது. அது உன் மனதுக்கு ஆறுதலைத் தரும் என்று சொன்னேன். என்னால் முடியவில்லையே என்று வழக்கம்போல் சொன்னான். நான் பல புத்தகங்களைக் கொடுத்துப் படிக்கச் சொன்னேன். எஸ்.வி.ராஜதுரையின்

'எக்சிஸ்டென்ஷியலிசம்' புத்தகம் அப்போது வெளிவந்திருந்தது. அதைக் கொடுத்துப் படிக்கச் சொன்னேன். அந்தப் புத்தகம் எப்போது வெளிவந்தது என்று பார்த்து அதிலிருந்து நம்பி கால் ஆப்பரேஷன் ஆன காலத்தை நாம் கண்டு கொண்டு விடலாம். புத்தகம் கடினமானதாக இருக்குமோ என்று முதலில் பயந்தான். அதன் பின் அந்தப் புத்தகத்தைப் படித்தான். அது அவனுக்கு ரொம்பவும் பிடித்துப் போய்விட்டது.

அப்படியாகக் கொஞ்சம் கொஞ்சமாகப் படிக்கும் பழக்கம் அவனுக்கு அதிகரிக்க ஆரம்பித்தது. ரொம்பவும் தீவிரமான புத்தகங்களையெல்லாம் படிக்க ஆரம்பித்தான். ராஜநாராயண னின் கதைகளை இப்போது படித்துப் பார்க்கும்போது பல குறைகள் தெரிய வருகிறது. ஆரம்பத்தில் அவை எதுவும் அப்படித் தென்பட்டிருக்கவில்லை என்று சொன்னான். நீ விமர்சனங்கள் எழுது என்று சொன்னேன். அப்போது உமாபதி, நான் எல்லோரும் சேர்ந்து *தெறிகள்* என்றொரு பத்திரிகை நடத்தினோம். அது உமாபதியின் பத்திரிகைதான். நான் சில உதவிகள் செய்து வந்தேன். அந்தப் பத்திரிகைக்கு அனுப்பு, அவர் பிரசுரிப்பார் என்று சொன்னேன். சதங்கையில் அவனது விமர்சனங்கள் வெளிவந்தன. கிளிப் பண்டிதர் என்ற பெயரில் எழுதியிருக்கிறான். அந்தக் காலகட்டத்தில்தான் 'மருமகள் வாக்கு' கதை எழுதினான். எனக்குப் பெரிய பெரிய கடிதங்கள் எழுதுவான். பணம் ரொம்பவும் நெருக்கடியாக இருந்தால்தான் என்னிடம் கேட்பான். அவனுடைய மருத்துவச் செலவுகள் எல்லாம் அவனுடைய அப்பா தந்தாரா, அவனாகவே பார்த்துக் கொண்டானா தெரியவில்லை. மருந்துச் செலவு, ஆப்பரேஷன் செலவு, மருத்துவமனை வாடகை போன்றவற்றையெல்லாம் அவனே தான் கவனித்துக் கொண்டான். டாக்டருக்குத் தனியாக பீஸ் தர வேண்டியிருக்குமே? அதற்குப் பணம் என்னிடம் இல்லை என்று சொன்னான். சரி நான் தருகிறேன் என்று சொன்னேன். இன்று நாள் நல்ல நாளாக இருக்கிறது என்று சொல்கிறார்கள். இன்று இவனை அழைத்துப் போய்விடுகிறேன். நாளை வந்து பணத்தைத் தருகிறேன் என்று சொல்லி அவனை அழைத்து வந்திருந்தேன். மறுநாள் போய் பணத்தைத் தந்தேன். திருவனந்த புரத்துக்குச் சிகிச்சைக்கு அல்லது ஏதாவது கூட்டத்துக்குப் போவது என்றால் நான்தான் அழைத்துப் போவேன். 'காகங்கள்' கூட்டம் ஆறு மணிக்கு என்றால் நாலரை மணிக்கே அவனை அழைத்து வரப் போய்விடுவேன்.

அவரது வீடு எங்கிருந்தது?

பூதப்பாண்டி என்னும் கிராமத்தில் இருந்தது. இங்கிருந்து பத்து கிலோ மீட்டர் தூரம் இருக்கும். அங்கு போவேன். சிறிதுநேரம் ஆனதும் அவன் ஆடைகளை உடுத்திக்கொண்ட

கிருஷ்ணன் நம்பி 117

பின் அழைத்து வருவேன். கூட்டம் முடிந்த பின் நண்பர்களுடன் பேசிக்கொண்டிருப்பான். அவனுக்கு ஆசுவாசமாகப் பேசுவதற்கு அந்த நேரம்தான் கிடைக்கும் என்பதால் நான் அவனை அவசரப்படுத்த மாட்டேன். பேசி முடித்த பின் பத்தரை பதினொன்று ஆகிவிடும். அதன் பின் அவனது வீட்டில் கொண்டுபோய் விட்டுவிட்டு என் வீடு வந்து சேர்வதற்குள் மணி இரவு பன்னிரண்டு ஆகிவிடும். சில நாட்கள் என் வீட்டில் தங்குவது என்ற முடிவுடனே வருவான். மறுநாள் புறப்பட்டுப் போவோம்.

காரில்தான் அழைத்து வருவீர்களா?

ஆமாம். பஸ்ஸில் எல்லாம் அவனால் வர முடியாது. காரில்தான் வந்துபோவான்.

டூ வீலரில் வர முடியாதா?

அது ரொம்பவும் ரிஸ்கானது. எங்காவது பிரேக் போட்டால் அவனால் பிடித்துக்கொள்ள முடியாது. கீழே விழுந்துவிடுவான். அதனால் காரில்தான் அழைத்து வருவேன். நாட்கள் போகப் போக அவனுடைய உடல் ரொம்பவும் மெலிய ஆரம்பித்தது. டாக்டர் எல்லாம் அவன் அவ்வளவு நாள் தாக்குப்பிடித்து இருந்ததே பெரிய ஆச்சரியம் என்று சொன்னார்கள். அவர்கள் மூன்று நான்கு மாதம்தான் தாக்குப்பிடிக்கும் என்று சொல்லி யிருந்தார்கள். ஆனால் அவன் அதன் பின் கிட்டத்தட்ட ஒன்று இரண்டு வருடம் இருந்தான் என்று நினைக்கிறேன். அப்போது நண்பர் ஒரு மருத்துவரைப் பற்றிச் சொன்னார். அவர் அமெரிக் காவில் போய்ப் படித்துவிட்டு வந்திருந்தார். திருவனந்தபுரத்தில் இருந்தார். விசாரித்துப் பார்த்ததில் அவர் ரொம்பவும் திறமை சாலியான மருத்துவர் என்பது தெரிய வந்தது. நான் தொலை பேசியில் தொடர்புகொள்ள முயன்று பார்த்தேன். முடியவில்லை. எனவே ஒரு கடிதம் எழுதினேன். எனது கார்டை அந்தக் கடிதத்தில் வைத்து என்னுடைய நெருங்கின நண்பர் என்று நம்பியைப் பற்றி எழுதி, விவரத்தைச் சொல்லி நீங்கள் வந்து பார்க்கவேண்டும் என்று எழுதியிருந்தேன்.

நாலைந்து நாட்களுக்குள் அவரிடமிருந்து ஒரு கடிதம் வந்தது. அதில் நாங்கள் வந்து பார்க்கவேண்டிய நாள், பார்க்க வேண்டிய நேரம், வழிக்குறிப்புகள் இவை மட்டும் அதில் இருந்தன. நம்பியிடம் சொன்னேன். அப்பாயிண்ட்மெண்ட் மாலை நான்கு மணிக்குத்தானே இருக்கிறது. நாம் காலையில் புறப்பட்டுப் போய் ஏதாவது ஒரு படம் பார்ப்போம் என்று சொன்னான். சரியென்று புறப்பட்டோம். ஸ்ரீகுமார் என்றொரு தியேட்டரில் படம் பார்த்தோம். மதியம் ஹோட்டலுக்குப் போய் சாப்பிட்டோம். காரிலிருந்து ஏறி இறங்கிப் போய்

வருவது எல்லாம் சிரமமாகத்தான் இருந்தது. ஆனாலும் அவன் அதைத்தான் விரும்பினான். அவன் மனதில் பலவித ஆசைகள் இருந்தன. மாலையில் டாக்டர் தந்திருந்த வழிக்குறிப்புகளின் படி அவரது மருத்துவமனையை அடைந்தோம். அது ஒரு சிறிய வீடு. அழகாக இருந்தது. ஆனால் அங்கு வாசலில் வேறு யாருமே இருந்திருக்கவில்லை. காலிங் பெல்லை அழுத்தி னேன். டாக்டர் வந்தார். நான் அவர் எழுதியிருந்த கார்டைக் காண்பித்தேன். நான் ஹாலில் இருக்கிறேன். உங்கள் நண்பரால் நடந்து வர முடியுமா என்று கேட்டார். முடியும் என்று அவனைக் காரிலிருந்து அழைத்து நடத்திக்கொண்டு போனேன். லேசாகப் பரிசோதித்துவிட்டு எக்ஸ் ரே எடுக்க வேண்டும். பக்கத்தில் எனக்குத் தெரிந்த ஒரு சென்டர் இருக்கிறது. நீங்கள் அங்கு போய் எடுத்துக்கொண்டு வாருங்கள். என்ன இடங்களை எடுக்க வேண்டும் என்பதுபற்றி அவர்களுக்கு நான் போனில் சொல்லி விடுகிறேன். போய் எடுத்துக்கொண்டு வாருங்கள் என்று சொன் னார். போனோம். நாலைந்து கோணங்களில் எக்ஸ்ரே எடுத்துக் கொண்டுவிட்டு சரியாக வந்திருக்கிறதா என்று பார்க்கிறேன். கொஞ்சம் காத்திருங்கள் என்று சொன்னார். வெளியில் காத் திருந்தோம்.

அதன் பின் டாக்டரைப் போய்ப் பார்த்தோம். உங்கள் நண்பர் வெளியில் இருக்கட்டும். நீங்கள் மட்டும் வாருங்கள் என்று சொன்னார். உள்ளே போனேன். ஒவ்வொரு எக்ஸ் ரேயாகப் பார்த்தார். அவனுக்கு இப்போது கான்சர் செகண்டரி ஸ்டேஜில் இருக்கிறது என்று சொன்னார். அதாவது புற்று நோய் உடம்பில் ஏதோ ஒரு பகுதியிலிருந்து அதற்குச் செய்த சிகிச்சையால் அது முழுவதுமாகக் குணமாகாமல் உடம்பின் பிற பாகங்களுக்குப் பரவி இறுதியில் இதயத்தைப் பாதிப்பதில் போய் முடிந்திருக்கிறது. அவனது மரணம் என்பது மிகவும் வலி நிறைந்த ஒன்றாக இருக்கும். நாட்கள் போகப் போக நுரையீரல் கொஞ்சம் கொஞ்சமாகச் சுருங்கிக்கொண்டே போகும். கடைசிக் கட்டத்தில் ஆக்ஸிஜன் கொஞ்சமாகப் போய்க்கொண்டுமிருக்கும். போதுமான அளவுக்குப் போகவும் செய்யாது. மூச்சு முட்டல் அதிகமாகும். ஒரு நல்ல மருத்துவ மனையில் அவரை அட்மிட் செய்து, ஆக்ஸிஜன் குழாய்கள் பொருத்தி வைக்க வேண்டும். அப்போதும் பலவித வேதனை களை அனுபவிக்க வேண்டி வரும். குறைந்தபட்சம் இறக்கும் போது அதிக வலியின்றி இறக்க அதைச் செய்தாக வேண்டும். இந்த விஷயத்தை அவரிடம் நீங்கள் சொல்லிவிடுங்கள். அவரது குடும்பத்தில் ஏதாவது செய்ய வேண்டியிருக்கலாம். மனைவி யிடம் ஏதாவது சொல்ல வேண்டியிருக்கலாம். திட்டவட்டமாக நான் சொல்கிறேன். பதினைந்து நாட்களிலிருந்து ஒரு மாதத்திற்

குள் அவர் இறந்துவிடுவார். இதை நீங்களே அவரிடம் சொல்லி விடுங்கள். இள வயதினராக இருக்கிறார். நான் அமெரிக்காவிலிருந்து வந்து கொஞ்ச காலம்தான் ஆகிறது. தனியாக கிளினிக் கூட நான் இன்னும் போடவில்லை. நோயாளிகளிடம் இது போல் பேசிப் பழக்கம் இல்லை. நீங்களே சொல்லிவிடுங்கள் என்று சொன்னார்.

நான் வெளியே வந்தேன். அவனுக்கு எப்படியோ அந்த விஷயம் நான் சொல்லாமலேயே தெரிந்துவிட்டிருந்தது. டாக்டர் என்னை மட்டும் தனியாக அழைத்துப் பேசியதினாலேயோ அல்லது எப்படியோ அவன் அதை உணர்ந்து கொண்டுவிட்டிருந்தான். நான் உடனே எதுவும் சொல்ல வேண்டாம் என்று நினைத்தேன். அவனும் எதையும் என்னிடம் அப்போது கேட்க வில்லை. ஒரு ஹோட்டலுக்குப் போய் காப்பி சாப்பிடுவோமே என்றான். சரி என்று புறப்பட்டோம். நான் ஒரு ஹோட்டல் பெயர் சொல்லி அங்கு போகலாம் என்று சொன்னேன். வேண்டாம் வேறொரு ஹோட்டலுக்குப் போவோம், அங்கு இதை விட நன்றாக இருக்கும் என்று சொன்னான். அங்கு பார்க்கிங் செய்வது சிரமமாக இருக்குமே என்று சொன்னேன். இல்லை போய்ப் பார்ப்போம். கூட்டமாக இருந்தால் வேறு இடத்துக்குப் போவோம் என்று சொன்னான். அந்த ஹோட்டலுக்குப் போனோம். நீ காரிலேயே இரு. நான் போய் வாங்கி வருகிறேன் என்று சொன்னேன். எனக்குப் பசிக்கிறது. ஏதாவது சாப்பிடுகிறேன் என்று சொன்னான். மெனு கார்டில் என்னவெல்லாம் இருக்கிறது என்று பார்த்து ரொம்ப ஆசையாக வாங்கிச் சாப்பிட்டான். சாப்பிட்ட பின் உங்களுக்கு அவசரமாக வேறு வேலை ஏதாவது இருக்கிறதா என்று கேட்டான். அப்போது கடை வேலை சம்பந்தமாக நான் பிஸியாக இருந்தேன். உடனே போக வேண்டிய அவசரம் ஒன்றுமில்லை. ஆனால் போனால் தேவலை என்றுதான் தோன்றுகிறது என்றேன். இன்று இரவு நாம் இங்கு தங்கிவிட்டு நாளை அதிகாலையில் போய்விடுவோம் என்று சொன்னான். சரி என்று சொல்லி ஒரு அறையெடுத்துத் தங்கினோம். அறையில் இருக்கும் போது டாக்டர் சொன்னது பற்றிச் சொல்ல ஆரம்பித்தேன். உடனே என்னை மறித்து அவன் சொன்னான், வேண்டாம். நீங்கள் எதுவும் சொல்ல வேண்டாம். இனி பிழைக்கவே முடியாது என்று அவர் சொல்லியிருப்பார். அது எனக்குத் தெரியும். நான் என்னை மனதளவில் அதற்குத் தயாராக்கிக்கொண்டு வருகிறேன். ஏற்கெனவே என் மனைவியிடம் பல தடவை இது பற்றி நான் சொல்லிவிட்டிருக்கிறேன் என்று சொன்னான். அன்று அதன் பின் எங்களால் எதுவும் பேச முடிந்திருக்க வில்லை. எங்கள் மனம் ரொம்பவும் கனத்துப் போயிருந்தது.

அதிகாலையில் அவன் முதலில் எழுந்திருந்தான். கொஞ்ச நேரம் கழித்துப் புறப்படுவோமே என்று சொன்னேன். வேண் டாம். இப்போதே போவோம் என்று சொன்னான். புறப்பட் டோம். கார் ஒரு இருபது இருபத்தைந்து கிலோ மீட்டர் போயிருக்கும். அப்போதுதான் அந்த அருமையான சூரி யோதயத்தை நாங்கள் பார்த்தோம். ஜே.ஜேயில் நான் விவரித் திருந்ததுகூட அந்த சூரியோதயத்தைத்தான். தென்னை மரங் களின் மேலாக சூரியன் மெல்ல மேலெழத் தொடங்கியிருந்தது. அந்தக் காட்சியை நன்றாக பார்ப்பதற்குத் தோதான இடத்தில் காரை நிறுத்தும்படிச் சொன்னான். இறங்கினோம். அங்கு ஒரு பாலம் இருந்தது. கைப்பிடிச் சுவரைப் பிடித்துக்கொண்டு நின்றோம். அங்கிருந்த திண்டில் அமர்ந்து கொண்டான். கண் களில் இருந்து கண்ணீர் தாரை தாரையாக வழியத் தொடங் கியது. அந்தச் சூரிய உதயத்தைப் பார்ப்பதற்காகத்தான் அவன் அதிகாலையில் புறப்பட வேண்டும் என்று சொன்னானா? இனி இது போன்ற காட்சிகளைப் பார்க்க முடியாதே என்ற விஷயத்தை, மரணத்தை அந்தக் காட்சி அவனுக்கு நினைவு படுத்தியதா? தெரியவில்லை. சிறிது நேரம் கழிந்ததும் சொன் னான், சரி, நீங்கள் போய் உங்களுக்கு காபியோ டிபனோ ஏதாவது வேண்டுமானால் சாப்பிட்டுவிட்டு எனக்கு ஒரு டீயும் ஒரு சிகரெட்டும் வாங்கி வாருங்கள் என்றான். நான் அந்த டாக்டரிடம் அவன் புகைக்கலாமா என்று கேட்டிருந்தேன். அவர் சொன்னார், இனி சிகரெட் குடிப்பதினாலோ, குடிக்கா மல் இருப்பதினாலோ, மது அருந்துவதினாலோ, அருந்தாமல் இருப்பதினாலோ எந்தப் பெரிய மாற்றமும் வரப்போவதில்லை. அவரை நீங்கள் தடுக்க வேண்டாம். கடைசிக் காலத்தில் அவற்றைக் குடிக்க அவருக்கு ஆசை வந்தால் அதன்படியே விட்டுவிடுங்கள். எச்சரிக்கையாக இருப்பதால் எந்தப் பலனும் இல்லை என்று சொல்லியிருந்தார்.

நான் போனேன். ஒரு சின்னக் கடை இருந்தது. காப்பி குடித்தேன். அவனுக்கு டீ வாங்கிக் கொண்டேன். அவன் கேட்ட பிராண்ட் சிகரெட் கடையில் இல்லை. எனவே வில்ஸ் பில்டர் ஒரு பாக்கெட் வாங்கிக்கொண்டேன். டீயைக் குடித்துவிட்டு சிகரெட்டைக் குடித்தான். அதன் பின் காரில் வரும்போது இரண்டு மூன்று சிகரெட் குடித்தான். நான் அதற்கு முன்பெல் லாம் அவனது நோயின் காரணமாக அவனை சிகரெட் குடிக்கக் கூடாது என்று சொல்லி வந்திருந்தேன். நானே ஒரு பாக்கெட் வாங்கித் தந்ததிலிருந்து டாக்டரிடம் அது பற்றி நான் பேசியிருப்பேன் என்பதையும் அவர் என்ன சொல்லியிருப் பார் என்பதையும் அவன் யூகித்துக் கொண்டுவிட்டிருந்தான். வீட்டில் கொண்டு போய் விட்டேன். புறப்படுவதற்கு முன்

போய் வருகிறேன் என்று சொல்லிவிட்டு, இன்னொரு தடவை வந்து உன்னை வீட்டுக்கு அழைத்துக் கொண்டு போகிறேன் என்று சொன்னேன். ரொம்பவும் நிதானமாக என்னைப் பார்த்துச் சொன்னான், பார்ப்போம் என்று. அது என் மனதை ரொம்பவும் பாதித்தது. வீட்டுக்குப் போய்விட்டேன்.

அதன் பின் என் மகளுக்குத் திருமணம் நிச்சயமாகிக் கல்யாண வேலைகள் ரொம்பவும் மும்மரமாக நடந்துகொண்டிருந்தன. அப்போது அவனை மோரிஸ் ஹாஸ்பிட்டலில் சேர்த்து இருப்ப தாக அவனுடைய தம்பியிடமிருந்து தகவல் வந்தது. ஹாஸ் பிட்டலுக்குப் போனேன். முதலில் அந்த மருத்துவரைப் பார்த்த தும் இங்கு மூச்சு முட்டல் வந்தால் ஆக்ஸிஜன் கொடுப்பதற்கு வசதியிருக்கிறதா என்று கேட்டேன். இல்லை என்று சொன்னார். நாகர்கோவிலில் வேறு மருத்துவமனையில் அந்த வசதி இருக் கிறதா என்று கேட்டேன். இங்கு எங்குமே இல்லை. அந்த வசதி வேண்டுமானால் நீங்கள் திருவனந்தபுரம்தான் போக வேண்டும் என்று சொன்னார். நான் இது பற்றி அவனிடம் எதுவும் சொல்ல வேண்டாம் என்று முடிவு செய்து அவனுடைய மனைவியிடம் சொன்னேன். மூச்சு முட்டல் அதிகமாகி ரொம்ப வும் கஷ்டப்படுவான். திருவனந்தபுரத்துக்குக் கொண்டு போவோம். ஆக்ஸிஜன் குழாய் கட்டாயம் பொருத்த வேண்டும் என்று சொன்னேன். பார்த்துச் செய்வோம் என்று சொன்னாள். அவள் எதனால் அப்படிச் சொன்னாள் என்று என்னால் சொல்ல முடியவில்லை. எல்லாக் கதவுகளும் அடைபட்டுவிட்ட நிலையில் விரக்தியில் அப்படிச் சொன்னாளா அல்லது அவனது கடைசிக் கால வேதனை என்பது குறித்து அவள் மனதில் அவ்வளவு முக்கியத்துவம் இல்லாமல் போய்விட்டிருந்ததா, என்ன காரணம் என்று என்னால் சொல்ல முடியவில்லை. திருவனந்தபுரத்துக்குக் கொண்டுபோவதானால் நான்தான் அதைச் செய்தாக வேண்டும். அவனுடைய தம்பி சின்னவன். அவனால் முடியாது. அவனுடைய அப்பா அம்மாவுக்கெல்லாம் அந்தக் காரியத்தைச் செய்ய முடியாது. எனவே திருவனந்த புத்துக்குப் போவதானால் அவர்கள் என்னைத் தான் அழைத்துச் செல்லும்படிச் சொல்ல வேண்டும். என்னிடம் எதுவுமே சொல்ல வில்லை. நான் என் வீட்டிற்குப் போய்விட்டேன். மறுநாள் போய்ப் பார்த்தேன். திருவனந்தபுரத்துக்குப் போவது பற்றி எந்தப் பேச்சும் எழவில்லை. தினமும் போய்ப் பார்த்து வந்தேன்.

அவனுடைய மனைவி பொதுவாகவே என்னிடம் சகஜமாகத் தான் பழகுவாள். மருத்துவமனையில் அவளுடைய செயல்கள் சற்று விநோதமாக இருந்தன. அவள் அங்கு இருந்து செய்யும் சில காரியங்களை நான் பார்ப்பது அவளுக்குப் பிடிக்கவில் லையா, என்ன காரணம் என்று தெரியவில்லை. ஒரு நாள்

என்னைக் கூப்பிட்டுச் சொன்னாள், இனிமேல் நீங்கள் இங்கு வர வேண்டாம் என்று. ஏன் அப்படிச் சொல்கிறாய் என்று கேட்டேன். இல்லை உங்கள் மகள் சௌந்திராவுக்குத் திருமண வேலைகள் நடந்துகொண்டிருக்கிறது இல்லையா? உங்களுக்கு அந்த வேலைகள் அதிகம் இருக்குமே என்று சொன்னாள். அதுபாட்டுக்கு இருக்கிறது. கல்யாணத்துக்கு அன்றுதான் வேலைகள் கொஞ்சம் அதிகமாக இருக்கும். அதற்கு முந்தின நாளும் என்னால் இவனை வந்து பார்க்க முடியும். அதற்கு மறுநாளும் வந்து பார்க்க முடியுமே என்று சொன்னேன். இல்லை எனக்கு என்ன தோன்றுகிறது என்றால் நீங்கள் இனி இங்கு வர வேண்டாம் என்று சொன்னாள். என்ன காரணத்துக்காக அப்படிச் சொன்னாள் என்று என்னால் யூகிக்கவே முடிந்திருக்கவில்லை.

ஆனால் மறுநாள் நான் அவனைப் பார்க்கப் போனேன். எனக்கும் நம்பிக்கும் இடையில் எவ்வளவோ இருக்கிறது. இவள் சொல்லி ஏன் நான் அவனைப் பார்க்கப் போகாமல் இருக்க வேண்டும் என்று நினைத்து அவனைப் பார்க்கப் போனேன். இரவில் போனேன். அப்போது அவனுடைய மனைவி அங்கு இல்லை. வெளியில் ஏதோ இட்லியோ என்னவோ வாங்கப் போயிருக்கிறாள் என்று சொன்னான். ஆனால் எனக்கு அதில் நம்பிக்கை வரவில்லை. அவன் அருகில் உட்கார்ந்துகொண்டேன். அவனுக்குத் துக்கம் பொங்கிக் கொண்டு வருகிறது. உங்களிடம் ஒரு விஷயம் கேட்பேன். நீங்கள் செய்து தருவீர்களா என்று கேட்டான். நானும் அன்று ரொம்பவும் உணர்ச்சிவசப்பட்டு இருந்தேன். என்ன வேண்டுமானாலும் கேள் செய்கிறேன் என்று சொன்னேன். நான் சொன்ன பிறகு மாட்டேன் என்று நீங்கள் சொல்லக் கூடாது என்று சொன்னான். நான் நன்கு யோசித்துத்தான் சொல்கிறேன். எதுவானாலும் சொல், செய்கிறேன் என்று சொன்னேன். இல்லை, உங்களால் நிறைவேற்ற முடிந்த ஒன்றுதான். ஆனால் நீங்கள் செய்யமாட்டீர்கள் என்று சொன்னான். இல்லை நீ உன்னுடைய கடைசி ஆசையாக இதைச் சொல்வதால் நான் எப்பாடு பட்டாவது அதைச் செய்துமுடிப்பேன் என்று சொன்னேன். ரொம்பவும் உணர்ச்சிவசப்பட்டு மெதுவாகச் சொன்னான், நீங்கள் எனக்கு ஒரு முப்பது தூக்க மருந்து மாத்திரைகளை வாங்கித் தாருங்கள். நீங்கள்தான் வாங்கித் தந்தது என்று யாருக்கும் தெரியாமல் நான் பார்த்துக் கொள்கிறேன். என்னால் இந்த வேதனையைத் தாங்க முடியவில்லை என்று சொன்னான். என்னைக் கொல்வதா என்று நீங்கள் யோசிக்க வேண்டாம். நான் படும் இந்த வேதனையை என் தம்பியிடமோ அப்பாவிடமோ வேறு யாரிடமோ சொல்ல முடியாது. ஒரு ஆள் நிரந்தரமாக நம்மைத் தண்ணிக்குள் பிடித்து அமுத்திக் கொண்டிருப்பதுபோல் ஒரு வேதனையை நான் அனுபவித்து வருகிறேன்.

தயவு செய்து போய் வாங்கிக்கொண்டு வாருங்கள் என்று சொன்னான். என்னால் அதைச் செய்ய முடியாது. அப்படி நான் செய்தேன் என்றால் என் வாழ்நாள் முழுவதும் அந்த வேதனை என்னை வாட்டி எடுத்துவிடும் என்று சொன்னேன். நீங்கள் அதை அப்படிப் பார்க்க வேண்டாம். எனக்குச் செய்யும் பெரிய உதவியாக அதை நீங்கள் பாருங்கள். உண்மையில் நிலைமை அப்படித்தான் இருக்கிறது. உங்களுக்கு என்மேல் இரக்கம் உண்டானால் நீங்கள் அதைச் செய்யுங்கள். இல்லை யெனில் விட்டுவிடுங்கள் என்று சொன்னான். நான் முடியாது என்று சொல்லிவிட்டு வீட்டுக்கு வந்துவிட்டேன்.

மறுநாள் காலையில் அவன் இறந்துவிட்டான் என்ற தகவல் வந்தது. அதற்கு அடுத்த நாள் என் மகளுக்குத் திருமணம். எங்கள் வீட்டில் பெரியவர்கள், உறவினர்கள் எல்லோரும் வந்துவிட்டிருந் தனர். இறந்துபோய்விட்டதால் நீங்கள் இப்போது அங்கு போக வேண்டாம். அப்புறம் போய்க்கொள்ளலாம் என்று சொன்னார் கள். நானும் சரியென்று இருந்துவிட்டேன். அவனுடைய காரியங் கள் நடந்துமுடிந்தன. பத்து நாள் கழித்து அவனுடைய மனை வியைப் பார்க்க நானும் கமலாவும் போனோம். ரொம்பப் பெரிதாக அழுதாள். குழந்தைகளுடன் அனாதையாக விடப்பட் டதுபோல் உணர்ந்தாள். அதன் பின் ஏனோ எங்கள் குடும்பத் துடன் தொடர்பைக் குறைத்துக் கொண்டுவிட்டாள்.

◆

பதிவின் பதிவுகள்

பல எழுத்தாளர்களோடு நெருங்கிப் பழகிய அனுபவத்தில் ஒரு விஷயத்தை என்னால் நிச்சயமாகச் சொல்ல முடியும். எழுத்தாளர்களுக்கு, எழுதுவதற்கு இணையாக – சில சமயம் அதை விட அதிகமாக – இரண்டு விஷயங்கள் பிடித்திருக்கின்றன. ஒன்று வாசிப்பது. இன்னொன்று சக எழுத்தாளர்களுடன் பேசுவது. எழுத்தாளர்களும் மனிதப் பிறவிகள்தாம் என்பதால் அவர்களும் சாதாரண மனிதர்களுக்குள்ள அனைத்துவகை உறவு முறைகளுக்கான சாத்தியங்களும் கொண்டவர்கள்தாம். படிப்பு, தொழில், குடும்பம், ஊர், பொழுதுபோக்கு, விசேஷ ஆர்வம் முதலான பல அம்சங்கள் சார்ந்து நெருக்கமான பல உறவுகள் வளர்வதற்கான சாத்தியம் எல்லா மனிதர்களைப் போலவே அவர்களுக்கும் இருக்கிறது. என்றாலும் சக எழுத்தாளர்களுடனான அவர்களது நட்புறவு மற்ற எல்லா உறவுகளையும் விட வித்தியாசமானதாக அமைந்துவிடக்கூடும். எழுத்தைத் தீவிரமாக எடுத்துக்கொள்பவர்களுக்கு எழுத்து என்பது மிகவும் அந்தரங்கமானது. இந்த அந்தரங்க உலகம் குறித்த பகிர்தல் யாரிடத்தில் சாத்தியமாகிறதோ அவர் இயல்பாகவே நெருக்கமான நண்பராகிவிடுகிறார்.

கிருஷ்ணன் நம்பி

இந்த நட்பு, இலக்கிய அனுபவங்களைப் பகிர்ந்துகொள்வ தோடு நிற்பதில்லை. எழுத்துலகம் சார்ந்து விரியும் பல கிளை உலகங்கள், பொதுவான சில அக்கறைகள் ஆகியவை குறித்த அனுபவங்களும் இந்த நட்பில் தவிர்க்க முடியாத அளவில் இடம்பிடித்துவிடுகின்றன. நட்பின் விளைவாகக் கூட்டுச் செயல் பாடுகள் உருவாவதும் தமிழ்ச் சூழலில் நடந்துவருகிறது. செயல் பாடுகள் நட்பையும், நட்பு செயல்பாடுகளையும் பரஸ்பரம் செழுமைப்படுத்தியும் சீரழித்தும் வருவதும் நடக்கத்தான் செய் கிறது. இத்தகைய நட்பின் அனுபவங்கள் பதிவு செய்யப்பட்டால் அது தமிழ்ச்சூழலின் சாதகமானதும் பாதகமானதுமான பல அம்சங்களின் பின்னணியை நமக்குப் புரியவைக்கும். இது பல்வேறு ஆய்வுகளுக்கும் பல்வேறு உண்மைகள் சார்ந்த விசார ணைகளுக்கும் நம்மை இட்டுச்செல்லக்கூடும். சுருக்கமாகச் சொல்வதானால், எழுத்தாளர்களிடையே நிலவும் நட்பின் பதிவுகள் சூழலில் மிக முக்கியமான தாக்கங்களை ஏற்படுத்தக் கூடும்.

தமிழ்ச் சூழலில் இத்தகைய பதிவுகள் நடைபெற்றதேயில்லை என்று சொல்லிவிட முடியாது. க. நா. சுப்ரமணியம், அசோக மித்திரன் உள்ளிட்ட பலர் தங்களுடைய இலக்கிய நண்பர்கள் பற்றிய சுவையான, சுருக்கமான சித்திரங்களைத் தீட்டியிருக் கிறார்கள். ஆனால் நட்பின் பல்வேறு பரிமாணங்களையும் பரிணாமங்களையும் ஆதியோடந்தமாக, விரிவாக இதுவரை யாரும் பதிவுசெய்ததில்லை. அந்த வகையில் மூத்த எழுத்தாளர் களில் ஒருவரான சுந்தர ராமசாமி பகிர்ந்துகொள்ளும் இந்த அனுபவங்கள் முன்னுதாரணமற்ற அரிய பதிவுகள் என்று சொல்லலாம்.

சுந்தர ராமசாமியோடு நெருங்கிப் பழகுபவர்கள் ஒரு விஷ யத்தைக் கவனித்திருப்பார்கள். நண்பர்களுடன் பேசும்போது தன் இளவயது அனுபவங்கள் பற்றி அவர் மிக இயல்பாகவும் சுவாரஸ்யமாகவும் பேசுவார். இவற்றில் பெரும்பாலானவை எழுத்தாளர்களுடன் அவருக்கு ஏற்பட்ட நட்பின் அனுபவங்கள். க. நா. சுப்ரமணியன், சி. சு. செல்லப்பா, தி. ஜானகிராமன், பிரமிள், நாகராஜன் போன்ற எழுத்தாளர்கள் பற்றிப் பல விஷயங்களை இவர் சொல்வதை நண்பர்கள் கேட்டிருப்பார்கள். உதிரியாகவும் சிதறலாகவும் வெளிப்பட்டுவரும் இந்த அனுபவப் பதிவுகளை முறையாகத் தொகுத்தால் தமிழில் அது ஓர் அரிய பதிவாக இருக்கும் என்று சு. ராவின் மகன் கண்ணனுக்கும், நெய்தல் கிருஷ்ணன், ஆ. இரா. வேங்கடாசலபதி போன்ற நண்பர்களுக்கும் தோன்றியதில் வியப்பில்லை.

சு. ராவைப் 'பேட்டி' கண்டு அவருடைய அனுபவங்களைப் பதிவுசெய்து தர இயலுமா என்று கண்ணன் என்னைக் கேட்ட போது நான் மகிழ்ச்சியோடு ஒப்புக்கொண்டேன் என்பதைச் சொல்லத் தேவையில்லை. அந்தச் சமயத்தில்தான் மௌனியின் படைப்புகள் குறித்து *காலச்சுவடு* இதழும் *தலித்* இதழும் இணைந்து ஏற்பாடு செய்த கருத்தரங்கு ஒன்று பாண்டிச்சேரியில் நடைபெற்றது (செப்டம்பர் 2001). அதில் துவக்க உரையாற்றிய சு. ரா., மௌனியுடன் தனக்கு ஏற்பட்டிருந்த நட்பின் அனுபவங் களைப் பகிர்ந்துகொண்ட விதம் எல்லோரையும் கவர்ந்தது. அந்தப் பேச்சைக் கேட்டதில் எனக்கு ஏற்பட்டிருந்த உற்சாகம் சு. ராவின் நட்பின் அனுபவங்களைப் பதிவு செய்யும் வேலையைச் சீக்கிரம் தொடங்க வேண்டும் என்ற ஆர்வத்தை ஏற்படுத்தியது. விரைவில் அதற்கான தருணமும் வாய்த்தது.

அச்சு ஊடகத்திலிருந்து (*இந்தியா டுடே*) இணைய தளம் என்ற மின்னணு ஊடகத்திற்கு மாறியிருந்த எனது தொழில் சார்ந்த வாழ்க்கை, உலகளாவிய அளவில் இணைய தளத் துறையில் ஏற்பட்டிருந்த பின்னடைவினால் பாதிப்படைந்திருந்த சமயம் அது. தொழில்சார் வாழ்க்கையில் விழுந்த இடைவெளி யின் ஒரு பகுதியை இந்தப் பதிவுகளுக்காகப் பயன்படுத்திக் கொள்ளலாம் என்று தோன்றியது. அதையடுத்து 2001ஆம் ஆண்டின் அக்டோபர், நவம்பர், டிசம்பர் மாதங்களிலும் 2002 ஜனவரி, பிப்ரவரி மாதங்களிலும் பல அமர்வுகளில் நடந்த இந்தப் பதிவில் சுமார் பத்து எழுத்தாளர்கள் தொடர்பான அனுபவங்கள் பதிவுசெய்யப்பட்டன.

அவ்வப்போது சில கேள்விகள், சந்தேகங்கள், நினைவுபடுத்தல்கள் ஆகியவற்றைத் தவிர இந்தப் பதிவில் என் பங்கு எதுவும் இல்லை. ஆனால் நான் பெற்றுக்கொண்டது நிறைய. எழுத்திலும் பேச்சிலும் சுந்தர ராமசாமி ஒரு சிறந்த கதைசொல்லி. பழைய நினைவுகளை அவர் பல சமயம் கதைபோலவே சொல்லிச் சென்றார். ஒலிநாடாவிலிருந்து எடுத்து எழுதப்படும் பதிவில் இடம்பெற முடியாத பல ரசமான அம்சங்களை – குரலின் ஏற்ற இறக்கங்கள், முக பாவனைகள், அவ்வப்போது கடைவாயில் கசியும் குறுநகை ஆகியவற்றை – என்னால் நுகரவும் ரசிக்கவும் முடிந்தது. அவ்வப்போது பேச்சு திசைமாறி, இந்தப் பதிவுகளோடு அதிகம் தொடர்பற்ற விஷயங்களைப் பார்த்து நகரத் தொடங்கி விடும். அதுபோன்ற சந்தர்ப்பங்களில் கூடுதலாகப் பல விஷயங் களை அறிந்துகொள்ளவும் விவாதிக்கவும் எனக்கு வாய்ப்புக் கிடைக்கும். நட்பின் ஈரத்தைக் காப்பாற்றிக்கொள்ளும் முயற்சி யில் சு. ரா. தனது தர அளவுகோல்களையும் மதிப்பீடுகளையும்

ஒருபோதும் சமரசம் செய்துகொண்டதில்லை என்பதையும், இவற்றுக்காக நட்பை முறித்துக்கொள்ளும் நிலைக்குப் போனதில்லை என்பதையும் என்னால் உணர முடிந்தது. எனக்கான ஒரு முக்கியமான பாடமாகவே இதை நான் எடுத்துக் கொள்கிறேன்.

இந்தப் பதிவுகளில் என்னை மிகவும் கவர்ந்தது ஜி. நாகராஜன் தொடர்பான பதிவுதான். ஒரு குறுநாவலுக்குரிய சம்பவக் கோவைகளை இயல்பாகக் கொண்டிருந்த அந்தப் பதிவு என்னளவில் ஒரு சிறந்த வாசிப்பனுபவத்தைத் தந்தது. கட்டுமஸ்தான உடலுடன் மீசையை முறுக்கியபடி, "பயப்படாதீங்க ராமசாமி" என்று முதுகில் (அன்போடு) பலமாகத் தட்டிக்கொடுத்த கம்பீர மான நாகராஜனுக்கும் ஒரு நாளுக்கு ஒரே ஒரு லட்டைத் தவிர வேறு எதையுமே சாப்பிட முடியாத அளவுக்குப் பலவீன மாகிவிட்ட நாகராஜனுக்கும் இடையே இருந்த இடைவெளி என்னை உலுக்கிவிட்டது. ஜீவா பற்றிய பதிவு எழுத்தாளனின் சுதந்திரத்திற்கும் இயக்கம் சார்ந்த செயல்பாடுகளுக்கும் இடையே உள்ள தீர்க்க முடியாத முரண்பாடுகள் குறித்து என்னை மிகவும் சிந்திக்க வைத்தது. நட்புக்கும் மதிப்பீடுகளுக்கும் இடையே உள்ள முரண்பாடுகளால் உருவாகும் போராட்டம் சார்ந்த எண்ணங்களைக் கூர்மைப்படுத்தியது பிரமிள் பற்றிய பதிவு.

பல குணசித்திரங்கள் உருவாகிவருவது இந்தப் பதிவுகளின் இன்னொரு சிறப்பு. குறிப்பாக சு. ராவின் அப்பாவைப் பற்றிய சித்திரம். 'ஜே. ஜே: சில குறிப்புக'ளிலும், 'குழந்தைகள் பெண்கள் ஆண்க'ளிலும் சில சிறுகதைகளிலும் எஸ். ஆர். எஸ். பற்றி நமக்குக் கிடைக்கும் சித்திரத்தின் நீட்சி என்று சொல்லத்தக்க பல இடங்கள் இந்தப் பதிவுகளில் இடம்பெற்றிருக்கின்றன. தன் அப்பாவுக்கும் தனக்குமான உறவில் உருவான முரண்பாடுகள் குறித்தும் ஏழாண்டுக்காலம் எழுதாமல் இருந்த 'மோனத்தவம்' பற்றியும் சு. ரா. இந்தப் பதிவுகளில் முதல் முறையாக விரிவாகப் பேசியிருக்கிறார்.

சொல்லிக்கொண்டே போகலாம். ஒரு காலகட்டத்து எழுத் தாளர்களின் இன்னொரு பக்கத்தை நமக்கு அறியத்தரும் இந்தப் பதிவுகள் வாசகர்களால் பெரிதும் விரும்பப்படும் என்று நம்புகிறேன். உலகத்தமிழ் இணைய தளத்தில் வரும் 'நினை வோடை' தொடருக்குக் கிடைத்துவரும் வரவேற்பு என் நம்பிக் கையை ஆமோதிக்கும் வகையில் அமைந்துள்ளது. சிறப்பான முறையில் இந்தப் பதிவுகளைத் தொகுத்துத் தந்த மகாதேவனின் உழைப்பு இந்தப் பதிவுகள் நூலாக வருவதில் ஆற்றிய பங்கை ஒருநாளும் மறக்க முடியாது.

இந்தப் பதிவுகள் அனைத்தும் மறைந்த எழுத்தாளர்களுடனான நட்பைப் பற்றியவை. இதன் தொடர்ச்சியாக வாழும் எழுத்தாளர்களுடனான தனது நட்பின் அனுபவங்களையும் பதிவு செய்ய வேண்டும் என்று சு. ராவிடம் கண்ணனும் நானும் கேட்டிருக்கிறோம். மீண்டும் ஒருமுறை சில மாதங்களை ஒதுக்க வேண்டியிருக்கும். விரைவில் அது சாத்தியமானால் நினைவோடையின் தொடர் நூல் வரிசையின் இரண்டாம் பகுதி ஓரிரு ஆண்டுகளில் வெளியாகலாம்.

மே 9, 2003   அரவிந்தன்

கிருஷ்ணன் நம்பி உறவு

கே. வெங்கடாசலம்

'**கி**ருஷ்ணன் நம்பி' என்று அறியப்பட்ட அழகிய நம்பி குமரி மாவட்டத்தின் அழகிய சிற்றூர்களில் ஒன்றான அழகியபாண்டிய புரம் எனும் ஊரில் 1932 ஆம் வரும் ஜூலை மாதம் 24ஆம் தேதி பிறந்தார்.

நான் பிறந்த வேளையிலிருந்து என்னைக் கிருஷ்ணன் நம்பிக்கும், எனக்கு அறிவு தெரிந்த நாளிலிருந்து கிருஷ்ணன் நம்பியை எனக்கும் தெரியும். அவர் எனது சகோதரர். என்னை விட எட்டு வயது பெரியவர். எங்கள் இருவருக்குமிடையே இரு சகோதரிகள்.

அழகியபாண்டியபுரத்தில் விவசாயம் பார்த்து வந்த எங்களது தந்தை, அருகாமையில் நாகர்கோவிலில் வியாபாரம் ஒன்றை 1939இன் பிற்பகுதியில் ஆரம்பித்தார். நாஞ்சில் நாட்டிலேயே முதன்முதலில் ஆரம்பிக்கப்பட்ட உரம் வியாபாரம். வியாபாரம் நன்றாகச் செழித்து வரவே, அதுவரை அழகியபாண்டியபுரத்திலிருந்து சென்று வந்து கொண்டிருந்த எங்கள் தந்தையார், குடியிருப்பை நாகர்கோவில் நகரைச் சார்ந்த கிருஷ்ணன்கோவில் பகுதிக்கு 1940இல் மாற்றிக்கொண்டார். அப்போது நான் 6 மாதக் குழந்தை. எங்கள் பாட்டி மாத்திரம் அழகியபாண்டிய புரத்தைவிட்டு நகர மறுத்துவிட்டார்.

எனக்கும் நம்பிக்கும் இடையிலான ஆகப் பழைய சிறுவயது நிகழ்வுகளை முழுவதுமாக இப்போது நினைவுக்குக் கொண்டுவர சிரமமாக இருந்தாலும் சில பசுமையான நினைவுகள் கண்முன்னே ஊடாடிக்கொண்டுதானிருக்கின்றன.

ஒரு சமயம் எனது தாயார் என்னை எங்கள் பாட்டி வீட்டில், அழகியபாண்டியபுரத்தில் விட்டிருந்தார்கள். அப்போது எனக்கு நான்கு அல்லது ஐந்து வயதிருக்கும். சில நாட்கள் சென்ற பின் என்னை அழைத்துப்போக நம்பி வந்தார். அழைத்துக்கொண்டு நாகர்கோவில் திரும்பிய அவர் நேராக வீடு வந்து சேராமல் ஸ்ரீராம் தியேட்டரில் ஓடிக்கொண்டிருந்த 'ஸ்ரீவள்ளி' திரைப்படத்துக்கு அழைத்துச் சென்றதும், அழுது குளித்து அப்பம் பொரி வைத்தபோது முறுக்கு வாங்கித் தந்து என் வாயை அடைத்ததும் நினைவுக்கு வருகிறது.

நான் இரண்டாவது வகுப்புப் படிக்கும் போது சரஸ்வதி பூஜையன்று பாடங்கள் படிப்பதற்கு முன்பாகவே காலை உணவு சாப்பிட அடம்பிடித்தபோது அப்பா என்னை அடித்தார். அப்போது நம்பி ஓடிவந்து மேலும் பூசை கிடைக்காமல் என்னைக் காப்பாற்றிய காட்சி நினைவுக்கு வருகிறது.

'அணில்', 'ஜிங்லி' புத்தகங்களை வாங்கித் தந்த அனுபவங்களை மறக்க முடியவில்லை. அதே காலத்தில் அவரிடம் *மணிக்கொடி* இதழ்கள் பார்த்த நினைவும் இருக்கிறது.

பள்ளிப்படிப்பு அவருக்கு உகந்ததாக இருக்கவில்லை. எட்டாவது வகுப்பில் தோல்வி. பள்ளி இறுதி வகுப்பிலும் முதல் முயற்சியில் தேறவில்லை. குறிப்பாகக் கணக்கு அவருக்குக் கடைசிவரை வரவே இல்லை. நம்பியின் 'கணக்கு வாத்தியார்' படிக்கவும்.

1948-49இல் அவரது இலக்கியப்பணி ஆரம்பமாயிற்று. பதினாறு வயதே ஆகியிருந்த அச்சமயம் அவர் பத்தாவது வகுப்பு படித்து வந்தார். அக்காலத்தில் மிகவும் முக்கியமான பத்திரிகை *சக்தி* (ஆசிரியர் வை. கோவிந்தன்). அதில் 'நாட்டுப்பாடல்கள்' பற்றிய கட்டுரை ஒன்று வெளிவந்தது. பின் சிறிது காலம் இலக்கிய விசாரம்.

அன்றைய காலங்களில் அவரது நெருங்கிய இலக்கிய நண்பர் எழுத்தாளர் மா. அரங்கநாதன். திருப்பதிசாரத்தைச் சேர்ந்த அவரும் நம்பியும் நெருங்கிய நண்பர்கள். அந்த ஊரில் ஒரு நல்ல நூலகம் இருந்தது. அங்கிருந்து புத்தகங்கள் பலவற்றை மா. அரங்கநாதன் உதவியுடன் எடுத்து வந்து வாசித்துக்கொண்டே இருப்பார்.

எங்கள் வீட்டு மாடிதான் அவரது சாம்ராஜ்யம். வடக்கு – தெற்காக ஒரு நீண்ட மரப்பத்தாயம். படிக்கவும், படுக்கவும் வசதியான இடம், குளி, சாப்பாடு நேரம் தவிர வீட்டிலிருக்கும் வேளையில் அநேகமாக அங்குதான் அவரைப் பார்க்க முடியும்.

131

அப்பாவுக்கு விவசாயம், வியாபாரம் செய்வது தவிர வேறொன்றி லும் நாட்டம் கிடையாது. அம்மாவுக்குக் குழந்தைகளைப் பராமரிப்பதிலேயே நேரம் கழிந்தது. இந்தச் சூழலில் இலக்கியத்தில் நாட்டம் கொள்வதற்கு முகாந்திரங்கள் எதுவும் இருக்கவில்லை. ஊக்குவிப்பதற்கோ கூட யாரும் கிடையாது. இயல்பாகவே அவருக்கு இலக்கியத்தில் நாட்டம் ஏற்பட்டது என்றுதான் சொல்ல வேண்டும்.

அந்தக் காலத்தில் இப்போது போல் தீவிர இலக்கியம் எழுதியவர் கள் மிகவும் குறைவு. சொல்லும்படியான இலக்கிய இதழ்களும் இருக்கவில்லை. மணிக்கொடிக்குப் பிறகு தரமான இலக்கியப் பத்திரி கைகள் அநேகமாக இல்லை என்றே கூடச் சொல்லமுடியும். இத்த கைய சூழலில் வெகுஜனப் பத்திரிகைகளான கல்கி, ஆனந்தவிகடன், கலைமகள் போன்றவையே பெரும்பாலும் வாசிக்கப்பட்டு வந்தன.

இவை அனைத்தும் எங்கள் வீட்டில் வாங்கப்படும் பத்திரிகைகள். படிப்பவர்களைக் கண்டால் நம்பிக்கு மிகவும் பிடிக்கும். அவர்களை நன்றாக ஊக்குவிப்பார். உதாரணத்துக்கு ஒன்று:

எங்கள் ஊரில் கோமதிப்பாட்டி என்று ஒருவர் இருந்தார். அவரது கணவரது பெயர் ஆண்டி ஐயர். கணவர் பெயரையும் சேர்த்து ஆண்டிக்கோமதிப் பாட்டி என்றே எல்லோரும் அழைப்பது வழக்கம். அவருக்கு வாசிப்பில் மிகுந்த ஆர்வம் இருந்தது. ஆனால் விலை கொடுத்து வாங்கும் வசதி கிடையாது. அவரது தோற்றமும், வயதும் அந்த வயதில் இந்த மாதிரியான ஆசைகளும் அவரைப் பலரும் பரிகசிக்கும் விதமாக இருந்தது. பரிகசித்தும் வந்தனர்.

இந்தப் பாட்டிக்கு அனைத்துப் பத்திரிகைகளையும் நம்பி கொடுத்து உதவுவார். இது பாட்டிக்கு மிகவும் மகிழ்ச்சியான விஷயம். பாட்டிக்கு மகிழ்ச்சி என்றால் நம்பிக்கும் மகிழ்ச்சிதான்.

"மனிதாபிமானம் என்கிற சிந்தனையைக் கதையோடு பிரித்தறி யாத விதத்தில் இணைத்துச் சிறுகதைகள் எழுதியவர் கிருஷ்ணன் நம்பி" என்று சா. கந்தசாமி கூறுவார். நம்பி வாழ்ந்த வாழ்க்கையும் அனேகமாக அப்படித்தானிருந்தது. வாழ்க்கை வேறு, எழுத்து வேறு என்று அவர் நினைத்ததாகத் தெரியவில்லை.

தேசப் பிரிவினையின் காரணமாக ஏற்பட்ட கொடுமையின் விளைவுகளில் ஒன்று, வடநாட்டில் ஏற்பட்ட கற்பழிப்பு நிகழ்ச்சிகள். இந்த அவதிக்கு உள்ளான பெண்களில் பலர் கணவனாலும் குடும்பத்தாராலும் கைவிடப்பட்டு, அனாதைகளாகக் கையில் குழந்தையுடன் நாடெங்கும் திரிந்து பிச்சை எடுத்த அவலமான காட்சி இன்றைய தலைமுறையினருக்குத் தெரிந்திருக்க நியாய மில்லை. அப்படி அலைந்து திரிந்து பெண்களை எங்கள் பகுதியில் 'கோஷாயிப் பெண்' என்று அழைப்பது வழக்கம்.

அப்படி ஒரு கோஷாயிப் பெண், எங்கள் வீடு இருந்த தெருவில் கையில் குழந்தையுடன் பிச்சை எடுத்துக்கொண்டு ஒருநாள் வந்தாள். அவள் இந்தியில் பேசினாள். நம்பிக்கு இந்தி தெரியாது. பக்கத்து வீட்டில் 'சேச்சா' என்று ஒருவர் – இந்தி தெரிந்தவர், பெங்களூரில் வேலை பார்த்து வந்தவர் விடுமுறையில் அப்போது வந்திருந்தது வசதியாகப் போய்விட்டது. கோஷாயிப் பெண்ணின் சோகக்கதையை சேச்சா மூலமாகக் கேட்டு அறிந்து மிகுந்த மன வேதனைக்குள்ளானார். வீட்டிலிருந்து பால்கொண்டு வந்து கொடுத்துக் குழந்தையைக் குடிக்க வைத்தார். சுற்றியிருந்தவர்களிடம் சிறிது பணமும் வசூல் செய்தார். திண்டுக்கல் அருகிலிருக்கும் காந்தி கிராமத்தைப் பற்றிக் கூறி, விலாசமும் பணமும் கொடுத்து அந்தப் பெண் அங்கே போவதற்கான ஏற்பாட்டைச் செய்தார். அந்த பெண்மணியும் மிகுந்த மகிழ்ச்சியுடன் சென்றார். அப்போது நம்பியின் வயது பதினேழு இருக்கும்.

உலகம் ஓர் அற்புதம். அதற்குள் எத்தனை எத்தனையோ அற்புதங்கள். மிகவும் உன்னதமான அற்புதம் குழந்தைகள். அந்தக் குழந்தைகளிடம் நம்பிக்கு அபரிதமான ஈடுபாடு இருந்தது. அதன் வெளிப்பாடாக அவரது ஆரம்பகால இலக்கிய முயற்சிகள் குழந்தைப் பாடல்கள் எழுதுவதன் மூலமாக வெளிவந்தது.

1950இன் தொடக்கத்தில் கண்ணன் என்றொரு சிறுவர் பத்திரிகை, கலைமகள் நிறுவனத்தாரால் ஆரம்பிக்கப்பட்டு, மிகவும் பிரபலமாக சுமார் 30 ஆண்டுகளுக்கு மேலாக வெளிவந்து கொண்டிருந்தது. 'ஆர்வி' அதன் ஆசிரியர். அதன் ஆரம்பகால இதழ் ஒன்றில் 'பிள்ளையாரே வாரும்' என்ற குழந்தைப்பாடலை 'சசிதேவன்' என்கிற பெயரில் நம்பி எழுதினார். நம்பியின் பாடல் நிறுவனத்தாருக்கு மிகவும் பிடித்துப் போய்விட்டது. அப்போது மிகவும் அறியப்பட்ட குழந்தைக் கவிஞர் அழ.வள்ளியப்பா. இவரைக் கண்ணன் பத்திரிகையின் எதிர்முகாம் என்று பேசிக்கொண்டார்கள். எனவே, ஒரு நல்ல குழந்தைக் கவிஞர் கண்ணன் பத்திரிகைக்குத் தேவைப்பட்டார். எளிதில் நம்பியை அரவணைத்துக் கொண்டார்கள். பல அற்புதமான குழந்தைப் பாடல்கள் தொடர்ந்து கண்ணனில் வெளிவந்தன. சுமார் 35 பாடல்கள். இவை அனைத்தும் அழ.வள்ளியப்பாவின் பாடல்களுக்கு நிகராகவோ, அல்லது அவைகளைவிடவும் மேலான சிறப்புகள் உடையவையாகவோ இருந்தன என்று துணிந்து சொல்லலாம். சுந்தர ராமசாமி அவர்கள் இது பற்றி அவரது கட்டுரை ஒன்றில் குறிப்பிட்டிருக்கும் வரிகளை இங்கே நினைவு படுத்துவது மிகவும் முக்கியம்.

"நம்பியின் குழந்தைக் கவிதைகளையும், அவற்றை அவர் எழுதிக் கொண்டிருந்த காலத்தில் அவரைவிடவும் பல மடங்கு புகழ் பெற்றிருந்த வேறு பல குழந்தைக் கவிஞர்களுடைய கவிதைகளையும், அன்று படித்துப் பார்த்தபோது தமிழிலேயே சிறப்பான குழந்தைக்

கவிதைகள் எழுதியிருப்பவர் நம்பிதான் என்றும், குழந்தைக் கவிதை கள் பற்றி அவருக்குத்தான் விவேகமான அடிப்படைச் சிந்தனைகள் இருக்கின்றன எனவும் எனக்குப்பட்டது." (பாதியில் முறிந்த பயணம் – கிருஷ்ணன் நம்பி கதைகள்.)

ஆக, குழந்தைகளுக்குத் தேவையான, அவர்களுக்குப் பிடித்த உலகத்தைக் காட்சி ரூபமாகக் கவிதைகள் மூலம் எழுதி வந்த கிருஷ்ணன் நம்பி, சிறுகதை உலகில் நுழைந்தபோதும் கூட, இதே குழந்தைகள் உலகத்தைத்தான் தனது பெரும்பாலான சிறுகதை களின் மையக் கருவாகக் கொண்டு எழுத ஆரம்பித்தார்.

அச்சில் வெளிவந்த அவரது முதல் சிறுகதை 'சுதந்திர தினம்' (1951). சிறுவர்களை மையமாக வைத்து ஒரு சுதந்திர நாளன்று, இனிமை யான பொழுதை எதிர்பார்த்திருந்த அந்தச் சின்னஞ் சிறுவர்களுக்கு, சுதந்திரத்தின் பொருளை அறிந்திருப்பதாகக் கருதப்படும் ஆசிரியர் களிடம் ஏற்பட்ட கசப்பான அனுபவத்தைச் சித்திரித்து எழுதப்பட்ட அக்கதை இக்காலத்துக்கும் மிக நன்றாகப் பொருந்தியே வரும்.

நம்பிக்கு எல்லோரையும் பிடிக்கும். அதேபோல் பழகிய அனை வரும் நம்பியை மிகவும் நேசித்தார்கள். அவருடன் பேசுவதற்கோ, பழகுவதற்கோ எந்த முன் நிபந்தனைகளும், தகுதிகளும் தேவை இல்லை. சிறுவர்கள், இளைஞர்கள், வயதானவர்கள், படிப்பறிவில் லாத பாமரர்கள், மனநிலையற்றவர்கள் என்று பிறரால் கருதப் பட்டவர்கள் என்று எவர் வேண்டுமானாலும் பேசிக் கொண்டிருக் கலாம். எளிதில் நம்பியுடன் ஒன்றிப்போய்விடுவார்கள். கூடுவிட்டுக் கூடு பாயும் அற்புதம் நிகழும். எவரையும் நிராகரிப்பதோ, உதாசீனப் படுத்துவதோ போன்ற செய்கைகளுக்கு இடமே கிடையாது. பாசாங்கும் கிடையாது. பேசிக் கொண்டே இருப்பார். எதிரிலிருப்ப வர்கள் அடையும் உற்சாகமும், மகிழ்ச்சியும் அவருக்கு மிகவும் முக்கியம். அவரவர் மனோநிலைக்கு ஏற்பத் தன்னையும் மாற்றிக் கொள்ளும் மனோபாவம். பேசிச்செல்பவர்கள் மிகுந்த மனநிறை வோடும், மகிழ்ச்சியோடும் செல்வார்கள். உரையாடலில் அவருக் கிருந்த ஆளுமை, ஆண்டவன் அவருக்கு அளித்த வரப்பிரசாதம்.

1950இல் கிருஷ்ணன் நம்பிக்கும் சுந்தர ராமசாமிக்கும் நட்பு ஏற்பட்டது. அனேகமாக, எல்லா வெள்ளிக்கிழமைகளிலும் (அன்று தான் எங்கள் பகுதியில் விடுமுறை தினம்) சுந்தர ராமசாமியைச் சந்திக்கக் கிருஷ்ணன் நம்பி சென்றுவிடுவார். அப்போது அவர் நாகர்கோவில் இந்துக் கல்லூரியில் இன்டர்மீடியட் படித்து வந்த நேரம். படிப்பில் நாட்டம் இல்லை. இறுதித் தேர்வில் வெற்றிபெற இயலவில்லை. அத்துடன் படிப்பும் முடிவுக்கு வந்தது.

வலுக்கட்டாயமாக, தன் வியாபாரத்தைக் கவனிக்க வேண்டிய நிர்ப்பந்தத்தை எங்கள் தகப்பனார் ஏற்படுத்துவார். நாகர்கோவில்

பாலமோர் ரோட்டில் சித்ரா லைப்ரரியின் எதிரில் எங்கள் அப்பாவின் கடை. அப்பா போக முடியாத வேளைகளில் நம்பி போக வேண்டும். வியாபாரம் பண்ண வருகிறவர்களைவிட நம்பியின் நண்பர்கள் கூட்டம் அதிகமும் இருக்கும். கம்யூனிஸ்ட் இயக்கத்தைச் சார்ந்த எம்.எம். அலி, கோபு, கவுன்சிலர் அண்ணாமலை, தி.மு.க.வின் தீவிர அபிமானி நாராயண பிள்ளை, கோட்டாறு தோழர் ரங்கநாதன், பட்சிராஜன், எழுத்தாளர் மா. அரங்கநாதன், நண்பர்கள் சம்பத், எஸ்.டி. சர்மா, ஹெச். எஸ். மணி இன்னும் பலர். ஒருவர் மாற்றி ஒருவர் வந்து கொண்டே இருப்பார்கள். அவர் கடைக்குப் போய் வரும் நாட்களில் வியாபாரமும் வசூலும் மிகவும் குறைவாகவே இருக்கும். அப்பா, அம்மாவிடம் கத்துவார். 'உருப்படமாட்டான்' என்று ஆசீர்வாதம் பண்ணுவார். அப்பாவின் நிர்ப்பந்தங்களும் வசவு களும் நம்பியிடம் செல்லுபடியாகவில்லை. மாறாக நண்பர்களின் எண்ணிக்கை கூடியது. மேலும் பல நண்பர்கள் வர ஆரம்பித்தார்கள்.

இந்தச் சூழ்நிலையில், சுந்தர ராமசாமியின் நட்பு நம்பியை மேலும் 'கெடுத்துக் கொண்டிருக்கிறது' என்பது அப்பாவின் எண்ணம். இதே எண்ணம்தான் சுந்தர ராமசாமியின் அப்பாவுக்கும் இருந்திருக்க வேண்டும். என் அப்பா அப்படி ஒன்று திட்டமிட்டுக் கட்டுப்பாட்டு டன் பிள்ளை வளர்க்கும் ஆசாமி என்று சொல்லிவிட முடியாது. எப்போதாவது நினைத்தாற்போல் சிறிது நேரம் கோபமாகக் கத்துவார்; அத்துடன் சரி. ஆனால் சுந்தர ராமசாமியின் தகப்பனார் அப்படி யில்லை. கண்டிப்புக்கும் கறாருக்கும் மிகவும் பிரசித்தம். ஆரம்ப காலங்களில் நம்பி சுந்தர ராமசாமியைச் சந்திக்க வருவதை அப்படி ஒன்றும் எளிதில் ஏற்றுக்கொண்டதாகத் தெரியவில்லை. ஒன்றிரண்டு ஆண்டுகளுக்குப்பிறகு நம்பியின் வருகை சுந்தர ராமசாமியைவிட அவரது தகப்பனாருக்கு மிகவும் முக்கியமாகப் போய்விட்டது.

'சுதந்திர தினம்' கதைக்குப் பிறகு சில காலங்கள் நம்பி கதைகள் எதுவும் எழுதவில்லை. 50இல் ஆரம்பித்த குழந்தைப் பாடல்கள் எழுத்து சுமார் மூன்று நான்கு ஆண்டுகள் நீடித்தது. இந்தக் காலங் களில் நம்பியும் சுந்தர ராமசாமியும் அதிகமும் பேசிக்கொண்டே இருந்தார்கள். 'உருப்படவே மாட்டான்' என்கிற அப்பாவின் எண்ணம் மேலும் உறுதிப்படலாயிற்று.

இப்போது படிக்கும் அனுபவம் கூடிவர ஆரம்பித்தது. சுந்தர ராமசாமி நிறைய புத்தகங்கள் வாங்குவார். அவை அனைத்தும் நம்பிக்குப் படிக்கக் கிடைக்கும். மா. அரங்கநாதன் உதவியால் திருப்பதி சாரம் நூலகத்திலிருந்தும் புத்தகங்கள் கிடைக்கும். வாசிப்பு தொடர்ந்தது.

*மணிக்கொடி*க்குப் பிறகு சொல்லும்படியான இலக்கிய இதழாக விஜயபாஸ்கரன் அவர்களை ஆசிரியராகக் கொண்டு *சரஸ்வதி* பத்திரிகை வெளிவரத் தொடங்கியது.

ஜெயகாந்தன், சுந்தர ராமசாமி போன்றோர் இதில் எழுத ஆரம்பித்தார்கள். கிருஷ்ணன் நம்பி இதில் 'சசிதேவன்' என்கிற பெயரில் கவிதைகள் எழுதத் தொடங்கினார். இது 1957 என்று சொல்லலாம். சுமார் 11 கவிதைகள் *சரஸ்வதியில்* பிரசுரமாயிற்று.

தொடர்ந்து சிறுகதைகளும் எழுத ஆரம்பித்தார். எனக்கொரு வேலை வேண்டும், எக்ஸெண்டிரிக், தேரோடும் வீதி, காணாமல் போன அந்தோணி, சங்கிலி, கணக்கு வாத்தியார் எனும் சுமார் எட்டு அல்லது ஒன்பது சிறுகதைகள் வெளிவந்தன. ஜெயகாந்தன், சுந்தர ராமசாமியோடு கிருஷ்ணன் நம்பியும் இலக்கிய உலகில் அறியப்பட்டார்.

1958 ஆகஸ்ட் 20ஆம் தேதி கிருஷ்ணன் நம்பிக்குத் திருமணம் ஆயிற்று. குடும்பத்தில் பொறுப்பு அதிகமாயிற்று; அல்லது அது மாதிரி நினைத்துக் கொண்டார்.

அப்பாவின் வியாபாரத்தில் நம்பிக்கு அக்கறை இல்லை. வரும்படிக்கு உத்தரவாதமளிக்கும் வேலையும் கிடையாது. அப்பாவோ இலக்கியத்திற்குப் பெரிதும் எதிரி. திருமணமும் ஆகிவிட்டது. நம்பி குழம்பித்தான் போனார்.

இச்சமயம் நாகர்கோவிலில் தமிழ் எழுத்தாளர் மாநாடு ஒன்று நடைபெற்றது. மாநாட்டிற்குப் பல எழுத்தாளர்கள் வந்திருந்தார்கள். இதில் சிலர் மதிய உணவுக்கு ஒருநாள் எங்கள் வீட்டுக்கு அழைக்கப் பட்டிருந்தார்கள். சி.சு. செல்லப்பா, ஆர்வி, அழ. வள்ளியப்பா, கொடுமுடி ராஜகோபாலன் என்று சிலர்.

இதில் கொடுமுடி ராஜகோபாலன் காங்கிரஸ் தியாகி. *நவசக்தி* பத்திரிகையில் செல்வாக்கு இருந்தது. அவர் நம்பிக்கு அங்கு வேலை பெற்றுத் தருவதாக வாக்குறுதியளித்தார். அதற்கு உபகாரமாக ஆங்கிலப்புத்தகம் ஒன்றை நம்பி மொழிபெயர்த்துத் தரவேண்டும்! நம்பி வேலைக்காகக் காத்திருந்தார்.

இந்நேரம் எனக்கு சிதம்பரத்தில் பொறியியல் பட்டயப்படிப்புப் படிப்பதற்கு இடம் கிடைத்திருக்கும் தகவல் வந்தது. நான் தனியாகப் போய்ச் சேர்ந்துவிடுவது என்பது திட்டம். ஆனால் நம்பி என்னை அங்கு கொண்டு சேர்த்து விடுவதில் மிகுந்த ஆர்வமும் அக்கறையும் காட்டினார். பொதுவாக வெளியூர் அதிகம் போகும் வழக்கமில்லா தவர் இப்படி விரும்பியது எனக்கு சற்று ஆச்சரியமாகவே இருந்தது. இருவரும் செங்கோட்டை பாசஞ்சரில் சிதம்பரம் பயணமானோம்.

அவசர அவசரமாக என்னைக் கல்லூரியில் சேர்த்துவிட்டுச் சென்றவர் இரண்டு நாட்களுக்குப்பிறகுதான் என்னை மீண்டும் சந்தித்தார். எழுத்தாளர் மௌனி சிதம்பரம் வாசி என்பதை அப்போதுதான் என்னால் அறிந்துகொள்ள முடிந்தது. நம்பியின் ஆர்வத்தின் காரணத்தையும் புரிந்து கொண்டேன்.

சில மாதங்களில் கொடுமுடி ராஜகோபாலனின் சிபாரிசு வேலை செய்தது. நம்பிக்கு நவசக்தியில் வேலை – ஃப்ரூஃப் ரீடர். மாதம் எண்பது ரூபாய் சம்பளம்.

அப்பாவின் ஆதிக்க எல்லையிலிருந்து தற்காலிக விடுதலை. மன இசைவுக்கு ஏற்ப 'இலக்கியச்சேவை' பண்ண பட்டணம் புறப்பட்டார்.

ராயப்பேட்டை மணிக்கூண்டின் எதிரே 'சங்கர் லாட்ஜி'ல் அறை எடுத்துக்கொண்டார். நவசக்தியில் பணி ஆரம்பமாயிற்று. இக்காலத்தில் ஜீவாவின் நட்பு நம்பிக்குக் கிடைத்தது. தனது ஊர் ஆசாமி என்பதில் ஜீவாவுக்கு இவரிடம் அளவு கடந்த பிரியம்.

தாமரையில் நம்பியின் சில கதைகள் பிரசுரமாயின. நவசக்தியில் வேலை அதிக நாட்கள் நீடிக்கவில்லை. உடல் நிலையும் சரியாக இருக்கவில்லை. வேலையை விட்டுவிடுவதென்று முடிவெடுத்தார். ஏராளமான இருமல்களுடனும், அரைக்கிலோ திராட்சையுடனும் நம்பி வெற்றிகரமாக நாகர்கோவில் திரும்பினார்.

வெற்றிகரமாகத் தோல்வி கண்டு திரும்பியாகிவிட்டது. இப்போது என்ன செய்யலாம் என்கிற யோசனை. செய்வதற்கு என்று ஒன்றுமில்லை. மறுபடியும் உரமூட்டைகளைக் கட்டிக்கொண்டு அழலாம். விவசாயம் செய்ய கற்றுக் கொள்ளலாம்.

தனிக்காட்டு ராஜாவாக உரம் வாணிபம் செய்துவந்த அப்பா வின் வணிகத்திற்குப் போட்டியாக வேறு பலரும் வந்து சேர்ந்தார் கள். எனவே வியாபாரம் முன்போல் இருக்கவில்லை. இது அப்பாவைக் கவலை கொள்ளச் செய்தது.

எங்களுக்கு ஓரளவு தேவையான விவசாய நிலம் இருந்தது. கிருஷ்ணன்கோவிலில் சொந்த வீடு. எனவே மேற்செலவிற்கான பணம் ஈட்டினால் போதுமானது. அதற்கு என்ன செய்யலாம்? அப்பா ஆலோசனையில் இருந்தார்.

சும்மா இருந்த நம்பியை விவசாயம் பார்க்க அனுப்பிவைக்கலாம் என்பது அம்மாவின் ஆலோசனை. அப்பாவிடம் சொன்னாள் அம்மா.

"அவனா? வயல்ல தண்ணி இருக்கான்னு தெரிஞ்சுக்கணும்னா கூட கல்லவிட்டு எறிஞ்சுத்தான் தெரிஞ்சுக்கணும். புள்ளையா பெத்திருக்கே? உனக்கு வேற வேல கிடையாது" என்று அம்மாவின் யோசனையை நிராகரித்தார் அப்பா.

அவர் சொன்னதில் தவறொன்றுமில்லை. நம்பிக்கு அப்போது விவசாயம் பற்றி ஒன்றும் தெரிந்திருக்கவில்லை என்பதுதான் உண்மை. ஆனால் பின்னாளில் அப்பா படுக்கையில் விழுந்தபோது, மொத்த நிர்வாகத்தையும் நம்பியே கவனிக்க வேண்டிய நிர்ப்பந்தம் ஏற்பட்ட

போது, அப்பா காலத்தில் கிடைத்த மகசூலை விடவும் பல மடங்கு அதிகமாக மகசூல் செய்து காண்பித்தார் கிருஷ்ணன் நம்பி!

அப்பாவின் பல வருட வியாபாரத் தொடர்புகள் இப்போது கைகொடுத்தன. தோவாளைத் தாலுகாவுக்கான FACT நிறுவனத்தாரின் மொத்த வியாபார உரிமத்தை நம்பிக்குப் பெற்றுத்தர முடிந்தது. பூதப்பாண்டியில் வியாபாரத்தை நிறுவுவது என்று தீர்மானிக்கப்பட்டு கிருஷ்ணன் நம்பி தனது குடும்பத்துடன் 1963ஆம் ஆண்டின் பிற்பகுதியில் குடியிருப்பை பூதப்பாண்டி (ஜீவா பிறந்த ஊர்)க்கு மாற்றிக் கொண்டார். இந்த வியாபாரத்தின் அத்தனை லாப, நஷ்டங்களும் நம்பியைச் சார்ந்தது. அப்பாவுக்கு எந்தப் பொறுப்பும் இல்லை என்றும் தீர்மானிக்கப்பட்டது. இப்படி நம்பி பூதப்பாண்டி வாசியானார்.

வியாபாரத்தை நன்றாக நடத்திக்கொண்டு வந்தார் என்று சொல்ல முடியாது. விவசாயிகள் சார்ந்த இந்த வியாபாரத்துக்கு முதலீடு அதிகம் தேவைப்பட்டது. விவசாயிகள் அறுவடை முடிந்து தான் பணம் தருவார்கள். எனவே பணம் புரட்டுவதில் பல சிக்கல்கள் ஏற்பட்டன. ஆனாலும் எப்படியோ சமாளித்து வந்தார்.

இப்போது, உடல் நிலை சரியில்லாமல் அப்பாவும், நாகர்கோவிலை விட்டு, பூர்வீகமான அழகியபாண்டியபுரம் வந்து குடியமர்ந்தார். அவரது விவசாயத்தையும் கவனித்துக்கொள்ள வேண்டிய பொறுப்பு நம்பிக்கு வந்தது. எனவே எழுதுவதில் சற்று ஆர்வம் குறைந்தது. என்றாலும், இலக்கியத்துடனும், இலக்கியவாதிகளுடனுமான தொடர்பு இருந்துகொண்டேதான் வந்தது.

சுந்தர ராமசாமியுடனான வெள்ளிக்கிழமை சந்திப்பு தொடர்ந்து நீடித்தது. நாகர்கோவில் வரும் எழுத்தாளர்கள் பலரும் அப்போது சுந்தர ராமசாமியை சந்தித்துவிட்டு மெனக்கெட்டு பூதப்பாண்டியும் வந்து போகவேண்டியதாயிற்று. கி. ராஜநாராயணன், நகுலன், ஆ. மாதவன், நீல பத்மநாபன், கிருத்திகா, அம்பை, உமாபதி என்று பட்டியல் நீண்டுகொண்டே போயிற்று. பொன்னீலன் உள்ளூர் மாவட்டம். அடிக்கடி வந்து போவார். இலக்கியத்துக்கும் நம்பிக்குமான தொடர்பு எந்தச் சூழ்நிலையிலும் அந்நியப்பட்டுப் போகவில்லை. நாகர்கோவிலில் இருந்தது போல், பூதப்பாண்டி மற்றும் அதைச்சுற்றியுள்ள பகுதிகளிலும் இலக்கியம் சாராத ஏராளமானவர்கள் அவருக்கு நண்பரானார்கள்.

நம்பி பூதப்பாண்டிக்குக் குடித்தனம் பெயர்ந்தது அவரது பால்ய நண்பர், கிருஷ்ணன்கோவில்வாசி ஒருவருக்கு மிகுந்த மனவேதனையை அளித்தது. உடலாலும் மனதளவிலும் ஓரளவு பாதிப்புக்குள்ளாயிருந்த அவருக்கு வேலை எதுவும் கிடையாது. வரும்படியும் கிடையாது 'ஒரு பொடி விஷயம்' தான் அவருக்குச் சிக்கலாக

இருந்தது. உணவு தவிர அவரது அதிகபட்சத் தேவை இந்த மூக்குப் பொடிதான். நம்பி அந்த ஊரிலிருந்தவரை கவலை இல்லை. இப்போது பொடி வாங்க முடியாமல் போனது அவருக்கு மிகவும் வேதனை.

நம்பி இதற்கு நிரந்தரமாக ஒரு ஏற்பாட்டைச் செய்தார். கிருஷ்ணன்கோவில் நண்பர், நம்பி குறிப்பிட்ட ஒரு கடைக்குப் போய், மாதா மாதம் ஒன்றாம் தேதி ரூபாய் பத்து பெற்றுக் கொள்ள லாம் – பொடித் தேவைக்கு. நண்பருக்கு மகிழ்ச்சி. இந்த ஏற்பாடு நம்பியின் மரணம் வரை நீடித்தது.

நம்பிக்குக் கர்நாடக சங்கீதத்தில் அலாதியான ஈடுபாடு இருந்தது. பாடத்தெரியாதென்றாலும் அவரது சங்கீத ஞானம் மிகவும் அபூர்வ மானது. அபூர்வ ராகங்களைக்கூட எளிதில் இனம் கண்டு கொள் வார். குமரி மாவட்டத்தில் பல கோயில்களில் – குறிப்பாக சுசீந்திரம் கோயில் திருவிழாவில் – பிரபல வித்வான்களின் கச்சேரி தவறாது நடக்கும். தவறாமல் செல்வார். அதேபோல் நாகர்கோவில் ஸ்ரீராம நவமி கச்சேரிகளுக்கும் போகாமல் இருப்பதில்லை. அவரது சங்கீத நண்பர் தற்போது சென்னையில் வசிக்கும் திரு. என்.வி.எஸ். மணி. இருவரும் சங்கீதம் பற்றி கிருஷ்ணன்கோயில் குளக்கரை அரச மரத்தடியில் விடியவிடிய பேசிய நாட்கள் பல பல.

வாழ்க்கையை வேடிக்கையாகவே பார்த்தவர் நம்பி. அதன் பிரதி பலிப்பாகத்தான் அவர் கதைகளிலும் வேடிக்கையும் பரிகாசமும் நிறைந்து காணப்படும். உரக்கச் சொல்லும் பாணியல்ல. இதை அவரது எழுத்தின் பலமாகவும் பலவீனமாகவும் கொள்ளலாம். நகைச்சுவை உணர்வு மிகுந்த அவர் அப்படிப் பேசும்போது, மற்றவர் களைச் சிரிக்க வைப்பாரே தவிர, தான் சிறிதும் சிரிக்க மாட்டார்.

ஒரு சம்பவம் நினைவுக்கு வருகிறது. ஒரு பாகவதர் – பாடுவதால் பாகவதர்! – பூதப்பாண்டி ஊரில் இருந்தார். ஒருநாள் அவர் நம்பியைத் தேடி வந்தார். நம்பியின் பெரிய பெண் கமலாவுக்கு அப்போது எட்டு அல்லது ஒன்பது வயதிருக்கும். அவளுக்குப் பாட்டு கற்றுக் கொடுக்க வேண்டுமென்பது பாகவதரின் திட்டம். அதற்காக நம்பியைத் தேடி வந்திருந்தார்.

“நம்பீ, குழந்தைக்கு நல்ல குரல் வளம் இருக்கு. பாட்டுக் கத்துண்டா பிரமாதமா வருவா.”

“பாட்டு வரும்னா சொல்றேள்? எனக்கு அப்படி தோணலியே.”

“நன்னாப்போச்சு. நான்னா கத்துக்கொடுக்கப்போறேன். ஜோரா வரும். எனக்குத் தெரியாதா?”

“என்ன கேப்பேள்?”

“உங்கிட்டல்லாம் கறாரா பேச முடியுமா? ஒரு பத்து ரூபா கொடேன்; போதும்.”

"வீட்ல வந்து கத்துக் கொடுப்பேளா? இல்ல உங்காத்துக்கு வரச்சொல்லணுமா?"

"பேஷா இங்கேயே வந்து கத்துக் கொடுத்திடுறேன்."

"ஒரு கண்டிஷன் சுவாமி."

"என்ன?"

"இங்க வந்து கத்துக்கொடுக்கிறதானா நீங்க கேட்கிறபடி பத்து ரூபா கொடுத்துடறேன்; உங்காத்தில வச்சுக் கத்துக் கொடுக்கிற தானா பதினைஞ்சு ரூபா கிடைக்கும்."

பாகவதருக்கு மகிழ்ச்சி.

சற்று இடைவெளிக்குப்பின், "கத்துக்கொடுக்காமலே இருந்தா இருபது ரூபாய் தறேன்" என்று சிறிதும் சிரிக்காமல் சொன்னவுடன் எதிரிலிருந்த நான் எழுந்து வீட்டின் பின்கட்டிற்கு வேகமாக ஓடிவிட்டேன்.

பாகவதர் ஒரு அசட்டுச் சிரிப்பு சிரித்தார்.

நம்பிக்கும் எனக்கும் எட்டு வயது வித்தியாசமென்றாலும் எங்களுக்குள் எந்த இடைவெளிச் சிக்கலும் இருந்ததில்லை. விடுமுறையில் அவரது வீட்டிற்குப் போகும் நாட்களில், மணிக்கணக்கில் பேசிக் கொண்டிருப்போம். பேச்சில் எந்த ஒளிவு மறைவும் கிடையாது. இலக்கியம், இலக்கிய நண்பர்கள், வேறு வகையான நண்பர்கள், உறவினர்கள் என்று எல்லாவற்றையும் பேசுவோம். அவர் என்னிடம் கொண்டிருந்த பாசம் எல்லையற்றது. என்னிடம் பகிர்ந்து கொள் வதற்கு அவருக்கு ஏராளமாக இருந்தது.

அழகியபாண்டியபுரத்துக்கு வடக்கில், தோவாளை சானலை ஒட்டி எங்களுக்கு ஒரு கோணம் இருந்தது. குறுப்பங்கோணம் புரையிடமும், அதைச்சார்ந்த வயல்வெளிகளும் நிறைந்த இடம். மலையடிவாரம். அமோகமான இயற்கை எழில்.

அங்கு சிறியதானாலும் ஒரு வீடு, காவலுக்கு ஒரு ஆள், ஒரு துப்பாக்கி, நல்ல சமையலாள் போன்ற ஏற்பாடுகளுடன் அங்கு போய்த்தங்கி விவசாயம் பார்க்க வேண்டும் என்பது அவரது கனவு. இருவரும் சந்திக்கும் போதெல்லாம் சொல்வார். அதை நடைமுறைப்படுத்திவிட முடியுமென கடைசிவரை நம்பினார்!

1974ல், நான் சென்னையில் வசித்து வந்த நேரம் ஒரு தந்தி வந்தது. "நம்பி ஆஸ்பத்திரியில் அனுமதிக்கப்பட்டிருக்கிறார். உடனே புறப்படவும்." நானும் என் மனைவியும் உடனே புறப்பட்டோம்.

அதிர்ச்சி காத்திருந்தது. நம்பிக்குக் கான்சர். ஒரு காலை எடுக்கவேண்டுமாம். இதைக்கூட எந்தப் பதட்டமும் இல்லாமல்,

140

இயல்பான நகைச்சுவையுடன் என்னிடம் தெரிவித்தார். வேறு வழியே கிடையாதா? இருக்கவில்லை.

இந்நேரத்தில்தான் அவரது 'மருமகள் வாக்கு' சிறுகதை கணையாழி தீபாவளி இதழில் பிரசுரமானது. பின் இந்தக் கதை கன்னடம், ஆங்கிலம் உட்பட பல்வேறு தொகுப்புக்களில் சுமார் எட்டு முறை மறு பிரசுரம் கண்டிருக்கிறது.

காலை எடுத்தபிறகு சுமார் ஒன்றரை ஆண்டுகள் உயிருடனிருந்தார் நம்பி. இக்காலங்களில் அவரது 'வருகை', 'அவனும் ஒரு மரநாயும்' போன்ற சிறுகதைகள் பிரசுரமாயின.

நோயின் தீவிரம், அவரை அதிக நாட்கள் உயிருடன் இருக்கவிடவில்லை. 1976ஆம் வருடம் ஜூன் மாதம் 16 ஆம் நாள். காலை நேரம். மத்தியாஸ் ஆஸ்பத்திரியில் உயிர் பிரியும் தருணம் நெருங்கி விட்டது. சுந்தர ராமசாமிக்குத் தொலைபேசியில் தகவல் கொடுத்தேன். பத்து நிமிடங்களில் வந்துவிட்டார். அதுவரை காத்திருந்தார் நம்பி. சுந்தர ராமசாமி வந்து 'நம்பி' என்று அழைத்து அவரது மார்பில் கைவைத்த மறுகணம் உயிர் பிரிந்தது.

கிருஷ்ணன் நம்பியின் மறைவை தீபம் பத்திரிகை அறிவித்தது. சதங்கை அவருக்காக ஒரு தனி இதழ் தயாரித்து அஞ்சலி செலுத்தியது. நம்பியின் அந்திமச் சடங்கில் கலந்துகொண்ட ஒரே இலக்கியவாதி கவிஞர் உமாபதி!

சுந்தர ராமசாமியின் பிற நினைவோடை நூல்கள்

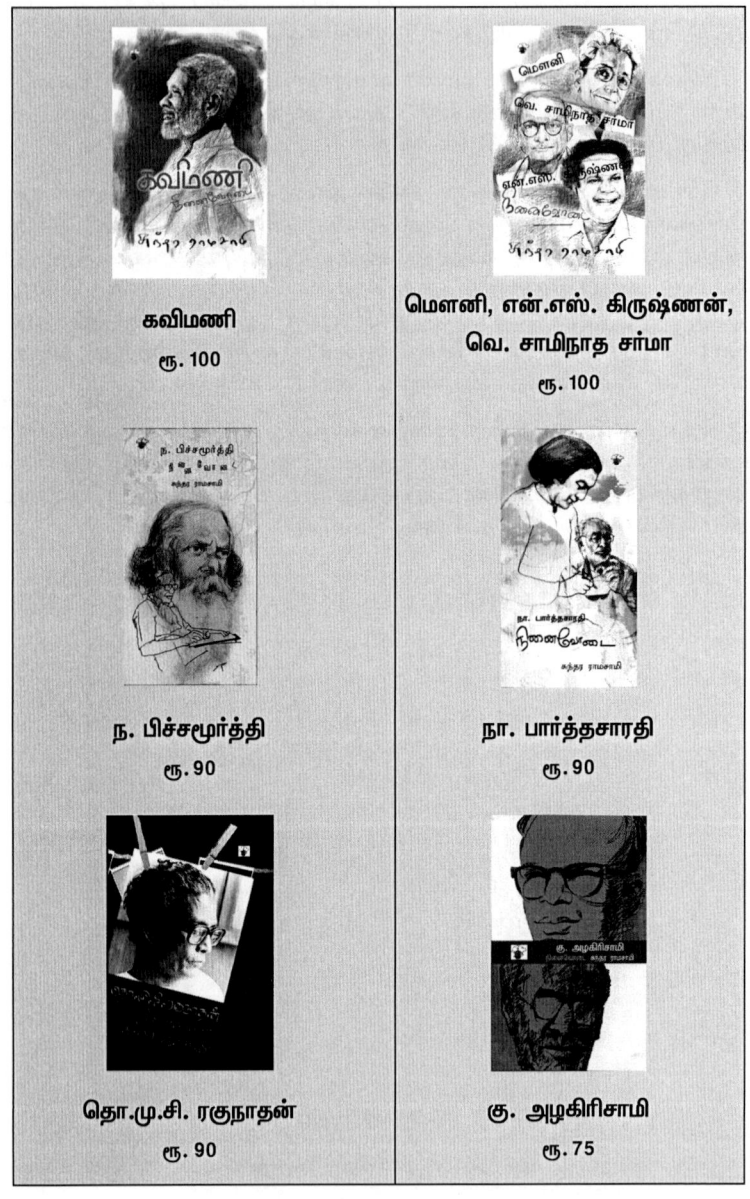

கவிமணி
ரூ. 100

மௌனி, என்.எஸ். கிருஷ்ணன், வெ. சாமிநாத சர்மா
ரூ. 100

ந. பிச்சமூர்த்தி
ரூ. 90

நா. பார்த்தசாரதி
ரூ. 90

தொ.மு.சி. ரகுநாதன்
ரூ. 90

கு. அழகிரிசாமி
ரூ. 75

தி. ஜானகிராமன்
ரூ. 50

ஜீவா
ரூ. 100

பிரமிள்
ரூ. 125

ஜி. நாகராஜன்
ரூ. 125

க.நா.சு
ரூ. 125

சி.சு.செல்லப்பா
ரூ. 40